சி.மோகன், 1952 ஜூன் 12இல் மதுரையில் பிறந்தவர். 50 ஆண்டுகளாக, எழுத்து மற்றும் புத்தகம் சார்ந்த பணிகளில் ஈடுபட்டிருப்பவர். இரு நாவல்கள் (விந்தைக் கலைஞனின் உருவச் சித்திரம், கமலி); இரண்டு சிறுகதைத் தொகுப்புகள் (ரகசிய வேட்கை, கடல் மனிதனின் வருகை) வெளிவந்துள்ளன. இரண்டு நாவல்களும் சிறுகதைகளும் அடங்கிய தொகுப்பு 'சி.மோகன் படைப்புகள்' என ஒரே நூலாகவும் வந்திருக்கிறது. மேலும், மூன்று கவிதைத் தொகுப்புகள் (தண்ணீர் சிற்பம், எனக்கு வீடு நண்பர்களுக்கு அறை, கைவிடப்பட்ட வளர்ப்பு நாய்கள்); இரண்டு மொழிபெயர்ப்புகள் (ஓநாய் குலச்சின்னம்-நாவல், பியானோ - சிறுகதைகள்) வெளியாகியுள்ளன. மொழிபெயர்ப்புக்கான முன்மாதிரியாக ஓநாய் குலச்சின்னம் கருதப்படுகிறது. நடைவழிக் குறிப்புகள், காலம் கலை கலைஞன், சி.மோகன் கட்டுரைகள், நடைவழி நினைவுகள் உள்ளிட்ட பல கட்டுரைத் தொகுப்புகள் வெளியாகியுள்ளன. இவருடைய நேர்காணல்கள் 'அங்கீகரிக்கப்படாத கனவின் வலி' என்ற தொகுப்பாக வெளியாகியிருக்கிறது. ஜி.நாகராஜன் படைப்புகள், கோபிகிருஷ்ணன் படைப்புகள் உள்ளிட்ட சில நூல்களின் தொகுப்பாசிரியர்.

எம்.ஏ., தமிழ் பயின்றபோது நடத்திய 'விழிகள்' முதல் இவருடைய சிற்றிதழ் பங்களிப்பு தொடர்கிறது. பின்னர், இலக்கியம், நாட்டார் கலை, நவீன கலை ஆகியவற்றுக்கான களமாகப் 'புனைகளம்' இதழை நடத்தினார். மதுரைப் பல்கலைக்கழகத்தில் மேற்கொண்ட முனைவர் பட்ட ஆய்வினைக் கைவிட்ட பின்னர், வயல் பதிப்பகம் தொடங்கினார். இதன் காரணமாக, வயல் மோகன் என்றும் அறியப்பட்டார். பின்னர், 1983இல் க்ரியாவில் பணியாற்றுவதற்காக சென்னை வந்தார். பாளையங்கோட்டை நாட்டார் வழக்காற்றியல்

மையத்தின் பதிப்புத் துறையில் பணியாற்றியபோது வெளியான முக்கியமான தொகுப்புகள், 'அயோதிதாசர் சிந்தனைகள்.'

ஜே.ஜே: சில குறிப்புகள், தண்ணீர், இடைவெளி போன்ற நாவல்களின் உருவாக்கத்தில் பணியாற்றியிருக்கிறார். அதிகம் அறியப்படாதிருந்த ப.சிங்காரம், ஜி.நாகராஜன், எஸ்.சம்பத் போன்ற படைப்பாளிகளைக் கவனப்படுத்தியவர். நவீன கலை பற்றித் தொடர்ந்து உரையாடியும் எழுதியும் வருகிறார். விளக்கு விருது உள்ளிட்ட சில விருதுகளைப் பெற்றிருக்கிறார்.

வீடு வெளி

சி. மோகன்

டிஸ்கவரி பப்ளிகேஷன்ஸ்
எண்: 9, பிளாட் எண்: 1080A, ரோஹிணி பிளாட்ஸ்,
முனுசாமி சாலை, கே.கே.நகர் மேற்கு,
சென்னை - 600 078. பேச: 99404 46650

வெளியீட்டு எண்: 0336

வீடு வெளி (நாவல்)
ஆசிரியர்: சி. மோகன்©
Veedu Veli (Novel)
Author: C.Mohan©
ISBN:978-81-19541-15-7
1st Edition : Dec - 2023
Pages - 208

Publisher • Sales Rights

Discovery Publications
No. 9, Plot,1080A, Rohini Flats,
Munusamy Salai,
K.K.Nagar West, Chennai - 78.
Tamilnadu, India.
Mobile: +91 99404 46650

Discovery Book Palace (P) Ltd
No. 1055-B, Munusamy Salai,
K.K.Nagar West,
Chennai-600 078.
Ph: (044) 4855 7525
Mobile: +91 87545 07070

discoverybookpalace@gmail.com / www.discoverybookpalace.com

இந்த நூலில் பிரசுரமாகியுள்ள எந்த ஒரு பகுதியையும் எழுத்துபூர்வமான முன்அனுமதி பெறாமல் எடுத்தாள்வதோ, மறுபிரசுரம் செய்வதோ, மொழியாக்கம் செய்வதோ, ஊடகங்களில் மறுபதிப்புச் செய்வதோ, காப்புரிமைச் சட்டப்படி தடை செய்யப்பட்டுள்ளது. இந்த நூலிலிருந்து சில பகுதிகளை மேற்கோள்காட்டி நூல்அறிமுகம் செய்யலாம்.

உங்கள் மொபைல் போனிலிருந்து ஸ்கேன் செய்து 'டிஸ்கவரி புக் பேலஸ்' மொபைல் ஆப்பை டவுன்லோடு செய்து, புத்தகங்களை வாங்குங்கள்.

உற்ற நண்பர்களான
நடேஷுக்கும்
சஃபிக்கும்

சிறு குறிப்பு

இது என்னுடைய மூன்றாவது நாவல். ஒரு அசாதாரணமான சூழ்நிலையில் கிளர்ந்தெழும் நினைவுகளின் சில தடங்களையும் நிகழ்வுப் பொழுதுகளின் சில சாயைகளையும் பதிவு செய்திருக்கிறது. மறதிகளாலான நினைவுகள், புனைவின் துணையோடு புலர்கின்றன. எந்த ஞாபகங்கள் நினைவுகூரப்படுகின்றன என்பதும், அவை எப்படியாக நினைவு கூரப்படுகின்றன என்பதும், அவற்றோடு புனைவம்சங்கள் முயங்கித் திளைக்கும் மாயமுமே படைப்புச் செயல்பாடாக இருக்கிறது. இது ஒருவகையில், மறதிக்கு எதிரான நினைவின் போராட்டம். நினைவும் புனைவும் மேவிய உருவாக்கம்.

'ஒரு நாவலாசிரியன், தன் வாழ்க்கையெனும் வீட்டை இடித்துவிட்டு, வேறொரு வீட்டைக் கட்டுவதற்காக அதன் செங்கற்களைப் பயன்படுத்துகிறான்' என்கிறார் மிலன் குந்தேரா. இதுதான் இந்த நாவலில் நிகழ்ந்திருக்கிறது. சுய வாழ்வின் சில அம்சங்களும் புனைவும் ஒன்றையொன்று மேவி வேறொரு கோலம் கொண்டிருக்கிறது.

நாவல் பனுவலின் முதல் படிவத்தை வாசித்து நண்பர் சஃபி வெளிப்படுத்திய சில அபிப்பிராயங்களும், அதனைத் தொடர்ந்து அவரோடு கலந்துரையாடியதும் பிரதியை மேம்படுத்தப் பெரிதும் உதவியிருக்கின்றன. அவை, நாவல் பிரதியின் இரண்டாவது படிவத்தைக் கட்டமைக்கத் துணையாக இருந்தன. அவருடைய இத்துணை இல்லாதிருந்தால் இப்படைப்பு ஒரு விரிந்த கோலத்தையும் சில நுட்பங்களையும் இழந்துவிட்டிருக்கும். நன்றி சஃபி.

நாவலின் இரண்டாவது படிவத்தை நண்பர்கள் யூமா வாசுகியும் ஹசீனும் வாசித்துவிட்டு வெளிப்படுத்திய எண்ணங்களின் மீதான பரிசீலனைகளிலிருந்தே நாவல் பிரதி அதன் இறுதி வடிவத்தை அடைந்திருக்கிறது. அவர்கள் மிகக் கவனமாக வாசித்திருப்பதை அவர்களுடைய நுட்பமான அவதானிப்புகள் வெளிப்படுத்தின. அவை எனக்கு மிகுந்த உத்வேகத்தையும் உற்சாகத்தையும் அளித்தன. இருவருக்கும் என் மனமார்ந்த நன்றிகள்.

நாவல் உருவாக்க காலத்தில், ஓவியர் விஸ்வமும் ஸ்டேன்லி மருத்துவமனையில் இயன்முறை மருத்துவராகப் பணியாற்றும் ஓவிய நண்பர் அமல் மோகனும் செய்த உதவி குறிப்பிடத்தகுந்தது. அவர்களுக்கு என் மனம் கனிந்த நன்றிகள்.

நாவலின் இறுதிப் படிவத்தையும் யூமாவுக்கு அனுப்பினேன். அவர் அதை வாசித்துவிட்டு எனக்கு எழுதிய கடிதம், இந்நாவலுக்கான முன்னுரையாக இடம்பெற்றிருக்கிறது. யூமாவின் மன வாசனை படர்ந்திருக்கும் ஓர் அழகிய கடிதம். மேலும், மெய்ப்பை சரி செய்வதில் அவர் கொண்டிருக்கும் அபாரத் திறன் வியக்க வைத்தது. அவருடனான என் உறவு, ஆத்ம ஒளியில் சுடர்வது. நன்றிகளுக்கு அப்பாற்பட்டது.

இந்நாவலின் பின்புலக் காலத்தில் அணுக்கமாக இருந்த நண்பர்களில் ஒருவர் ஓவியர் விஸ்வம். அவர் இந்நாவலுக்கென்று பிரத்தியேகமாக ஒரு ஓவியத்தை உருவாக்கி அதை அன்புடன் எனக்குப் பரிசளித்தார். நாவலின் முதல் படிவத்தை முடித்த பின்னரும் நாவலுக்கான தலைப்பு குறித்து தடுமாறிக்கொண்டிருந்த எனக்கு, அவருடைய இந்த ஓவியம்தான் நாவலுக்கான தலைப்பைத் தந்தது. அந்த ஓவியமே இப்புத்தகத்தின் முகப்பாக அமைந்திருக்கிறது. என் வீட்டின் படுக்கை அறையிலும் அது வீற்றிருக்கிறது. அவருக்கான என் நன்றி என்றென்றும் உரியது.

வீடும் வெளியும் என அந்த ஓவியம் எனக்குச் சொன்ன தலைப்பை வீடு வெளி என்றிருந்தால் இன்னும் நன்றாக இருக்குமே என்றவர் நண்பர் சங்கரராமசுப்பிரமணியன். நானும் ஏற்றுக்கொண்டேன். நன்றி சங்கர்.

முகப்பை வடிவமைத்திருப்பதோடு நூலின் உள்கட்டமைப் பையும் நேர்த்தியாக உருவாக்கியிருக்கும் டிஸ்கவரி பாலாஜி மற்றும் கதிருக்கும்;

புத்தகத்தைச் சிறப்பாக வெளியிடும் டிஸ்கவரி பதிப்பகத்துக்கும்; என் நலனில் அக்கறை கொண்ட அருமை நண்பர் மு. வேடியப்பனுக்கும் என் நன்றிகளை வெளிப்படுத்துவதில் மனம் மகிழ்கிறேன்.

என் சென்னை வாழ்வின் தொடக்கத்திலிருந்து உற்ற துணையாக இருந்துவரும் ஓவிய நண்பர் நடேஷுக்கும் சஃபிக்கும் இந்நூலை சமர்ப்பிப்பதில் மிகுந்த மன நிறைவு அடைகிறேன்.

சி. மோகன்
சென்னை
23.11.2023

நாளை ஒரு ரோஜாவை நான் பிழையின்றி வரையக்கூடும்

அன்பிற்குரிய மோகன் அவர்களுக்கு,

கடந்த சில நாட்களாகப் பள்ளியின் பாட வேலைகளுக்கு இடையே கிடைக்கும் ஓய்வுப் பொழுதுகளில் உங்கள் 'வீடு வெளி' நாவலை வாசித்து முடித்தேன். முடித்த வேளையில் நான் பள்ளிப் பரபரப்பினிடையேதான் இருந்தேன். என்னருகே ஆசிரியர்கள் இருந்தார்கள். மைதானத்திலிருந்து பிள்ளைகளின் விளையாட்டு ஆரவாரம் அவ்வப்போது கேட்டுக்கொண்டிருந்தது. ஆயினும் நான் முற்றிலும் தனித்துவிடப்பட்டதுபோல உணர்ந்தேன். மனதில் ஒரு துயரம் கவிந்திருந்தது. சன்னலுக்கு வெளியே தெரியும் சத்துணவுக் கட்டடத்தைப் பார்த்தபடியே அமர்ந்திருந்தேன். அடுத்த பாடவேளை தொடங்குவதற்கான மணி ஒலித்தது. சில நிமிடங்களுக்குப் பிறகு ஒரு மாணவன் வந்து, "சார், இது உங்கள் பீரியட்" என்று நினைவூட்டினான். அவன் பின்தொடர நான் வகுப்புக்குச் சென்றேன். மாணவர்களுக்கு கரும்பலகையில் ஒரு ரோஜா வரைந்துகொண்டிருந்தேன். என் முதுகின் பின்னே மாணவர்கள் சன்னக் குரலில் பேசிக் கிளுகிளுத்தார்கள். ஓர் குரல் கேட்டது: "சார்..." நான் திரும்பிப் பார்த்தேன். மாணவி அமுதா எழுந்து நின்று சொன்னாள்: "இல்லை... ரோஜாப்பூ இப்படி இருக்காது!" வகுப்பறை சிரித்தது. அப்போதுதான் நான் திடுக்கிட்டு விழித்தேன்.

அரிதழகான ஒரு நாவலைத் தந்திருக்கிறீர்கள், மோகன். உங்களுக்கு நன்றி.

பன்னெடுங்காலமாக உங்கள் நட்பிலும் தொடர்பிலும் இருப்பவன்; உங்கள் வாழ்வையும் மனதையும் அண்மையிலறிந்தவன் என்பதால், இதை என்னிடமிருந்து அந்நியமான தனித்ததொரு படைப்பாக என்னால் உணர முடியவில்லை. நெடுந்தொலைவில்

விட்டு வந்த என் காலத்தில், ஓர் கனவினூடே சஞ்சரிப்பதைப்போல் இருந்தது. வலுவான பௌதிகார்த்த தன்மையுடன் உங்களையும் உங்கள் உணர்வுகளையும் உற்றறிகிறேன். நீங்கள் (நாவலில் கிருஷ்ணன்) இப்படியானதொரு நோய்த் தாக்குதலுக்கு ஆட்பட்ட காலத்தில் பலமுறை உங்களை சந்தித்திருக்கிறேன். சில நேங்களில் உட்லண்ட்ஸ் திறந்தவெளி ஹோட்டலில். சரியாக நடக்கவியலாத உங்கள் கால்கள், கைகளின் தீவிரமான உதறல்களை எல்லாம் கவலையுடன் கண்டிருந்திருக்கிறேன். சட்டைப் பித்தானைக்கூட போட முடியாத சூழல் உங்களுக்கு.

இது உங்கள் அப்பட்ட வாழ்வின் மீது, ஆதார மன இயக்கங்களின் மீது உருவாகியிருக்கும் ஒரு படைப்பு. அல்லது, கலாபூர்வ ஆவணம். இதில் புனைவுக்குப் பங்கு இருக்கிறது என்று ஐயம் தோன்றினாலும், அத்தகைய இடங்களாக எதுவொன்றையும் ஊர்ஜிதமாகச் சுட்ட தயக்கம் மேலிடுகிறது. அப்படித்தான் இதில் புனைவும் உண்மையும் கலந்து ஒன்றை ஒன்று உருமறைப்பாக மேவிக்கொள்கின்றன.

இதில் செயற்பட்டிருக்கும் விவரணை நுட்பம் மிகக் கூர்மை கொண்டு, பல இடங்களில் துல்லியத்தை மிகைத்ததுவோ எனும்படி, புறப்பரப்புகளைப் பெயர்த்து அதே பசுமையுடனும் இதழ் ஒவ்வொன்றுக்குமான தனித்துவத்துடனும் மற்றொரு இடத்தில் பதியமிடுபவதுபோல விரவியிருக்கிறது. கிருஷ்ணன் நோய்ப்படுதல் குறித்த சித்திரிப்புகள், முதலில் அனிதாவின் வீடு சென்றடைவதுவரையிலான விவரணை, பம்பாயில் ஒரு இசைக் கச்சேரியில் வெளிநாட்டவர் கொடுத்த கஞ்சா சிகரெட்டைப் புகைத்த பிறகான உணர்வு மாற்றங்கள் – அப்போதைய நடைப் பாங்கு...

கிருஷ்ணன் கலை இலக்கியத்தின் மீது தீவிர ஈடுபாடு கொண்டவர். கணமும் அவற்றில் உழன்றுகொண்டிருப்பவர். கலை அவதானிப்பிலும் ஆராதனையிலும் சாதகத்திலும் வாழ்வை மகிழ்வுடன் ஒப்புக் கொடுத்துவிட்டு புகலற்றுப்போய் நிராதரவின் தாளா வெக்கையில் அற்றலையும் பலவீனப்பட்ட ஆன்மா. அதன் தளர் நடைதான் இந்தப் பதிவு. சந்தர்ப்பவசமாகக் குடும்பத்தைப் பிரிந்து, ஏதேதோ செய்து பிழைத்து (நீங்களும் நானும் வேலை தேடி பத்திரிகை அலுவலகங்களுக்கு நடந்து திரிந்ததை நினைத்துப் பார்க்கிறேன்), கிடைத்த இடத்தில்

தங்கி காலமோனத்தில் ஜெபமாலையின் மணிகளை உருட்டிக் கடப்பதுபோல நாட்களைத் தொடக்கி முடிக்கும் ஒரு கலையாளரின் பெரும்பாடுப் பிராந்தியத்திலிருந்தான ஒரு பகுதியின் நனவோடைச் சித்திரமும்கூட.

கிருஷ்ணன் மீது பேரரிய அக்கறை கொண்ட கலை சார்ந்த நண்பர்களின் இருப்பு மகத்துவக் குளிர் முகில்களைப்போல, அந்த ஆளுமை கருகிவிடாமல் அவ்வப்போது அந்த சுடுவியர்வையை ஒற்றி எடுத்துப் போகிறது. நண்பர் பாபுவைப் பற்றி வரும் குறிப்பு: "அவருடைய அக்கறையும் பரிவும் கிருஷ்ணனின் கண்களைக் கசியச் செய்தன. அதுநாள்வரை அவரைப் பற்றி உயர்வான எண்ணம் ஏதும் அவன் கொண்டிருக்கவில்லை என்பதை நினைக்க வெட்கமாக இருந்தது. மனிதர்களை மதிக்கவும் உறவாடவும் நாம் கொண்டிருக்கும் கற்பிதங்கள் எவ்வளவு அற்பமானவை என்று தோன்றியது. இந்தப் பிணிக்கால நாட்களில் அவன் அவ்வப்போது நெகிழ்ந்து, அவனறியாது கண்கள் கசிந்த தருணங்கள் வாழ்க்கை பற்றியும் உறவுகள் பற்றியும் அவனுக்குப் புது வெளிச்சம் தந்துகொண்டிருந்தன. அவன் கற்பிதமாகச் சூடியிருந்த அறிவின் அகந்தை அழிந்துகொண்டிருந்தது..." இருப்பினும், எதுவுமற்றுப்போனாலும் லௌகீக இழப்புகளை நிர்தாட்சண்யமாக உணர மறுத்து, வசதி வசீகரங்களுக்கு முதுகு காட்டி கலை நம்பிக்கையின் கதியில், கலை தரும் பரவசத்தின் அகமலர்ச்சி ஒன்றில் மட்டுமே உயிர்த்து உலவும் அவருக்கு அற்புதம்போல ஒரு காதல் வாய்க்கிறது. தற்செயல்களின் கரத்திலிருந்து சுரந்து காதலின் மதுரப் பின்னல் ஊரும் ஒரு பிரத்தியேகம் கொள்கிறது வாழ்க்கை.

அந்தச் சுடர் பற்றிக்கொள்ளத் தயங்கிச் சிணுங்கி, நலிந்ததோ அழிந்ததோ எனும் அச்சப்பாடுகளுண்டாக்கி, குழைந்து சரிந்து மங்கிச் சிறுத்து இறுதியில் ஆறஅமர நின்றெரிந்து பிரகாச எழில் காட்டுகிறது. கிருஷ்ணன் எனும் பறவை, அதிலிருந்து உருவாகி மெல்லெனத் தூவும் ஒளிர் தானியங்களை ஆடிப்பாடி தன் அலகால் கொத்திச் சுற்றிவந்து களிக்கிறது.

உற்ற நண்பர் நடேஷ் அதைப் பார்த்து மகிழ்வும் நிறைவும் கொண்டு, "இன்னைக்கு நான் ரொம்ப சந்தோஷமா இருக்கேன்... போய் மூக்கு முட்டக் குடிக்கப்போறேன்" என்கிறார். அவரிடம், "வீட்டுக்குப் போய் ஸ்கூட்டரை விட்டுட்டு அப்புறமா போய் நல்லா குடிங்க"என்று புன்னகையுடன் சொல்கிறார் அனிதா. நாவலின் இந்த சந்தர்ப்பம் என் மனதோடு அணைந்துகொண்டது.

நாவலில் வரும் நண்பர்கள் சிலரை நானும் அறிவேன். ரகுவின் பொய்கள் – அவரது குணச் சித்திரிப்பு, சஃபியின் புன்னகை, நடேஷின் உரத்த சம்பாஷணையும் அட்டகாசச் சிரிப்பும், புதுமைப்பித்தனின் தோளில் குருவி அமர்ந்து அவர் காதில் ஏதோ சொல்லும் சிலை வடித்த சிற்பி மரியா, க்ரியா ராமகிருஷ்ணன், பிரமிள், சிற்பி தட்சிணாமூர்த்தி, ஓவியர் நெடுஞ்செழியன் முதலியவர்களைப் பற்றிய விவரணைகள் எல்லாம் அவர்களைப் பற்றிய என் மனப் பதிவுடன் கச்சிதமாகப் பொருந்துகின்றன.

உறவுகள் எதிலும் கட்டுண்டுவிடாமல் விட்டு விலகிச் செல்லும் கிருஷ்ணன் தன் மனமொப்பிய தேர்வாகக் கலையைக் கொள்கிறார். அதன் விளைவான சாதக பாதகங்களையெல்லாம் ஒன்றுபோலவே எதிர்கொள்கிறார். வாழ்வின் மீது தனதான பார்வையைக் கொண்டவர். தன் கருத்துகளில் பற்றுறுதி உண்டு. ஆயினும் நாவலின் பல இடங்களில் தன் கருத்துகளை மறுபரிசீலனை செய்பவராக, தன்னை சுய விமர்சனத்திற்கு ஆட்படுத்திக்கொள்பவராக, பிடிவாத மூர்க்கமின்றி மாற்றத்துக்கு இசைபவராகச் சென்றுகொண்டிருக்கிறார். படைப்புக்கு ஜீவனூட்டுவதில் இத்தன்மைக்குப் பெரியதொரு பங்கு வாய்த்துவிடுகிறது.

என் வாசிப்பில் களிகூர்ந்த ஒரு பாத்திரம் அனிதா. பக்குவம், முதிர்ச்சி, கனிவு, காதல், பெருந்தன்மை கொண்டு மேன்மையில் திகழ்கிறார். அவரது நடையுடை பாவனையெல்லாம் தத்ரூபம் கொண்டிருக்கின்றன. மேனோக்கிய வாஞ்சையும் அறிவுமான ஞானார்த்த சாயல் கொண்டிருக்கிறார். நான் வாசித்த சிறப்பான பாத்திரங்களின் வரிசையில் அவர் சென்று அமர்வதன் கம்பீரத்தை நான் ரசிக்கிறேன்.

நோயின் காரணத்தால் கிருஷ்ணன் சாலையோரத்திலும் கழிவறையிலும் பிறவிடத்திலும் கால்கள் ஊன்றி நிலைக்க இயலாமல் தடுமாறி விழும்போதெல்லாம் துணுக்குற்ற எனக்கு விகல்பமின்றி ஒருவித பிள்ளைமையுடன் அனிதா, கிருஷ்ணனைத் தோளணைக்கும்போது, கிருஷ்ணன் மீது கொண்ட பரிவால் அவரது உள்ளங்கையைத் தன் கரங்களுக்குள் பொதிந்துகொள்ளும்போது எனக்குச் சற்று ஆசுவாசம் கிடைத்தது. “ஒவ்வொரு முறிவுக்குப் பின்னும் வலியும் வேதனையும் ஆளைக் குலைத்துப் போட்டாலும் புதிய உறவை நோக்கி எது மீண்டும் மீண்டும் இப்படி உந்தித் தள்ளுகிறது?” என்பது அனிதாவினுடைய ஒரு சிந்தனை.

கிருஷ்ணனின் சிறுவயதும் சிறிது இதில் இடம் பெறுகிறது. எக்கி எக்கி கண்ணாடி பார்த்துக்கொண்டே அந்தச் சிறுவன் அழுகிறான்; தன் மகனுக்கு (கிருஷ்ணனுக்கு) காசநோய் பீடித்திருப்பதைத் தன் மனைவியிடம் சொல்லி அப்பா குமுறி அழுகிறார்; சிறுவன் கிருஷ்ணன் தன் அம்மாவுக்குக் கையெழுத்துப் போடக் கற்றுக்கொடுக்கிறார் (மகன் அம்மாவின் பெயரை எழுதிக் காட்டியதும் அம்மா மருட்சியில் முகம் இருண்டுபோய், “இத எப்படிப்பா எழுதறது... ஏதோ கொசகொசன்னு இருக்கு” என்று மலங்க மலங்க விழிக்கிறார்)... இந்த சந்தப்பங்கள் அறிந்திராததொரு வசீகரத்தை வரிகளெங்கும் மலர்த்தியிருக்கின்றன.

மலைக்கோயிலில் கிருஷ்ணனைப் பாம்பு கடிப்பதான கனவும், கிருஷ்ணன் மரப்படிகளில் உயரேகும்போது தேவமலர் போன்றதொரு அழகிய சிறுமியைப் பார்க்கும் கனவும், செருப்புகள் தொலைந்த கனவில் அனிதா அலைவதும் மெல்லிய அமானுடத் தன்மையையும் நாவலுக்கு மாறுபட்டதொரு சுவையையும் சேர்த்திருக்கின்றன.

கிருஷ்ணன் அனுமதிக்கப்பட்டிருக்கும் ஸ்டேன்லி மருத்துவமனையும் நாவலில் கனமான முக்கியத்துவத்தைக் கொண்டிருக்கிறது. மருத்துவமனையில் நிராதரவாகத் துன்புற்று அலையும் பூனையை அனிதாவின் பணிப்பெண்ணின் மகள் மீட்டெடுத்து அணைத்துக்கொள்கிறார். மூளை பக்கவாதத்தால் பாதிக்கப்பட்டு பக்கத்துப் படுக்கை நோயாளியாக இருக்கும் ஸ்ரீநிவாசனுக்கு, அவர் மீதான கடும் வன்மம் அகன்ற மனைவியின் கனிவு பூரணமாகச் சித்தித்துவிடுகிறது அவருக்கு நினைவு மெல்ல எட்டிப் பார்க்கும்போது அவர் எழுதிக்காட்டும், ‘கவிதா’ எனும் பெயர், மனித மனத்தின் விசித்திரமும் அதிசயமுமான நுண்மையில் பட்டென்று ஒரு ஒளி பாய்ச்சிவிடுகிறது. ஒரு காதல் இறுதியில் கலங்கல் நீங்கி தெளிவுகொள்கிறது. அபாய கட்டத்தைக் கடந்து கிருஷ்ணனின் உடல்நிலை குணமடைகிறது. இடர் அனைத்திலிருந்தும் புதிய தொடக்கத்திற்கான பதாகை அரூபத்தில் அசையத்தான் செய்கிறது. கிருஷ்ணனின் சிந்தனையைத் தொடர்வதாக வரும் சில வாக்கியங்கள் இவை: “சாவை ஏற்றுக்கொள்ள அவன் ஏன் தயாராக இல்லை? அவனைப் பொருத்தவரை இந்த வாழ்க்கை அவனுக்காக இன்னும் சில சாத்தியங்களை ரகசியமாகப் பொத்தி வைத்திருக்கிறது என்றும்

அவற்றையும் வாழ்ந்து பார்த்துவிடுவதற்கான ஆசையே இந்த வாழ்விலிருந்து இப்போதைக்கு அவன் விடுபடுவதை விரும்பவில்லை என்றும் ஏதேதோ யோசித்தபடி மனம் எண்ணங்களில் புரண்டுகொண்டிருந்தது."

எந்த நிலையிலும் இருத்தலுக்கான சாத்தியத்தின் வேறொரு பரிமாணத்தைக் கண்டடைவதில்தான் வாழ்வின் சாரம் நிலைக்கிறது.

புதியதான ஒரு களத்தில் மாறுபட்ட நேர்த்தி பாவிய சொல் முறையில் எழும்பியுள்ளது இந்த நாவல். இதன் கலை சார்ந்த உரையாடல்கள் வாசகருக்கு அதன்பாற்பட்டு மேலதிக சிரத்தை கொள்ள ஏதுவாகும் என்று எண்ணுகிறேன்.

ஒரு தந்தி வாத்தியத்தின் நீளதிர்வொலியின் ஊடே வருகிறது ஒரு அவலக் குரல்: "சிதையில் போய் படுத்துக்கொண்டால்தான் இந்தக் குளிர் அடங்கும்!" இதைச் சொல்வது எழுத்தாளர் ஜி.நாகராஜன், தன் மரணத்துக்கு சற்று முன்பு. அத்துடன் மறையாமல் அந்தக் குரல் நமக்குள்ளும் சுருண்டு படுத்துக்கொள்கிறது. எழுத்தாளர் கோபிகிருஷ்ணனோ, செய்வதறியாத நடுக்கத்துடன் குலை பதறி உச்சப் பரிதாபம் தொனிக்க காவல் நிலைய வாயிலில் நின்று ஏதோ முணுமுணுக்கிறார். இதயம் துவள்கிறது. மருத்துவமனையில் கிருஷ்ணன் பயிற்சி செய்வதுபோன்று ஆழ மூச்சிழுத்து நிதானமாக 1... 2... 3... என்று சொல்லிப் பார்க்கிறேன்...

வாசிப்பின் வீழ்படிவாய் அமைந்த ஒரு சஞ்சலத்தின் ஊடே திக்கித் திணறி உங்களுக்கு இந்த வார்த்தைகளை எழுதியிருக்கிறேன். சட்டென்று இலகுபட்டுவிடுவதற்கான ஒரு முயற்சி.

என் மாணவர்களுக்கு நாளை ஒரு ரோஜாவை நான் பிழையின்றி வரையக்கூடும்.

நன்றி.
யூமா வாசுகி
25/12/2023
பட்டுக்கோட்டை

வீடு வெளி

1
முதல் நாள் காலை
(1996, நவம்பர் 4, திங்கள்கிழமை)

காலையில் விழிப்பு தட்டியபோது, இடது கால் பாதம் கொஞ்சம் கனத்தும் சுரீரென்ற குத்தல் வலியோடும் இருப்பதைக் கிருஷ்ணன் உணர்ந்தான். அமர்ந்திருந்தபடியே உடலைக் கொஞ்சம் முன்னால் தாழ்த்தி, இடது கால் பாதத்தைப் பார்த்தான். மேற்புறத்தின் மையப் பகுதி லேசாகப் பூசினாற்போல் தெரிந்தது. வீக்கம் என்று பெரிதாக ஏதுமில்லை. வலது கால் பாதத்தைப் பார்த்தான். அதில் எந்த மாற்றமும் தெரியவில்லை. தூங்கும்போது இரவில் ஏதேனும் பூச்சி கடித்திருக்கலாம். எழுந்து போய் ஒரு டீ குடித்துவிட்டு, சிகரெட் வாங்கி வந்து, நாளைத் தொடங்கிவிட்டால் எல்லாம் தன்போக்கில் சரியாகிவிடும் என்று நினைத்துக்கொண்டு எழ முற்பட்டான். முடியவில்லை.

அந்தச் சிறிய வீட்டின் முன்னறையில் அவன் அப்போது தனித்திருந்தான். தரையில் பாய் விரித்துப் படுத்திருந்த அவன் இப்போது உடலை முன்நிமிர்த்தி உட்கார்ந்திருந்தான். ஆயினும் அவனால் தன் உடலைத் தூக்கி எழ முடியவில்லை. கைகளைத் தரையில் அழுத்தமாக ஊன்றி எழ எத்தனித்தான். உடல் கொஞ்சமும் ஒத்துழைக்கவில்லை. கால்களால் தரையிலிருந்து எழுந்துகொள்ள முடியவில்லை. எப்போதும் எவ்வித பிரயாசையுமின்றி இயல்பாக நடந்துகொண்டிருந்த ஒரு செயல், இப்போது கடும் முயற்சி எடுத்தும் இம்மியளவும் கூடாமல் போய்விட்டது. கைகளால் எதையேனும் பற்றிக்கொண்டு முயற்சித்தால் எழுந்துவிட முடியலாம் என்று தோன்றியது. உடலைத் தரையோடு தரையாக அசைத்து, உள்ளறைக் கதவு நிலைப்படி அருகே சென்று நிலைப்படியைப் பற்றினான். உடலை எக்கி எழ முற்பட்டான்.

சி. மோகன் | 19

லேசாக உடல் எழுந்தது. கைகளை இன்னும் கொஞ்சம் உயர்த்தி நிலைப்படியை இறுகப் பற்றி எழ முயற்சித்தபோது, உடல் மெல்ல மெல்ல மேலெழுந்தது. எழுந்து நின்றான். லேசான நிம்மதி மனதில் சுரந்தது. அதேசமயம், என்னவென்று அறிய முடியாத ஒரு படபடப்பு உடலில் படர்ந்திருந்தது. கதவின் நுனியில் தொங்கிக்கொண்டிருந்த சட்டையை எடுத்து மாட்டிக்கொண்டான். சட்டைப் பையில் பணம் இருக்கிறதா என்றும் பார்த்துக்கொண்டான்.

நண்பன் ரகு தனித்திருந்த சிறு வீட்டில்தான் கிருஷ்ணன் அச்சமயத்தில் தங்கியிருந்தான். குடும்பத்திலிருந்து கிருஷ்ணன் வெளியேறிய அல்லது வெளியேற வேண்டிய நிர்ப்பந்தம் உருவான சூழலில், நண்பர்களின் அறைகளில் அவ்வப்போது தங்கி நாட்களை நகர்த்திக்கொண்டிருந்தான். நிரந்தர வேலையுமில்லை; நிரந்தர தங்குமிடமும் இல்லை. ரகு, பல்கலைக்கழகத்தில் தத்துவத் துறையில் ஆராய்ச்சி மாணவனாக இருந்தான். இவனை விட 15 வருசமாவது இளையவன். ரகுவுக்கு 28 வயதிருக்கலாம். கிருஷ்ணனுக்கு இப்போது வயது 44. ரகுவின் சரளமான ஆங்கிலமும் நவீன சிந்தனைகள் சார்ந்த உரையாடல்களும் அவனுக்குப் பல நெருக்கமான உறவுகளையும் நட்புகளையும் ஏற்படுத்திக் கொடுத்திருந்தன. இவற்றுக்கெல்லாம் மேலாக, அவனிடம் இயல்பாக வெளிப்படும் அதிக பாதிப்புகளற்ற அந்நேரத்திய பொய்கள் தரும் அந்நேரத்திய பரவசங்களுக்கும் உறவுகளைப் பலப்படுத்துவதிலும் பலவீனப்படுத்துவதிலும் கணிசமான பங்கு இருந்தது. உறவுகள் பலப்பட்ட பிறகு, அவனுடைய பொய்களை அவன் பொருட்படுத்தாதது போலவே மற்றவர்களும் பொருட்படுத்துவதில்லை. அவனுடைய சரளமான பொய்களை அசட்டை செய்யுமளவுக்கு அவனுடைய பரிவுகள் இருந்தன. அப்பொய்களை அவன் வெகு இயல்பாகச் சொல்லும்போது அவனுக்கு மட்டுமல்ல, கேட்பவர்களுக்கும் அவை பொய்களாகத் தெரிவதே இல்லை. அவனுடைய சுபாவம் என்று எளிதாகக் கடந்தார்கள்.

ரகு மீதான நண்பர்களின் ஈர்ப்புக்கு இன்னொரு முக்கியமான அம்சமும் காரணமாக இருந்தது. வெளிநாட்டிலிருந்து ஆய்வுக்காக வரும் அழகிய பெண்கள் அவனுக்கு நெருக்கமான தோழிகளாக இருந்தார்கள். அவர்கள் தமிழ்நாட்டுக்கு வரும்போது,

தங்களுடைய கள ஆய்வுப் பணிக்கான உதவிக்கு அவர்கள் நாடும் முதல் ஆளாக அவன் எப்படியோ உருவாகியிருந்தான். அவர்களுடைய ஆய்வுப் பணிக்காக அவர்களோடு இணைந்து அவன் கடுமையாக மெனக்கெடுவான். உள்ளூர் பெண்களும் இணக்கமான தோழமைகளாக இருந்தார்கள். அதேசமயம், அளவற்ற பருமன், கட்டற்ற உடல்வாகு என ரகுவின் தோற்றம் வசீகரமானது இல்லை. பெண்களுக்குப் பணி செய்வதிலும் சரி, அவர்களுடைய தேவைகளையும் சுதந்திரத்தையும் பேணுவதிலும் சரி, அவனிடம் வெளிப்பட்ட அபாரமான கரிசனம், பெண்களுக்கு மிக அனுசரணையான, பாந்தமான உறவாக அவனை ஆக்கியிருந்தது. பெண்களோடு சுபாவமாகப் பழகுவதிலும் அவர்களை ஆராதிப்பதிலும் விசேஷமான திறன் அவனிடம் இருந்தது. அழகான ஆண்களைத்தான் பெண்களுக்குப் பிடிக்கும் என்பது மிகத் தவறான அனுமானம் என்பதை அவன் நிரூபித்துக்கொண்டிருந்தான். அவ்வப்போது, நண்பர்களின் கூடுகைக்கோ, அவனுடைய இந்த அறைக்கோ, உணவகங்களுக்கோ அவர்களைப் பெருமிதத்துடன் அழைத்து வந்து நண்பர்களுக்கு அறிமுகப்படுத்துவான். இது, கிருஷ்ணனைப் போன்ற அவனுடைய நண்பர்களுக்குப் பொறாமையையும் ஈர்ப்பையும் ஒருசேர அவன்மீது ஏற்படுத்தியிருந்தன.

சில மாதங்களாக, ஒரு பெரிய தனியார் சேவை நிறுவனத்திடமிருந்து, சில ஆங்கிலக் கையேடுகளைத் தமிழில் மொழிபெயர்த்துக் கொடுக்கும் பணியை அவர்களிடமிருந்து பெற்றுவந்து கிருஷ்ணனிடம் கொடுத்துவந்தான் ரகு. கடந்த வாரத்தில் ரகு, குழந்தைகளின் உடல்நலப் பராமரிப்பு குறித்த ஐந்து ஆங்கிலக் கையேடுகளைத் தந்திருந்தான். சுலபமான வேலைதான். மேலும், கிருஷ்ணன் அவனுடைய தொடக்க கால சென்னை வாழ்க்கையில் பணியாற்றிய க்ரியா பதிப்பகத்தில் மேற்கொண்டிருந்த 'டாக்டர் இல்லாத இடத்தில்' என்ற மருத்துவ நூல் மொழிபெயர்ப்பு தந்திருந்த அனுபவமும் அறிவும் இந்த வேலையை அவனுக்கு எளிதாக்கின. இவனும் ரகுவின் அறையிலிருந்தபடி அவற்றைச் செய்து கொடுத்துக்கொண்டிருந்தான். கிருஷ்ணன் செய்யும் வேலைக்கென்று அவர்கள் தங்களுக்குள் கணக்கேதும் வைத்திருக்கவில்லை. அவ்வப்போது ஏதாவது கொடுப்பான். இடைஇடையே வெளியில் அழைத்துச் சென்று நல்ல சாப்பாடு

வாங்கித் தருவான். இரவு நேரங்களில் அவ்வப்போதும், விடுமுறை நாட்களிலும் மது விருந்தும் அளிப்பான். எல்லாவற்றையும்விட முக்கியமானது, உள்ளறை சிமிண்ட் அலமாரியில் ஒரு டப்பாவில் அவன் போட்டுவைக்கும் சில்லறைகள். ஒவ்வொரு நாளுமே இரவு வீடு வந்ததும் பேண்ட் பாக்கெட்டுக்குள்ளிருக்கும் சில்லறைகளை அந்த டப்பாவில் போட்டுவிட்டுத்தான் மறு வேலை பார்ப்பான். அதை எப்போது வேண்டுமானாலும் அவசரத்துக்குப் பயன்படுத்திக் கொள்ளலாம் என்று அனுமதியும் தந்திருந்தான். கிருஷ்ணனுக்கு அது ஒரு அட்சய டப்பா.

வீட்டின் நுழைவாக, ஒரு முன்னறை. அந்த அறையின் இடது பக்கம் சிறு படுக்கை அறை. வலது பக்கம் சிறு சமையல் கட்டு. அந்த வீட்டுக்கான கழிவறையும் குளியலறையும் இணைந்த ஒன்று, மொட்டை மாடிக்குச் செல்லும் மாடிப்படியருகே இருந்தது. வரவிருக்கும் தீபாவளியை முன்னிட்டு, ரகு இரண்டு நாட்களுக்கு முன்பு சொந்த ஊர் சென்றிருந்தான். வர இன்னும் சில நாட்கள் ஆகும். தீபாவளி முடிந்த பிறகும் அங்கிருந்து சில வீட்டுக் காரியங்களை முடித்துவிட்டுத்தான் வருவேன் என்று சொல்லியிருந்தான். கொஞ்சம் பணமும் கொடுத்துவிட்டுச் சென்றிருந்தான்.

சமையல் அறைக்குச் சென்று முகம் கழுவிவிட்டு, ஹாலில் இருந்த பூட்டையும் எடுத்துக்கொண்டு வெளியில் வந்து கதவைப் பூட்டினான். பாத்ரூம் கதவைத் தள்ளித் திறந்து, நின்றபடியே சிறுநீர் கழித்தான். கீழ்த் தளக் குடித்தனக்காரர்கள் துணிகளைக் காயப் போடுவதற்காக இந்த அறையைக் கடந்துதான் மொட்டை மாடிக்குச் செல்வார்கள். ஆனால் அதற்கு இன்னும் வெகுநேரம் இருக்கிறது என்பதால் பிரச்சனையில்லை. இப்போதைய நிலையில் அந்த இந்திய பாணிக் கழிப்பறையில் தன்னால் குந்தியிருந்து மலம் கழிக்க முடியுமா என்று தோன்றியபோது மலைப்பாக இருந்தது. சரி, வரும்போது பார்த்துக்கொள்ளலாம் என்று நினைத்தபடியே வெளியில் வந்தான். இடது காலில் ஒரு கடுப்பு, ஒவ்வொரு அடி எடுத்து வைக்கும்போதும் இருந்துகொண்டிருந்தது.

செருப்பை மாட்டிக்கொண்டு, படியிறங்கத் தொடங்கிய போதுதான் அவன் நினைத்துக்கொண்டிருப்பதை விடவும் அவனுடைய கால் பிரச்சனை விபரீதமானது என்பது புரிந்தது. இடது

காலை எடுத்துப் படியில் வைக்க வெகுவாகப் பிரயத்தனப்பட வேண்டியிருந்தது. இடது கால் விரல்களும் செருப்போடு பிணைந்து கொள்ளாமல் முரண்டின. வலி எனப் பெரிதாக ஏதுமில்லை. ஆனால், ஒவ்வொரு அடி எடுத்து வைப்பதும் இயல்பானதாக இல்லாமல் கடும் முயற்சி மேற்கொள்ளப்பட வேண்டிய ஒன்றாக இருந்தது. கால்களுக்கும் உடலுக்குமான ஒத்திசைவு விலகி விட்டிருந்தது. காலை அப்படியும் இப்படியுமாக, எப்படி எப்படியோ, கோணல் மாணலாக வைத்து ஒருவழியாக, படிக்கட்டுகளில் இறங்கிக் கீழ்த் தளத்திற்கு வந்துவிட்டிருந்தான்.

ஒரு நீள் வராந்தாவின் ஒரு பக்கமாக, கீழே இரண்டு வீடுகள். அந்த வராந்தாவின் பக்கவாட்டுச் சுவரில் ஒரு கையை அழுத்திக்கொண்டபடி, கால்களை இழுத்து இழுத்து நடந்தான். தெருவில் இறங்கியவுடன் இடது கால் செருப்பு அந்தக் காலோடு இணக்கம் கொள்ளாமல் விலகி விலகி அவனைத் தடுமாற வைத்தது. கால் விரல்களைச் செருப்போடு இறுக்கிக்கொள்ள முடியவில்லை. செருப்போடு இழுத்து இழுத்து நடப்பது கூடுதல் சிரமமாக இருந்ததால் செருப்புகளை ஓர் ஓரமாகக் கழற்றி வைத்துவிட்டு, வரும்போது எடுத்துக்கொள்ளலாம் என்ற முடிவோடு, தன் சிரம நடையைத் தொடர்ந்தான். அந்தத் தெரு முனையில்தான் தேநீர் கடை இருக்கிறது. எப்போதும் தன் போக்கில் அங்கு போய் நிற்கும் அவனுக்கு தான் நடந்துகொண்டிருக்கிறோம் என்பதை உணர்ந்தபடி நடப்பது, அக்கடையின் தொலைவை அவனுக்கு உணர்த்திக்கொண்டிருந்தது. அப்போது ஒரு விஷயத்தை அவன் தெளிவாக உணர்ந்தான். இந்நிலையில் ஒவ்வொரு வேளை சாப்பாட்டுக்கும் அவனால் ஏறி இறங்கிக்கொண்டிருக்க முடியாது. மேலும், ஒரு மருத்துவரைக் கலந்தாலோசிக்க வேண்டிய தேவையும் இருக்கலாம் என்று தோன்றியபோது லேசான கலக்கம் ஏற்பட்டது. அது செலவு பிடிக்கும் ஒரு காரியமாக ஆகிவிட்டால் எப்படி சமாளிப்பது? இப்படியான யோசனைகளினூடே, இந்நிலையில் தன்னால் தனியாகச் செயல்பட முடியாது என்பதும் ஒரு துணை வேண்டியிருக்கும் என்பதும் உறுதியாகப் பட்டது. எங்காவது போய் இருந்துவிட வேண்டும்; அல்லது யாரையாவது இங்கு வரவைக்க வேண்டும். யோசனைகளும் சிரமமுமாக அவன் தேநீர் கடையை அடைந்திருந்தான்.

சி. மோகன்

கடையின் முன்னால் அவன் நின்றபோது, கடைக்காரர், "என்ன சார், கால்ல ஏதும் அடியா" என்று கேட்டார். ஆமாம் என்பதுபோலத் தலையாட்டிவிட்டு, அரை பாக்கெட் சிகரெட் வாங்கிக்கொண்டான். ஒரு சிகரெட்டை எடுத்துப் பற்ற வைத்துக்கொண்டு, டீயை வாங்கிக்கொண்டபடி பெஞ்சில் அமர்ந்தான். உட்கார்ந்த பிறகுதான், தன்னால் எழுந்துவிட முடியுமா என்ற சந்தேகம் வந்தது. இப்போது யாரிடம் போய் சேர்வது, அல்லது யாரை வரச் சொல்வது என்ற யோசனைதான் அவனை ஆக்கிரமித்திருந்தது. எழுத்தாளர்கள், இலக்கிய ஆர்வலர்கள், ஓவியர்கள் என அவனுடைய நட்பு வட்டம் விசாலமானது. குறிப்பாக, இளம் ஓவியர்கள் அவனுடைய உரையாடல்களுக்காக அவனை மிகவும் நேசித்தார்கள். அவனுடைய வருகையை தங்களால் முடிந்தவரை கொண்டாடினார்கள். நினைத்த இடத்துக்கு நினைத்த மாத்திரத்தில் சென்றுகொண்டிருந்த அவனுக்கு இப்போது எல்லோருமே தொடர்புகொள்ள முடியாத தூரத்தில் இருப்பதாகப் பட்டது. இளம் கவிஞனான மாரிமுத்துவை வரச் சொல்லலாம் என்பதைத் தவிர வேறு யாரும் உடனடியாகத் தோன்றவில்லை. சமீப காலமாக மனதுக்கு மிகவும் அணுக்கமான இளைஞராக அவர் இருந்துகொண்டிருந்தார். இருவரையுமே லட்சியபூர்வமான ஒரு கலை நம்பிக்கையே இணைத்தும் அழைத்தும் சென்றுகொண்டிருப்பதாகக் கிருஷ்ணன் நம்பினான். ஆனால் அவர் சென்னையின் புறநகர்ப் பகுதியான பழவந்தாங்கலில் இருக்கிறார். தீபாவளி நெருங்கும் சமயம்; ஊருக்குப் போயிருப்பதற்கான சாத்தியம் அதிகம். ஒரு வாரத்துக்கு முன்பு, அவரை 'முன்றில்' புத்தகக் கடையில் கடைசியாகப் பார்த்தபோது, தீபாவளியை ஒட்டி ஊருக்குப் போய் அம்மா, அக்காவைப் பார்த்துவிட்டு வரவேண்டும் என்று சொல்லியிருந்தார். பொதுவாக, ஒவ்வொரு நாளும் மதிய நேரத்தில் முன்றிலுக்கு வருவார். அதற்குப் பிறகுதான், அங்குள்ள தொலைபேசிக்குத் தொடர்புகொண்டு அவரைப் பற்றி அறிய முடியும். ஆனால் அவரே மிகுந்த சிரமத்தில் அல்லாடிக்கொண்டிருப்பவர். இன்னும் சரியான வேலை கிடைக்கவில்லை. ஆனாலும் அவருக்குத் தெரிந்துவிட்டால் மிகுந்த பதற்றம் அடைந்து தன்னால் முடிந்த எல்லாம் செய்வார்தான். அதுவே இச்சமயத்தில் அவரை சிரமப்படுத்த வேண்டாம் என்று நினைக்கவும் காரணமாக இருந்தது.

தான் சென்று தங்குவதற்குத் தோதான இடத்தை யோசித்துக் கொண்டிருந்தபோதுதான் அவனுக்கு அனிதாவின் ஞாபகம் வந்தது. அவர் இப்போது ஒரு தனியார் சேவை மைய இயக்குனரின் நேரடி உதவியாளராகவும், அந்த மையத்தின் திட்ட நெறியாளராகவும், அந்த அமைப்பின் பிரதான சக்தியாகவும் இருக்கிறார். கல்வித் துறையில் முனைவர் பட்டம் பெற்றவர். அநேகமாக, இவனுடைய வயதுதான் இருக்கும். தோற்றத்தில் அனிதா நடுத்தர வயதுக்கேயுரிய பெண்மையின் பூரண பொலிவோடு இருந்ததால் இவனை விடவும் சில வயதுகள் இளமையாகத் தெரிந்தார். வறுமையும் அலைச்சலும் சமீப காலமாக இவனை வாட்டி எடுத்ததில் இவன் உடல் வயதுக்கு மீறிக் கொஞ்சம் வாடியிருந்தது.

கடந்த மூன்று வருச காலமாக, அனிதாவோடு அவனுக்கு நல்ல பழக்கம். தொடர்ச்சியான சந்திப்புகளில் பரஸ்பர அன்பும் மதிப்பும் கொண்ட நல்ல நட்பு உருவாகியிருந்தது. அவருடைய அண்மை எப்போதும் இதமாகவே இருந்திருக்கிறது. அவருக்கும் இவன்மீது அன்பும் அக்கறையும் இருப்பதை உணர்ந்திருக்கிறான். நல்ல படிப்பாளி; புத்திசாலியும்கூட. கனிவானவர்; இதமானவர்; நிதானமானவர். தன்னைப் பற்றியும் தான் செய்ய வேண்டியது பற்றியும் தெளிவும் தீர்க்கமும் கொண்டவர். எப்போதாவது புகை பிடிப்பார். இணக்கமான சூழலில் மது அருந்துவார். அவை இயல்பாகவும் பாந்தமாகவும் இருக்கும். அவன் மனதில் மட்டுமல்ல, எவர் மனதிலும் அவர் பற்றிய எண்ணம் மதிப்புக்குரியதாகவே இருப்பதாகக் கிருஷ்ணன் எப்போதுமே நினைத்துக்கொண்டிருக்கிறான். அப்படி இல்லாமலும் இருக்கலாம். எவர் மனதில் என்ன எண்ணம் இருக்கிறது என்று எப்படி உறுதியாகச் சொல்ல முடியும். கிருஷ்ணனைப் பொறுத்தவரை, இந்த வாழ்க்கையை மதிப்புக்குரியதாக உணர வைக்கும் நட்பாக அவனுக்கு அனிதா இருந்துகொண்டிருக்கிறார். சில முறை அவர் வீட்டுக்கும் சென்றிருக்கிறான். தங்கவும் செய்திருக்கிறான். ஒரு பொது நண்பரான சுந்தர் தன்னுடைய வீட்டில் அவ்வப்போது கொடுக்கும் விருந்தில் அவர்தான் பிரதான விருந்தாளி. இந்த விருந்துகளெல்லாம் அவரைச் சந்திப்பதற்கு சுந்தர் எடுக்கும் முகாந்திரம் என்றே கிருஷ்ணனுக்குத் தோன்றியிருக்கிறது.

சி. மோகன் | 25

அனிதா தனியானவர். அவருடைய தில்லி வாழ்க்கையில் ஒருவரோடு சில காலம் சேர்ந்து வாழ்ந்திருக்கிறார். அந்த உறவு, நாளடைவில் அவர் சற்றும் எதிர்பாராத விதமாகக் கோணிக்கொண்டிருக்கிறது. அதனால் கடும் மனச் சிக்கல்களுக்கு ஆளாகி அதிலிருந்து வெளியேறி இருக்கிறார். அதன் பிறகே, அவர் சென்னைக்கு இடம் மாறியிருக்கிறார். சென்னை வாழ்க்கையிலும் மிகக் குறுகிய காலம் ஒரு உறவு இருந்ததாகக் கிருஷ்ணன் கேள்விப்பட்டிருக்கிறான். பொதுவாக, எந்த நட்பைப் பற்றியும் உறவைப் பற்றியும் அவர் புகார் சொல்லிக் கேட்டதில்லை. அவருடைய தோற்றத்திலும் நடவடிக்கைகளிலும் உரையாடும் தன்மையிலும் நட்பைப் பேணும் குணத்திலும் எளிமையும் கம்பீரமும் இசைந்திருந்தன. அதேசமயம், நண்பர்கள் சந்திப்பின் போது, அனிதாவின் பேச்சில் கேலியும் கிண்டலும் நையாண்டியும் சரளமாக வெளிப்படும். தான் இருக்குமிடத்தைக் கலகலப்பாக வைத்துக்கொள்வதில் விசேஷத் திறன் பெற்றவர். ரகுவின் வீட்டிலும் சில சந்திப்புகள் நிகழ்ந்திருக்கின்றன. எங்காவது சந்திக்க நேரும் ஒவ்வொரு முறையும், பிரியும்போது, "வீட்டுக்கு வாங்க கிருஷ்ணன்" என்று கனிவோடு அழைக்க அவர் தவறியதில்லை.

ஒரே ஒருமுறை அவருடைய அலுவலகத்தில் நடந்த ஒரு திட்ட பரிசீலனைக் கூட்டத்துக்குச் சென்றிருக்கிறான். அந்தக் கூட்டத்துக்கு அவனை சிறப்புப் பிரதிநிதியாக அனிதாதான் அழைத்திருந்தார். அங்கு வெளிப்பட்ட அவருடைய ஆளுமைத் திறனில் வியந்து போயிருக்கிறான். நேரில் எப்போதும் வெளிப்படும் எளிமைக்கும் சகஜ பாவத்துக்கும் அப்பாற்பட்ட ஒரு நேர்த்தியான மிடுக்கு அப்போது அவரிடமிருந்து வெகு இயல்பாக வெளிப்பட்டுக்கொண்டிருந்தது. அன்று அந்தக் கூட்டம் முடிந்த பிறகு, அவனை அவருடைய அறைக்கு அழைத்துச் சென்றார். அந்த அறையும் அவரைப் போலவும் அவருடைய வீட்டைப் போலவும் வெகு நேர்த்தியாக இருந்தது. தன்னுடைய கைப்பையிலிருந்து சிகரெட் பெட்டியை எடுத்து அவனிடம் நீட்டினார். இருவரும் புகைத்தபடி உரையாடினார்கள். எந்த ஒரு தருணத்திலும், அத்தருணத்தின் தன்மைக்கேற்ப, தன்னை இயல்பாகவும் அழகாகவும் வெளிப்படுத்தும் அவருடைய நேர்த்தி அவனுக்கு இது காலம் வரை கிட்டியிராத ஒன்று. பல தருணங்களில்

அவன் தன்னை வெளிப்படுத்திக் கொண்ட விதம், அதன் பிறகான யோசனையில் அசூயையையும் சங்கடத்தையும் மனக் குமைச்சலையுமே அவனுக்குத் தந்திருக்கிறது. ஆனால் எந்த ஒரு தருணத்திலும் எந்த ஒரு இடத்திலும் அனிதா இயல்பாக மிளிர்ந்து கொண்டிருந்தார். அவருடைய இந்த இயல்பில் அகங்காரமும் இருந்ததில்லை; அலங்காரமும் இருந்ததில்லை. அவ்வளவு சுபாவமாக, தன்னியல்பாக அவருடைய ஆளுமை வெளிப்படும். அவரிடமிருந்து அவன் பெற்றுக்கொள்ள எவ்வளவோ இருந்தாலும், இக்குணத்தை எப்படியாவது கைக்கொண்டுவிட வேண்டும் என்ற ஏக்கம் அந்தச் சந்திப்பின் போது அவனுக்கு ஏற்பட்டது. அவனுடைய உருவாக்கத்தில் இன்னும் களையப்பட வேண்டியவை நிறையவே இருக்கின்றன என்ற எண்ணத்தை அனிதாவுடனான ஒவ்வொரு சந்திப்புக்குப் பின்னும் அவன் உணர்ந்திருக்கிறான். அவன் என்னவாக ஆக வேண்டுமென்று ஆசைப்படுகிறானோ அதுவாக அவர் இயல்பாக இருந்துகொண்டிருந்தார். அனிதா மீதான அவனுடைய ஈர்ப்புக்கும் மதிப்புக்கும் அதுவே பிரதான காரணம். பொறுப்புகளையும் சுதந்திரத்தையும் அவர் பேணும் கச்சிதத்தை எப்படியாவது கைப்பற்றி விட வேண்டும் என்ற ஆசை, ஒவ்வொரு சந்திப்பின் போதும் அவனுக்குள் மொக்கு விடுகிறது. ஆனால், இச்சைகள் இழுத்துச் செல்லும்போது, பொறுப்புகளின் பாரத்தை உதறிவிடக் கூடியவனாகவே அவன் இருக்கிறான்.

இப்போது, இந்த உடல்நிலையில், அனிதாவின் துணையும், அவருடைய வீட்டின் வசதிகளும் மட்டுமே தேவையான சௌகரியத்தையும் ஆசுவாசத்தையும் இதத்தையும் தரும் என்று கிருஷ்ணனுக்கு நிச்சயமாகத் தோன்றியது. அவனுடைய வருகையையும் இருப்பையும் தொல்லையாக உணரமாட்டார் என்ற நம்பிக்கையும் இருந்தது. ஓரிரு நாட்கள் அவருடன் தங்கலாம் என்று நினைக்குமளவுக்கு அவரை அவன் மனம் அணுக்கமாக உணர்ந்திருந்தது. அவரும் நிச்சயமாக அவனுடைய வருகையில் மகிழ்ச்சி கொள்வார் என்பதில் சந்தேகமில்லை. அவரின் ஆலோசனை மட்டுமல்ல; அவரின் இங்கிதமான கவனிப்பு, கவனிப்பதாகக் காட்டிக்கொள்ள பிரயாசைப்படாத சுபாவமான கவனிப்பு, இந்தப் பிரச்சனையிலிருந்து அவனை இலகுவாக விடுவித்துவிடும். அவனுடைய இப்போதைய தேவை, தன்னை

சிரமப்படுத்திக்கொள்ள வேண்டியிருக்காத இடமும் ஓய்வும். அவ்வளவுதான். தன்னால் எப்படி இவ்வளவு சுயநலமாக யோசிக்க முடிகிறதென்று நினைத்துக்கொண்டான். நெருக்கடியின் நிர்ப்பந்தம் இது என்று சமாதானமும் சொல்லிக்கொண்டான். அனிதாவிடம் தொலைபேசியில் பேசிவிட்டு, அவருடைய சௌகரியத்தை அறிந்துகொண்டு, அவருடைய வீட்டுக்குச் செல்லலாம் என்று நினைத்தபோது மனதில் லேசான நிம்மதி சுரந்தது.

டீ டம்ளரைப் பக்கத்தில் வைத்துவிட்டு, பெஞ்சிலிருந்து எழுந்துகொண்டான். சட்டென்று எழுந்துகொள்ள முடிந்தது. ஒரு சிரமமுமில்லை. தரையில் அமர்ந்திருந்து எழுவதுதான் முடியாத காரியமாக இருக்கிறது என்பது புரிந்தது. எழுதுவதற்கும் சாப்பிடுவதற்கும் நாற்காலி மேசை, தூங்குவதற்குக் கட்டில், மேற்கத்தியக் கழிப்பறை என வசதிகள் அமைந்துவிட்டால் இந்த நிலைமையில் உடல் இயங்குவது சுலபமாக இருக்குமென்று தோன்றியபோது, மனதுக்குள் சிரித்துக்கொண்டான். அனிதாவின் வீட்டில் இவையெல்லாமே இருக்கின்றன என்பது மட்டுமல்ல; அங்கு அனிதாவும் இருக்கிறார். வேறென்ன வேண்டும். அனிதாவுக்குப் பேச, டீக் கடைக்குப் பக்கத்திலுள்ள பொதுத் தொலைபேசிக் கடைக்குச் சென்றான்.

அடுத்த அரை மணி நேரத்தில் தெரு முனை பேருந்து நிறுத்தத்தில் நின்றுகொண்டிருந்தான் கிருஷ்ணன். வீட்டை விட்டுக் கிளம்புவதற்கு முன் கழிப்பறைக்கும் சென்று வந்துவிட்டான். உள்ளே நுழைந்ததும் கதவைத் தாழிடாமல் வெறுமனே சாத்தி வைத்துவிட்டு, தண்ணீர்க் குழாய் இரும்பு உருளையை நன்றாகப் பிடித்துக்கொண்டு, கொஞ்சம் கொஞ்சமாகக் குனிந்து பதவிசாய் குந்தி உட்கார்ந்துகொண்டு சிகரெட்டையும் பற்ற வைத்துக்கொண்டான். எல்லாம் சுமுகமாக முடிந்து, கழுவி, நீரூற்றி வெளியே வந்தபோது மிகுந்த ஆசுவாசமாக இருந்தது. ஆனால் கிளம்புவதற்காகக் கைலியைக் கழற்றிவிட்டு, பேண்ட்டை மாட்ட முற்பட்டபோது, காலைத் தூக்கி உள்ளுக்குள் விட முடியவில்லை. ஒரு நாற்காலியோ, ஸ்டூலோ இருந்தால் உட்கார்ந்துகொண்டு மாட்டிவிடலாம். ஆனால் அப்படியான எதுவும் இல்லாமல்தான் அந்த வீடு இருப்பதை அப்போதுதான் உணர்ந்தான். சுவரில் சாய்ந்துகொண்டு எப்படியோ சமாளித்து பேண்டையும் மாட்டிவிட்டான். அப்பாடா என்றிருந்தது.

தோளில் தொங்கிய துணிப்பையில் அவனுடைய உடமைகள் இருந்தன. அவ்வளவுதான் அவனுடைய இருப்பு. அட்சய டப்பாவிலிருந்து அள்ளிப் போட்ட சில்லறைகளும் அதற்குள் கிடந்தன. பேண்ட்டின் பின்புறப் பாக்கெட்டில் இருந்த பர்ஸில் கொஞ்சம் பணமும் இருந்தது. மாணவர்கள் பள்ளிக்கூடம் செல்லும் நேரம். சில மாணவ மாணவியர் நிறுத்தத்தில் நின்றிருந்தனர். மந்தைவெளி பேருந்து நிலையத்திலிருந்து பேருந்து வெளிவந்ததும் அடுத்து வரும் முதல் நிறுத்தம்தான் அது. மந்தைவெளி நிலையத்துக்குச் சென்றுவிட்டால் நிதானமாக ஒரு பேருந்தில் ஏறி அமர்ந்து விடலாம். ஆனால் அதற்கு இன்னும் கொஞ்சம் தூரம் நடக்க வேண்டும் என்ற தயக்கம் அதற்கு ஒத்துழைக்க மறுத்தது. எந்த தூரத்தையும் நடந்து நடந்தே கடந்தவனுக்கு இப்போது இந்த ஒரு பேருந்து நிறுத்த தூரம் மலைப்பூட்டியது. அதனால் அங்கேயே நின்றுகொண்டான். அவன் போக வேண்டிய அண்ணா நகருக்கான பேருந்து தவிர, வெவ்வேறு பேருந்துகள் ஒன்றையடுத்து ஒன்றாக வந்துகொண்டிருந்தன. ஒவ்வொன்றிலும் மாணவ மாணவியர் கூட்டம் நிரம்பியிருந்தது. நகரின் வெவ்வேறு திசைகளுக்குச் சென்று மாணவர்கள் படிக்கிறார்கள் என்பது தெரிந்தது. சீருடைகளும் அவர்கள் வெவ்வேறு பள்ளிகளில் படிக்கிறார்கள் என்பதைக் காட்டின. இப்போது ஒரே சீருடையிலான மூன்று மாணவர்கள் மட்டுமே அந்த நிறுத்தத்தில் எஞ்சியிருந்தனர். அவர்களும் அண்ணா நகர் செல்லும் பேருந்திற்காகக் காத்திருப்பவர்களாக இருக்கும்.

அண்ணா நகர் செல்லும் பேருந்து தெரு முனைக்குள் நுழைந்து வந்துகொண்டிருந்தது. அந்த மாணவர்கள் தயாரானது போலவே அவனும் தயாரானான். யாரும் இங்கு இறங்கப்போவதில்லை என்பதால் அவன் இறங்கும் வழியில் ஏற முடிவெடுத்தான். பேருந்து அவனைக் கடந்து நின்றது. அவன் காலை இழுத்து இழுத்து நகர்ந்து, இறங்கு வாசலுக்குச் சென்று, இரண்டு கம்பிகளையும் இறுகப் பற்றிக்கொண்டு, உடலை எக்கி முதல் படிக்கட்டில் ஒருவழியாகக் காலை வைத்தான். அதற்குள் மாணவர்கள் சட்டென ஓடிப்போய் ஏறும் வாசலில் கடகடவென ஏறி உள்ளே சென்றுவிட்டனர். கிருஷ்ணன் அடுத்த காலைத் தூக்கிப் படிக்கட்டில் வைக்க முயற்சித்துக் கொண்டிருக்கும்போது, “ம்ம்ம் நேரமாகுது... சீக்கிரம் ஏறுங்க...” என்றார் ஓட்டுனர். அவன் திணறுவதைப் பார்த்து எரிச்சலுடன் முன்பகுதிக்கு வந்த நடத்துனர், “முடியலைனா

ஆட்டோல போக வேண்டியதுதானே... ஏன் காலங்காத்தால எங்க உயிரை வாங்குறீங்க" என்றார் கடுப்புடன். தரையிலிருந்து பேருந்தின் முதல் படிக்கட்டில் கால் வைப்பதிலிருந்த சிரமம் அடுத்த படிக்கட்டில் வைக்கும்போது, உயரம் குறைவாக இருந்ததால், அவ்வளவாக இல்லை. அடுத்த காலையும் எடுத்து மேலே வைத்து, இரண்டு கைப்பிடிகளையும் பற்றியபடியே அதற்கு அடுத்த படிக்கட்டில் ஏறி பேருந்தின் தளத்தில் கால் வைத்தபோது பேருந்து கிளம்பியது. உள்ளே நுழைந்து மேல்கம்பியைப் பற்றியபடி, உடலில் பரவியிருந்த படபடப்பையும் பதற்றத்தையும் தணிக்க, ஆசுவாசமாய் நின்றான். உடல் லேசாக நடுங்கிக்கொண்டிருந்தது. எல்லோரும் அவனையே கவனித்துக்கொண்டிருப்பது போல ஒரு சங்கடம் ஏற்பட்டு தலை குனிந்திருந்தான். காலையிலேயே குடித்துவிட்டு வந்திருப்பதாக அவனுடைய உடல் தடுமாற்றத்தை அவர்கள் எடுத்துக்கொண்டிருக்கக் கூடும். ஒரு மாணவன் எழுந்துகொண்டு, "உக்காருங்க அங்கிள்" என்றான். அவனைப் பார்க்காமலேயே "தேங்ஸ்பா" என்றபடி உட்கார்ந்துகொண்டான்.

உடலில் நடுக்கமும் மனதில் படபடப்பும் ஒன்றையொன்று மேவியிருந்தன. இருக்கையில் அமர்ந்த பிறகு, மெல்ல அவை தணியத் தொடங்கின. கால்களைத் தொங்கவிட்டு, ஏதோ ஒன்றின் மேலாக உட்கார்ந்திருக்கும்போது, பிரச்சனையின் அறிகுறி என எதுவுமில்லை. ஆட்டோவில் செல்ல முடிந்திருந்தால் இவ்வளவு சிரமப்பட வேண்டி இருந்திருக்காது. ஒரு காலத்தில், சென்னைக்குள் எங்கும் எப்போதும் ஆட்டோவில்தான் செல்வான். அவன் மதுரையிலிருந்து சென்னைக்கு வந்து க்ரியாவில் பணியாற்றத் தொடங்கிய ஆரம்ப நாட்களிலிருந்து ஆட்டோவில்தான் பயணம் செய்தான். அவனுடைய மதுரைக் காலத்தில் அவனுடைய பயண வாகனமாக இருந்தது சைக்கிள். பேருந்தில் போய் வருவதால் ஆகும் நேர விரயம் பற்றியும், நம்முடைய நேரத்துக்கு ஒரு மதிப்பு இருக்கிறதென்பதையும் க்ரியா ராமகிருஷ்ணன் சொல்லித்தான் அவன் அறிந்துகொண்டான். பேருந்தில் செல்வதன் மூலம் அவன் மிச்சப்படுத்தும் பணத்தை விடவும், விரயமாகும் நேரத்தின் மதிப்பு அதிகம் என்பது புரிந்தது. அதன் பிறகு, க்ரியாவில் பணியாற்றிய காலத்திலும் சரி, பின்னர் அவன் ஒரு அச்சகத்தை நடத்திய போதும் சரி, எங்கும் எதற்கும் ஆட்டோதான். ஒருவேளை, அப்போதெல்லாம் அவனுடைய நேரம் மதிப்புமிக்கதாக

இருந்திருக்கும் போல. ஒருமுறை, நண்பனின் திருமணத்துக்காக, பகலில் சில நண்பர்களுடன் வெளியூர் பேருந்தில் சென்றபோது, ஒரு நண்பன், "இந்த உசரத்திலிருந்து இப்பதான் மெட்ராஸை ஃபஸ்ட் டைம் பாக்குறீங்க இல்லியா" என்று வேடிக்கையாகக் கேட்டான்.

பேருந்து இருக்கையில் கண்களை மூடிக் கொஞ்சம் ஆசுவாசமாக சாய்ந்து இருந்துகொண்டபோது, உடலும் மனமும் நடுக்கத்திலிருந்தும் பதற்றத்திலிருந்தும் மெல்ல மெல்ல விடுபட்டுக்கொண்டிருந்தன. ஆனாலும் மனதில் திடீரென அவனைத் தாக்கியிருக்கும் இனம் புரியாத ஒன்று பற்றிய குழப்பங்களும் அச்சமும் பரவியிருந்தன. இதுவரை அவன் உணர்ந்திராத அளவு உடலும் மனமும் சோர்ந்துவிட்டிருந்தன. சோர்வின் அசதியில் அவன் கண்கள் அயர்ந்தன.

பேருந்து அண்ணா நகர் வளைவுக்குள் நுழைந்தபோது அவனுக்கு விழிப்பு தட்டியது. இன்னும் மூன்று நிறுத்தங்கள்தான். அவன் இறங்க வேண்டிய இடம் வந்துவிடும். பேருந்தில் கூட்டம் குறைந்திருந்தது. எப்படியாவது வேகமாக இறங்கிவிட வேண்டும் என்று நினைத்துக்கொண்டான். பேருந்து நிறுத்தத்திலிருந்து அனிதா தங்கியிருக்கும் குடியிருப்பு இந்த நிலைமையில் நல்ல தூரம்தான். அதற்கு ஒரு ஆட்டோ பிடித்துக்கொள்ளலாம். அதற்கான காசு பிரச்சனையில்லை. அனிதாவின் வீடும் குடியிருப்பின் முதல் மாடியில்தான் இருக்கிறது. ஆனாலும் அது பெரிய விஷயமில்லை. மெதுவாக ஏறிச் சென்றுவிடலாம். அனிதாவும் 10 மணி வரை அவனுக்காகக் காத்திருப்பதாகவும் அதற்கு மேல் ஆகுமென்றால் கீழே காவலாளியிடம் சாவியைக் கொடுத்துவிட்டுச் செல்வதாகவும் சொல்லியிருக்கிறார்.

பேருந்து அவன் இறங்கவேண்டிய நிறுத்தத்துக்கு முந்தைய நிறுத்தத்தில் நின்றபோது ஒரு இளம் பெண் மட்டும் இறங்கினார். அப்பகுதியில் ஏதேனும் அலுவலகத்திலோ கடையிலோ வேலை பார்ப்பவராக இருக்கக்கூடும். அவன் அடுத்த நிறுத்தத்தில் இறங்குவதற்காக எழுந்துகொண்டான். பேருந்தில் ஐந்தாறு பேர்தான் இருந்தார்கள். மெல்ல நகர்ந்து படிக்கட்டருகே நின்று குனிந்து கம்பிகளைப் பிடித்துக்கொண்டான். சூதானமாகவும் விரைவாகவும் இறங்கிவிட வேண்டும் என்ற தீர்மானத்துடன்

பேருந்து நிற்பதற்காகக் காத்திருந்தான். பேருந்து நின்றதும் காலை எடுத்து எப்படியோ முதல் படிக்கட்டிலும் பின்னர் இரண்டாவது படிக்கட்டிலும் வைத்துவிட்டான். தாமதம் ஆவதற்காக ஓட்டுநரோ நடத்துனரோ ஏதேனும் சொல்லக்கூடும் என்ற கவலையும் சேர்ந்துகொண்டிருந்தது. இரண்டாவது படிக்கட்டிலிருந்து காலைத் தரைக்கு இறக்கியபோது, தரை ஏதோ பாதாளத்தில் இருப்பதுபோல் மலைப்பு தட்டியது. ஏதோ ஒரு உந்துதலிலும் பட படப்பிலும் என்ன செய்கிறோம் என்ற உணர்வின்றி, சட்டென்று குதித்துவிட்டான். இடது கால் தரையில் நிற்காமல் சட்டென மடங்கியது; கீழே தொப்பென்று உட்கார்ந்துவிட்டான். பேருந்து கிளம்பிச் சென்றது.

ஒருவர் வேகமாக வந்து, "பாத்து இறங்க வேணாமா சார்" என்று கேட்டபடி, அவனைத் தூக்க முற்பட்டார். அவருடைய முயற்சிக்கு அவனுடைய உடல் இசைந்து ஒத்துழைக்காததால் அவரால் அவனைத் தூக்க முடியவில்லை. அவனாலும் எழ முடியவில்லை. மேலும் ஒருவர் வந்து, இருவருமாகச் சேர்ந்து அவனைத் தூக்கி நிறுத்தினர். கீழே விழுந்து கிடந்த பையையும், சிதறிக் கிடந்த சில்லறைகளையும் எடுத்துக் கொடுத்தனர். அவன் அவர்களுக்குக் குனிந்த தலை நிமிராமல் நன்றி சொல்லிவிட்டுப் பக்கத்தில் நின்றிருந்த ஆட்டோவில் ஏறினான்.

அனிதாவுக்குக் கிருஷ்ணனைப் பிடிக்கும். அவனுடைய இங்கிதமான அணுகுமுறையும் தீர்க்கமான உரையாடலும் கிருஷ்ணன் மீது தனி பிரியத்தை ஏற்படுத்தியிருந்தன. சென்னைக்கு வந்து பணியாற்றத் தொடங்கிய முதல் சில வருஷங்களிலேயே கிருஷ்ணனைப் பற்றிப் பொதுவான நண்பர்கள் மூலம் அறிந்திருந்தாள். ஆனாலும், கடந்த மூன்று வருஷங்களாகத்தான் பழக்கம். ஒரு சில சந்திப்புகளிலேயே பரஸ்பர மதிப்பும் வாஞ்சையும் கூடிய நல்ல நட்பும் உருவாகியிருந்தது. தன்னைப் போலவே தனித்திருப்பவர் என்பதோடு சில நம்பிக்கைகளில் பிடிவாதமாக இயங்கிக்கொண்டிருப்பவர் என்ற அபிமானமும் கிருஷ்ணன்மீது அனிதாவுக்கு உண்டு. நண்பர்களின் சந்திப்புகளுக்கு அழைக்கப்படும்போது, அதற்கு கிருஷ்ணன் வருகிறாரா என்பதைத் தெரிந்துகொள்ள விழையும் அளவுக்கு கிருஷ்ணனின் இருப்பும் அண்மையும் அனிதாவுக்கு சுமுகமாக இருந்தன. எவ்வளவு நண்பர்கள் இருந்தாலும், சமயங்களில் விவாதங்கள் உஷ்ணமடைந்து,

சூழலில் தடுமாற்றமும் இறுக்கமும் உருவாகும்போது, அதை எளிதாக மடை மாற்றம் செய்துவிடும் சாமர்த்தியம் கிருஷ்ணனுக்கு இருந்தது. கிருஷ்ணனும் சமயங்களில் கொதிப்படைந்து ஆவேசமாகவும் ஆக்ரோஷமாகவும் வெளிப்படுபவர்தான் என்று கேள்விப்பட்டிருக்கிறாள். ஆனால், அவளிருக்கும்போது அப்படியாக ஏதும் இதுவரை நடந்ததில்லை. ஒருவேளை தன்னுடைய இருப்பும் அண்மையும் அவரைப் பக்குவமாகவும் இதமாகவும் நடந்துகொள்ளச் செய்கிறது போல என்று அப்போது நினைத்திருக்கிறாள். அந்த எண்ணத்தில் கொஞ்சம் பெருமிதமும் மகிழ்ச்சியும் அவளுக்கிருந்தது. பொதுவாக, உரையாடல்கள் அறையின் வெப்பத்தை எகிறச் செய்யும் தருணங்களில் பழைய தமிழ்ப் பாடல்களைப் பாடி கலகலப்பை உருவாக்கும் மாயம் கிருஷ்ணனுக்குத் தெரிந்திருந்தது.

ஒருமுறை, நண்பர்கள் சந்திப்பின்போது அனிதாவிடம், "உங்களுக்குப் பழைய பாட்டு பிடிக்குமா" என்று கிருஷ்ணன் கேட்டான். "பிடிக்கும்... ஆனா உங்களைப் போலப் பாடத் தெரியாது" என்றாள்.

"உங்களுக்கு எந்தப் பாட்டு ரெம்ப பிடிக்கும்..." என்று கேட்டான் கிருஷ்ணன்.

கொஞ்சமும் தயக்கமோ யோசனையோ இல்லாமல் சட்டென,
"காவேரி ஓரம் கவி சொன்ன காதல்
கதை சொல்லி நான் பாடவா
உள்ளம் அலை மோதும் நிலை கூறவா...
அந்தக் கனிவான பாடல் முடிவாகும் முன்னே
கனவான கதை கூறவா
பொங்கும் விழி நீரை அணை போடவா..."
என்று அந்தப் பாடலின் சோக பாவத்தோடு அதன் வரிகளைச் சொன்னாள். தொடர்ந்து, "அந்தப் பாட்டு உங்களுக்குத் தெரியுமா..." என்றும் கேட்டாள்.

"கேட்டிருக்கேன்... எனக்கும் பிடிச்ச பாட்டுதான்... ஆனா முழுசா தெரியாது... அடுத்த தடவை உங்களைப் பாக்குறதுக்குள்ளே எப்படியாச்சும் கத்துக்கிட்டு வந்து அவசியம் பாடுறேன்..." என்று உற்சாகமாகச் சொன்னான் கிருஷ்ணன். மேலும், "கொஞ்சம்கூட யோசிக்காம, கேட்டதும் டக்குனு சொன்னீங்களே... அவ்வளவு பிடிக்குமா..." என்று கேட்டான்.

அனிதா நன்றி பாவத்தோடு புன்னகைத்தபடி, “ம்ம்ம்... ரெம்பப் பிடிக்கும்... ஆனா அந்தப் பாட்டைக் கேக்குறப்போ உடம்பும் மனசும் நடுங்கிடும்... அதனால பொதுவா அதை அதிகம் கேக்குறதில்லை...” என்றாள். அவளுடைய முகம் வாட்டம் கொள்வதைக் கவனித்த கிருஷ்ணன் அந்தப் பேச்சைத் தொடரவில்லை.

அவன் சொன்னது போலவே, இரண்டு மாதங்களுக்குப் பின்னர் நடந்த நண்பர்களின் சந்திப்பில் கிருஷ்ணன் அந்தப் பாட்டைப் பாடினான். கிருஷ்ணன் இசை அறிந்த பாடகனெல்லாம் இல்லை. ஆனால், பாட்டின் ஆத்மார்த்த பாவத்தை ஓரளவு குரலில் கொண்டு வந்துவிடுவான். அவனுக்குப் பாடுவதும் ஒரு பிடித்த காரியமாக இருந்தது. அவன் பாடத் தொடங்கியதும் அனிதா அவனை ஆச்சரியத்தோடு பார்த்தாள். ஆனால் அவனோ, அவளைப் பார்க்காமல் வேறெங்கோ பார்த்தபடி லயித்துப் பாடினான். பாடி முடித்தபோது நண்பர்கள் சபை கை தட்டியது. கிருஷ்ணன் அனிதாவைப் பார்த்தான். அவள் சன்னமான குரலில் “தேங்ஸ்” என்றாள். அவளுடைய கண்கள் லேசாகக் கலங்கி இருந்தன. கிருஷ்ணன் முகம் திருப்பிக்கொண்டான்.

கிருஷ்ணன் அப்போதும் சரி, பின் எப்போதும் சரி, அந்தப் பாட்டுக்கும் அனிதாவுக்கும் உள்ள உறவு பற்றிக் கேட்டுக் கொள்ளவே இல்லை. அந்தப் பாடலோடு அவளுக்கு நெருக்கமான இளமைக் கால உறவு இருக்கிறதென்பதைக் கிருஷ்ணன் உணர்ந்திருப்பதை அறிந்துகொண்டாள். அதை அவளாகச் சொல்லாத வரை, அதை அவன் கிளற நினைக்கவில்லை. அப்படி அவன் கேட்டிருந்தால், ஒருவேளை அனிதா அவனிடம் சொல்லியிருப்பாள் என்பது மட்டுமல்ல; தான் தரித்திருக்கும் பாவனைகளை எல்லாம் மீறி நெகிழ்ந்து கண் கலங்கவும் தயங்கியிருக்க மாட்டாள். அவனுடைய இந்த இங்கிதமான மனோபாவம் கிருஷ்ணன்மீது அனிதாவுக்குக் கூடுதல் பற்றுதலை ஏற்படுத்தியிருந்தது.

இன்று காலை கிருஷ்ணன், இடது காலில் சிறு பிரச்சனை என்றும் ஓரிரு நாட்கள் அவளுடைய வீட்டில் தங்கி ஓய்வெடுக்க நினைப்பதாகவும் தொலைபேசியில் சொன்னபோது, அனிதாவுக்கு மகிழ்ச்சியாகவும் ஆச்சரியமாகவும் இருந்தது. அவர் எப்போதுமே எங்காவது நண்பர்களின் இருப்பிடத்தில் தங்குபவர்தான். அனிதாவின் வீட்டில்கூட, நண்பர்களின் கூடுகைக்குப் பின் ஓரிரு

இரவுகள் தங்கிச் சென்றிருக்கிறார். ஆனால், இப்படி அவராக முன்வந்து தங்க விரும்புவதாகச் சொன்னதும் அவளுடைய சௌகரியம் பற்றிக் கேட்டதும் இதுதான் முதல் முறை. அவசியம் இல்லாமல் கிருஷ்ணன் இந்த முடிவை எடுத்திருக்க வாய்ப்பில்லை. எது எப்படி என்றாலும், கிருஷ்ணன் உரிமை எடுத்துக் கேட்டது அனிதாவுக்கு மகிழ்ச்சி அளித்தது. கிருஷ்ணனோடு பழக்கமும் நட்பும் இருந்தாலும் அவரோடு நெருங்கிப் பழகும் வாய்ப்பு இதுவரை கிட்டியதில்லை. இடையில் ஏற்பட்டு விட்டிருந்த ஒரு விரிசலை முற்றிலுமாகச் சரி செய்துகொள்ளவும் இது நல்ல சந்தர்ப்பமாக அமையக் கூடும். ஆனால் கிருஷ்ணன் வரும் இந்நேரம் அவளுக்கு அலுவலகத்தில் கடுமையான பணிச் சுமை இருக்கிறது. மேலும், இந்த வார இறுதியில் பணி நிமித்தமாக அவள் தில்லி செல்ல வேண்டி இருக்கிறது. கூடுமானவரை கிருஷ்ணனை அவர் தன்னோடு இருக்கும் இந்நாட்களில் நன்கு கவனித்துக்கொள்ள வேண்டும் என்று தீர்மானித்துக்கொண்டாள். காலில் ஏதோ சிறு பிரச்சனை என்றுதான் சொன்னார். விபத்து ஏதுமில்லை. காலையில் விழித்தபோது, எழுந்துகொள்ள முடியாதபடி ஏதோ பிரச்சனை என்றார். கால் சுளுக்கி இருக்கலாம். நரம்பு பிடித்திருக்கலாம்... "ஆட்டோவில் வாங்க, நான் பாத்துக்கிறேன்" என்று சொன்னதுக்கும் "அப்படிலாம் பெருசா ஒண்ணுமில்ல அனிதா... ரெண்டு நாள் ரெஸ்ட் எடுத்தா போதும்"னு சொல்லிட்டார். சரி வரட்டும் பாத்துக்கலாம் என்று அனிதாவும் விட்டுவிட்டாள். நல்லவர்தான் என்றாலும் கொஞ்சம் முரண்டு... அவர் போக்கில்தான் அவர் இருப்பார். ரெம்பவும் நிர்ப்பந்திக்க முடியாது. வந்தாலும் ரெண்டு நாள் சும்மா படுத்துக் கிடப்பார்னு சொல்ல முடியாது. எப்ப வேணும்னாலும் கிளம்பிவிடக்கூடிய ஆள்தான்.

கிருஷ்ணனுடைய சில குணாதிசயங்கள் தன்னுடையதைப் போலவே இருப்பதாக அவளுக்கு எப்போதும் தோன்றுவதுண்டு. அவற்றில் முக்கியமானது, இருவருமே உறவுகளில் பற்றோடு இருப்பது எவ்வளவு உண்மையோ அவ்வளவு உண்மை பற்றற்று இருப்பதும் என்று அனிதா நினைத்துக்கொண்டாள்.

ரோஸ் கார்டன் குடியிருப்பில் கிருஷ்ணன் இறங்கிய போது, மணி 9.40. கீழே பார்க்கிங்கில் அனிதாவின் ஸ்கூட்டர் இருந்ததைப் பார்த்துவிட்டு மாடிப்படியில் முதல் காலடி எடுத்து

வைத்தான். ஒரு கையை சுவரில் ஊன்றிக்கொண்டும் மறுகையால் படிக்கட்டின் கைப்பிடியைப் பற்றிக்கொண்டும் சாவகாசமாக ஏறத் தொடங்கினான். கால்களை அப்படியும் இப்படியுமாக ஏதோ ஒரு கணக்கில் தூக்கி வைத்து நிதானமாக ஏறிக்கொண்டிருந்தான். உடல் நைந்து போயிருப்பது போலிருந்தது. ஒரு இளம் பெண்மணி சுடிதாரில் கடகடவென இறங்கிக்கொண்டிருந்தார். அவன் சுவரோடு தன் உடலை ஒட்டியபடி ஒதுங்கிக்கொண்டான்.

ஒருவழியாக, முதல் மாடியை அடைந்து, அனிதா வீட்டு அழைப்பு மணியை அழுத்தினான். மறுகணமே அனிதா மலர்ந்த முகத்துடன், கதவைத் திறந்தாள். அலுவலகம் செல்லத் தயார் நிலையில் இருப்பதை அவளுடைய தோற்றம் உணர்த்தியது. அவளுக்கு இன்று அலுவலகத்தில் முக்கியமான மீட்டிங் இருக்கிறதென்று சொல்லியிருந்தாள். "வாங்க கிருஷ்ணா" என்று கை கொடுத்தாள். உள்ளே நுழைந்ததும் மென்மையாக அணைத்துக்கொண்டு, கன்னத்தோடு கன்னத்தைப் பதித்தாள். அவன் கால்களைத் தேய்த்துத் தேய்த்து நடப்பதைப் பார்த்து, கவலைப்பட்டவளாய், "நடந்து நடந்து காலெல்லாம் இத்துப் போயிடுச்சுபோல" என்று கரிசனத்துடன் சொன்னாள். அவன் லேசாக முறுவலித்தபடி, முன்னறையிலிருந்த சிறிய கட்டில் வடிவ மர சோபாவில் அமர்ந்துகொண்டான்.

அனிதா அவனுடைய காலை நீட்டச் சொல்லிப் பார்த்தாள். "பெருசா வீக்கம் இருக்கிற மாதிரி தெரியலை..." என்று சொல்லிவிட்டு உள்ளே போய் அயோடெக்ஸ் களிம்பு பாட்டிலை எடுத்துக்கொண்டு வந்தாள். ஒரு ஸ்டூலை அவன் முன் போட்டு, அதில் காலை நீட்டி வைக்கும்படி சொன்னாள்.

"நான் போட்டுக்கிறேன் அனிதா... நீங்க ஆபீஸ் கிளம்புங்க..." என்றான் கிருஷ்ணன். அதைக் காதில் வாங்காதவள் போல, ஒரு நாற்காலியை எடுத்துப் போட்டு அருகில் உட்கார்ந்தபடி, களிம்பை இடது கால் பாதத்தின் மேற்புறம் தடவிவிட்டாள்.

பின்னர், "எதப் பத்தியும் கவலைப்படாம நிம்மதியா ரெண்டு நாள் நல்லா ரெஸ்ட் எடுங்க... எல்லாம் சரியாப் போயிடும்... இன்னைக்கு ஆபிஸ்ல பிராஜெக்ட் மீட்டிங் இருக்கிறதால நான் கண்டிப்பா போக வேண்டியிருக்கு... நான் வர நைட் 8 மணி ஆயிடும். டைனிங் டேபிள்ல எல்லாம் ரெடியா இருக்கு...

ஃப்ரியா இருங்க... வேணும்னா ஃபிரண்ட்ஸ் யாரையாச்சும் ஃபோன் பண்ணி வரச் சொல்லுங்க... உங்களுக்குப் பிடிச்ச மியூசிக் போட்டுக் கேளுங்க... 7 மணி போல ஜோதி வந்து நைட்டுக்கு சமைச்சி வைச்சுடும்... நைட் எவ்வளவு சீக்கிரம் வர முடியுமோ அவ்வளவு சீக்கிரம் வந்துடறேன்..." என்று கட கடவென்றும் கனிந்த முகத்துடனும் சொல்லிவிட்டுக் கிளம்பினாள்.

அவனும் எழுந்து வாசல்வரை சென்றான். கதவருகே சென்றதும் மென்மையாக அவனை அணைத்துவிட்டுக் கையசைத்தபடி சென்றாள். அவனும் புன்னகையோடு கையசைத்தான். கதவைத் தாழிட்டுத் திரும்பியபோது, பாதுகாப்பான இடத்துக்கு வந்து சேர்ந்து விட்டதாகவும், இனி கவலையில்லை என்றும், இரண்டு நாள் நிம்மதியாக ஓய்வெடுக்கலாம் என்றும் நினைத்துக்கொண்டான். வீடு வரும்வரை பீடித்திருந்த கலக்கம் இப்போது முற்றிலுமாக நீங்கி ஆசுவாசம் மேலிட்டிருந்தது.

2
முதல் நாள் பகல்

அனிதா அலுவலகம் சென்றதும் முன்னறையில் இருந்த கட்டில் வடிவ மர சோபாவில் மீண்டும் அமர்ந்துகொண்ட, கிருஷ்ணன் ஒரு சிகரெட் பற்றவைத்தான். அவன் எப்போதாவது, அனிதாவின் வீட்டில் தங்க நேரும்போது, அந்த சோபாக் கட்டிலில்தான் படுத்துக்கொள்வான். அனிதாவின் தன்னம்பிக்கை, அணுகுமுறை, தெளிந்த பார்வை, அசாதாரண நிலைமையையும் சாதாரணமாகக் கையாளும் விதம், நட்பு பாராட்டும் குணம், மனிதக் குறைகளை அதிகம் பொருட்படுத்தாத தன்மை பற்றியெல்லாம் அவன் அறிந்துகொண்ட ஒரு தருணம்தான் அனிதா மீதான கிருஷ்ணனின் உயர்ந்த மதிப்புக்கு இன்று வரை ஆதாரமாக இருக்கிறது.

கிருஷ்ணனின் நவீன கலை ஈடுபாட்டையும், ஓவியர்களுடன் அவனுக்கிருந்த நெருக்கமான உறவுகளையும் அறிந்திருந்த அனிதா ஒருமுறை, சோழமண்டலம் ஓவியர் கிராமத்திற்குச் சென்று நவீன ஓவியங்களையும் சிற்பங்களையும் பார்க்க வேண்டுமென்றும், முடிந்தால் அங்கு ஓவியர்கள் தங்கள் படைப்புகளை உருவாக்கும் தருணத்தில் உடனிருந்து பார்க்க வேண்டுமென்ற விருப்பத்தையும் அவனிடம் தெரிவித்தாள். தான் இதுவரை அறிந்திராத ஒரு கலை உலக அனுபவத்தை ஏற்க விழையும் ஏக்கம் அதில் வெளிப்பட்டது.

ஒரு ஞாயிற்றுக்கிழமை காலை அனிதாவின் ஸ்கூட்டரில் இருவரும் சோழமண்டலம் சென்றார்கள். 11 மணியளவில் சோழ மண்டலத்தை அடைந்தார்கள். சோழமண்டலம் ஓவியர் கிராமத்தில் மரிய அந்தோனிராஜ், அதிவீர பாண்டியன், போஸ் மருது, மைக்கேல் இருதயராஜ் ஆகிய நால்வரும் வீடெடுத்துத் தங்கியிருந்தார்கள். நால்வருமே கிருஷ்ணனோடு நல்ல நட்பிலும் அவனுடைய வருகையைக் கூடுமானவரை கொண்டாடுபவர்களாகவும்

இருந்தார்கள். ஒரு படைப்பியக்கமாகச் செயல்பட்ட இவர்களில் மற்றொருவர் நடேஷ். கிருஷ்ணன் சென்னைக்குக் குடியேறிய காலத்திலிருந்து நெருக்கமாகவும் அணுக்கமாகவும் இருந்து வருபவர். அவர் அவ்வப்போது இங்கு வந்து போவதுண்டு. வீட்டுக்குப் பக்கத்துத் தெருவில் ஒரு குடிலைத் தன்னுடைய ஸ்டுடியோவாகக் கொண்டு அங்கு தன்னுடைய சிற்பங்களை உருவாக்கிக்கொண்டிருந்தார் மரியா. மரியாவின் படைப்புகள் மீது மட்டுமல்ல, அவரின் இங்கிதமான மன வெளிப்பாட்டின் மீதும் கிருஷ்ணன் மிகுந்த நேசம் கொண்டிருந்தான். உத்வேகத்தின் உள்ளார்ந்த அமைதி என்பதே மரியா பற்றிய அவனுடைய அவதானிப்பாக இருந்தது.

முதலில் நேரடியாக, அவர்கள் மரியாவின் பணிக் குடிலுக்குச் சென்றார்கள். அங்கு யாருமில்லை. ஆனால் குடில் திறந்திருந்தது. ஒரு மேடையில் முற்றுப் பெறாத ஒரு களிமண் சிற்பம் இருந்தது. இருவரும் சற்று நேரம் அதைப் பார்த்துக்கொண்டிருந்தார்கள். பின்னர், நான்கு படைப்பாளிகளும் கூடித் தங்கியிருந்த வீட்டுக்குச் சென்றார்கள்.

வீட்டின் முகப்புச் சுவரில் இருந்த புதுமைப்பித்தன் சிற்பத்தை அனிதாவுக்குக் காட்டி, "இது மரியாவோட புதுமைப்பித்தன்" என்றான் கிருஷ்ணன்.

"அப்படித் தெரியலையே" என்றாள் அனிதா.

"இது, மரியா தன் வாசிப்பிலிருந்து உருவாக்கியிருக்கிற புதுமைப்பித்தன். இதை அவர் புதுமைப்பித்தனின் உருவப் படத்திலிருந்து உருவாக்கலை. இது அவரோட புதுமைப்பித்தன். அதான் இதோட விசேஷமே. புதுமைப்பித்தனோட தோள்ல உக்காந்து அவரோட காதுக்குள்ள ஏதோ சொல்ற அந்தக் குருவியைப் பாருங்க. ஆத்மார்த்தமான அழகுங்கிறது இதுதான்" என்றான் கிருஷ்ணன். அனிதா புன்னகைத்தாள்.

ஆனால், முற்ற வெளி மணல் பரப்பில் இருந்த 'பூச்சிகளின் நகரம்' என்ற மரியாவின் அபாரமான களிமண் சிற்ப அடுக்குகளின் மீது அனிதாவின் பார்வை பதிந்தது. அது, அனிதாவுக்கு மிகுந்த பிரமிப்பை ஏற்படுத்தியது. அதையே வெகு நேரம் உன்னிப்பாகவும் ஆர்வத்தோடும் பார்த்துக்கொண்டிருந்தாள். அதுதான் அவருக்குக் கடந்த வருஷம் தேசிய விருது பெற்றுத் தந்த படைப்பு என்பதையும்

அதன் தலைப்பு 'பூச்சிகளின் நகரம்' என்பதையும் கிருஷ்ணன் அனிதாவிடம் சொன்னபோது அவள் மிகவும் சந்தோஷப்பட்டாள். அதன் அருகில் குனிந்து மண்டியிட்டு உட்கார்ந்தபடி, குட்டி குட்டியான உருவங்களோடு ஒரு அலாதியான கதைத் தன்மையோடு பரந்து விரிந்திருக்கும் அந்த சிற்பக் கூட்டத்தைப் பெருவியப்புடன் பார்த்துக்கொண்டிருந்தாள்.

வீடு திறந்துதான் இருந்தது. நண்பர்கள் வீட்டில்தான் இருந்தார்கள். கிருஷ்ணனைப் பார்த்ததும் நண்பர்கள் குதூகலமடைந்தார்கள். அனிதாவை அவர்களுக்கும் அவர்களை அனிதாவுக்கும் அறிமுகம் செய்து வைத்தான். முன்னறையில் உட்கார்ந்தார்கள். மரியாவின் ஸ்டுடியோவுக்குப் போய்விட்டு வந்ததை மரியாவிடம் சொன்னான் கிருஷ்ணன்.

"நேத்து ராத்திரி கொஞ்சம் ஓவராயிடுச்சு... காலையில எந்திரிச்சதும் கடலுக்குப் போயிட்டேன். கடல்ல ரெம்ப நேரம் ஆட்டம் போட்டுட்டு, அப்படியே ஸ்டுடியோக்குப் போய் கொஞ்ச நேரம் ஒர்க் பண்ணிட்டு சாப்பிடலாம்னு இப்பதான் வீட்டுக்கு வந்தேன்" என்றார் மரியா. மற்ற மூவருமே நேற்றைய கொண்டாட்டத்தின் அசதியிலிருந்து இன்னும் மீளாதவர்களாய்த்தான் இருந்தார்கள்.

"இருங்க, மதியம் சாப்பிட்டிட்டுப் போகலாம்... நான் கொஞ்சம் கடை வரைக்கும் போயிட்டு வந்துடறேன்" என்று கிளம்பினார் மைக்கேல்.

"ஒண்ணும் அவசரமில்ல மைக்கேல்... நாங்க சாயந்தரம்தான் கிளம்பலாம்னு இருக்கோம்" என்றான் கிருஷ்ணன். தொடர்ந்து, "நாங்க கேலரி வரைக்கும் போயிட்டு வந்துடறோம்" என்றான்.

"போயிட்டு ஸ்டுடியோவுக்கு வாங்க... நான் அங்க இருக்கேன்" என்றார் மரியா.

கிருஷ்ணனும் அனிதாவும் வீட்டுக்கு எதிரிலிருந்த சோழமண்டல கலைக்கூடத்துக்குச் சென்றார்கள். அனிதா ஒவ்வொரு படைப்பையும் மிகுந்த கவனத்துடன் பார்த்தாள். ஒவ்வொரு படைப்பின் முன்னும் அவள் நின்றிருந்தபோது, அவற்றுடன் அவள் மௌனமாக ஒரு உரையாடலை நிகழ்த்திக்கொண்டிருப்பதாகத் தோன்றியது. கீழ்த் தளத்திலும் மேல் தளத்திலுமாக இருந்த எல்லாப் படைப்புகளையும் பார்த்து முடிக்கும்வரை, கிட்டத்தட்ட ஒன்றரை மணி நேரம்

அவர்கள் எதுவும் பேசிக்கொள்ளவில்லை. கொஞ்சம் நேரம் உடனிருந்த கிருஷ்ணன் வெளியில் வந்து, அங்கிருந்த பெஞ்சில் அமர்ந்துகொண்டான். கேலரியிலிருந்து வெளிவந்த அனிதா, புதிய மலர்ச்சியுடன் புன்னகைத்தபடி அவனருகில் வந்து நெருக்கமாக அமர்ந்துகொண்டாள். மரியாவின் ஸ்டுடியோவுக்குச் செல்லும் வழியில்தான் அனிதா மௌனம் கலைத்தாள்.

"வேற ஒரு உலகத்துக்குள்ள போயிட்டு வந்த மாதிரி இருக்கு... எவ்வளவு அற்புதமான கலைஞர்கள் நம்மகிட்ட இருக்காங்க. நாம ஏன் அவங்களை அறியாமலும் கொண்டாடாமலும் இருக்கோம்... எவ்வளவு பெரிய பொக்கிஷம்... உங்களோட நட்பு கிடைச்சிருக்காட்டி இந்த மகத்தான அனுபவம் எனக்குக் கிடைக்காமலேயே போயிருக்கும்... தேங்க்ஸ் கிருஷ்ணன்" என்றபடி அவன் கைகளைப் பற்றிக்கொண்டாள்.

"என்னோட அறிமுகம் இல்லாட்டாலும் உங்க ஆர்வம் உங்களை இங்கு கொண்டு வந்து சேத்திருக்கும்... கொஞ்சம் தாமதம் வேண்ணா ஆகியிருக்கலாம்..." என்றான் கிருஷ்ணன்.

மதியம் நண்பர்கள் மதுவுடன் கூடிய கோழி விருந்து அளித்தார்கள். அனிதா மது எடுத்துக்கொள்ளவில்லை. ஸ்கூட்டர் ஓட்ட வேண்டும் என்று கூறி மென்மையாக மறுத்துவிட்டாள். இரண்டு, மூன்று சிகரெட் புகைத்தாள். உரையாடலில் எவ்வித பாசாங்குமின்றி உற்சாகமாகக் கலந்துகொண்டாள். பல சமயங்களில் மௌனமாகவும் உன்னிப்பாகவும் அவதானித்துக் கொண்டிருந்தாள். தான் அறிந்திராத ஓர் உலகம் பற்றி அறிந்துகொள்ள விழையும் பணிவு அவளிடம் வெளிப்பட்டபடி இருந்தது. அங்கு இருந்ததில் அவள் மகிழ்ந்திருந்தாள் என்பது வெளிப்படையாகத் தெரிந்தது. இதுவரை இல்லாத அளவு, கூடுதல் ஒட்டுதலோடு கிருஷ்ணனுடன் அனிதா இருந்துகொண்டிருந்தாள். கிருஷ்ணனும் அதை உணர்ந்திருந்தான்.

அனிதாவின் ஸ்கூட்டரில் அவளுடைய வீட்டுக்குத் திரும்பியபோது, மாலைக் காற்றும் இளம் போதையும் கிருஷ்ணனைக் கிறங்கச் செய்தன. ஒருமாதிரி சமாளித்துப் பின்னால் அமர்ந்திருந்தான். இரவு ஏழு மணியளவில் வீடடைந்தார்கள்.

"அருமையான நாள் கிருஷ்ணன். இந்த நாளை நாம அவசியம் கொண்டாடணும்..." என்றாள் அனிதா. மேலும், "இன்னைக்கு இங்கேயே தங்கிட்டு காலையில் போங்க..." என்றபடி, உணவு

சி. மோகன் | 41

மேசை மீது உயர்தர விஸ்கி பாட்டிலை எடுத்து வைத்தாள். அது, அவளுடைய லண்டன் சிநேகிதி, சில மாதங்களுக்கு முன் வந்தபோது தந்திருந்த 'சிங்கிள் மால்ட் விஸ்கி.' அனிதாவுக்கு மிகவும் பிடித்தமானது என அவள் ஒருமுறை சொன்னது கிருஷ்ணனின் நினைவுக்கு வந்தது. அதைப் பருகுவதற்கான அற்புத நாள் இதை விட வேறொன்று இருக்க முடியாது என்று நினைத்த அனிதா, அதை அவனிடம் சொல்லவும் செய்தாள்.

இருவரும் மது அருந்தியபடியும் புகைத்தபடியும் உரையாடினார்கள். அந்த இளம் கலைஞர்கள் தங்களுடைய வாழ்க்கையின் ஒரே தேர்வாகக் கலையைக் கொண்டிருப்பதை நினைத்து அனிதா வியந்தாள். அவர்களுடைய பொருளாதார பாதுகாப்பு குறித்து மிகவும் கவலைப்பட்டாள். பொருளாதார நெருக்கடிகளுக்கிடையிலும், சமூக அங்கீகாரம் அறவே இல்லாத நிலையிலும் அவர்களை இயக்கிக் கொண்டிருக்கும் அவர்களுடைய கலை நம்பிக்கையும் செயல்பாடுகளும் குறித்து பெருமிதமடைந்த அதேசமயம் கவலையும் கொண்டாள். கிருஷ்ணனுடைய மனப் போக்கையும் தீர்க்கமான நம்பிக்கையையும் இப்போது தன்னால் தெளிவாகப் புரிந்துகொள்ள முடிவதாக சிலாகித்தாள்.

பகலில் குடித்த பிராந்தியோடு இப்போது குடித்த இரண்டு பெக் விஸ்கியும் சேர்ந்துகொண்டு கிருஷ்ணனைக் கிறு கிறுக்கச் செய்தது. கிருஷ்ணனின் மெல்லிய தடுமாற்றத்தை உணர்ந்த அனிதா, "சரி, கிருஷ்ணன்... சாப்பிடலாம்" என்றபடி, தட்டுகளை எடுத்து வைத்து, ஜோதி சமைத்து வைத்துவிட்டுச் சென்றிருந்த சப்பாத்திகளையும் கோழி குருமாவையும் பரிமாறினாள். இருவரும் பேசிக்கொள்ளாமல் சாப்பிட்டார்கள்.

உணவுக்குப் பின், நிறைவான மனநிலையோடு, "ஓகே கிருஷ்ணன்... குட் நைட்" என்றபடி, அனிதா எழுந்து, அவனை மென்மையாக அணைத்து விடைபெற்று விலகினாள். கூடவே அவளுடைய கையைப் பற்றியபடி எழுந்த கிருஷ்ணன், ஏதோ ஒரு உந்துதலில், போதையின் கிளர்ச்சியில், தான் என்ன செய்கிறோம் என்ற போதமின்றி அனிதாவை இறுக்கி அணைத்து அவளுடைய உதடுகளில் முத்தம் கொடுக்க முயன்றான்.

இதைச் சற்றும் எதிர்பார்த்திராத அனிதா, கொஞ்சமும் பதற்றமின்றி, அவனை மென்மையாக விலக்கியபடி, "என்ன செய்றீங்க கிருஷ்ணன்... அமைதியா போய் தூங்குங்க... உங்ககிட்ட

இருந்து இதை நான் கொஞ்சமும் எதிர்பாக்கலை... இப்ப உங்ககிட்ட இருந்து ஒரு முத்தம் வாங்கிக்கிறதில எனக்கு எந்த சங்கடமும் இல்லை... ஆனா என்ன செய்யிறோம்னு தெரியாம, ஏதோ ஒரு கிளர்ச்சியில செய்றதா அது இருக்கக் கூடாது... நாளைக் காலைல உங்களால என் முகம் பார்த்துப் பேச முடியும்னா கொடுங்க..." என்றபடி அமைதியாக நின்றாள். கிருஷ்ணன் தலை குனிந்தபடியே விலகிச் சென்றான்.

முன்னறைக் கட்டில் வடிவ சோபாவில் படுத்துக்கொண்ட போது, தன்னுடைய நடத்தைக்காகக் கூசிக் குறுகி மருகிக்கொண்டிருந்தான். அந்த நாள் முழுவதும் அனிதாவிடமிருந்து வெளிப்பட்டுக் கொண்டிருந்த புதிய நெருக்கத்துக்கான சமிக்ஞைகள் தந்திருந்த தவறான நம்பிக்கையும், கூச்சங்களை உதறச் செய்திருந்த போதையின் கிளர்ச்சியுமே அவனை அந்தச் செயலுக்கு உந்தியதாக நினைத்துக்கொண்டான். எவ்வளவு முட்டாள்தனமாக நடந்துகொண்டு அந்த நாளையும் நல்ல நட்பையும் பாழாக்கி விட்டோம் என்று மனம் அசூயையில் புரண்டுகொண்டே இருந்தது. தன்னுடைய செயலுக்காகத் தன்னைத்தானே நொந்தபடி புரண்டுகொண்டிருந்தான். போதையின் கருணையில் அப்படியே தூங்கிப் போனான். மறுநாள் அதிகாலையில் விழிப்பு தட்டியதும், அனிதாவின் முகத்தில் விழிக்கக் கூச்சப்பட்டு, அனிதா எழுந்துகொள்வதற்கு முன்பாகவே அங்கிருந்து வெளியேறி விட்டான்.

ஆனால், அதற்கடுத்த எந்த ஒரு சந்திப்பிலும் அப்படியொன்று நடந்ததற்கான எந்தவொரு சிறு தடயமும் அனிதாவுடைய நடத்தையில் வெளிப்படவே இல்லை. நண்பர்களிடம் சொல்லி அசிங்கப்படுத்திவிடுவாரோ என்றெல்லாம் மருகிக்கொண்டிருந்தான் கிருஷ்ணன். ஆனால் அனிதாவோ எப்போதும் போல சுமுகமாகவும் கூடுதல் நேசத்துடனும்தான் பழகினாள். கிருஷ்ணனின் அந்த ஒரு கண நேரத் தடுமாற்றத்தை அவள் ஏற்கவுமில்லை. ஒரு குற்றமாகக் கருதி மன்னிக்கவும் இல்லை. அதை அப்படியே விட்டு விட்டு, வெகு சகஜமாக அவளால் எப்படி இருக்க முடிந்தது. இப்படியான அபூர்வ குணமெல்லாம் தனக்கு ஒருபோதும் வாய்க்காது என்று நினைத்தபோது, கிருஷ்ணன் தன்னை ஒரு கசடான பிறவியாக உணர்ந்தான். கிருஷ்ணன் தன் இயல்புக்குத் திரும்ப, அனிதாவுடனான அடுத்த சில சந்திப்புகளின் போது மிகவும் சிரமப்பட்டான். அதைப் புரிந்துகொண்டு, அனிதா கூடுதல்

அக்கறை எடுத்துக்கொண்டு வெளிப்படுத்திய சகஜ பாவமே கொஞ்சம் கொஞ்சமாக அவனை மீட்டெடுத்தது. அதை நினைக்கும் போதெல்லாம் ஓர் அற்புதம் அவர் என்று நினைத்துக்கொள்வான். இந்த நட்பை ஒருபோதும் இழந்துவிடக் கூடாது என்றும் தீர்மானித்துக்கொண்டிருந்தான். அனிதா மீதான மதிப்பு அவனில் உயர்ந்து நிலைபெற்றுவிடச் செய்த நிகழ்வு அது.

அந்த நிகழ்வுக்குப் பின் அன்று இரவு தன் படுக்கைக்குச் சென்ற அனிதாவின் மனமும் சஞ்சலத்துடன் அலைக்கழிந்து கொண்டிருந்தது. கடந்த மூன்று வருஷப் பழக்கத்தில் அந்த ஒரே ஒரு நாள்தான் கிருஷ்ணனுடன் தனியாகவும் நாள் முழுவதும் இருக்கும்படி அமைந்தது. ஒரு அருமையான நாள். அவர்களுடைய உறவில் ஒரு பூரணமான நாளாக மலர்ந்திருக்க வேண்டியது. இயல்புணர்ச்சிகள் அழகாக மொக்கவிழ்ந்த ஒரு தருணத்தில், இருவருமே அவர்கள் உருவாக்கிக்கொண்டிருந்த பாவனைகளுக்குள்ளும் கௌரவ பிம்பங்களுக்குள்ளும் ஒடுங்கிக்கொண்டு அதை உதிரச் செய்தார்கள். அன்று தான் நடந்துகொண்ட விதம் குறித்து அன்றிரவு முழுவதும் அவள் மனம் குமைந்துகொண்டிருந்தது. மனம் தன்னுடைய விருப்பத்துக்கு மாறாகத் தன்னை வெளிப்படுத்திக்கொண்டது கூட படிந்துபோன பழக்கத்தின் விளைவுதான். விபரீதமாக முடிந்துபோன இரண்டு முறிவுகளுக்குப் பின், கடந்த சில வருஷங்களாக, அவள் தன்னைச் சுற்றி எழுப்பி வைத்திருந்த ஒரு பாவனை அரணின் விரும்பத்தகாத விளைவு இது. அவளுடைய விருப்பத்துக்கு எதிராக, பழக்கத்தின் விளைவாக, அந்நாளில் அவளின் மனம் சூடிக்கொண்டிருந்த அழகான இச்சையையும் மீறி அவளிடம் அப்படியான ஒரு பாவனை வெளிப்பட்டுவிட்டது. தன் பாதுகாப்புக்கென எழுப்பியிருந்த அரணுக்குள் தானே சிறைப்பட்டுக் கிடப்பது அறிந்து நொந்துபோனாள். கிருஷ்ணனும் சட்டெனப் பதுங்கிவிட்டார். ஒரு அழகிய தருணத்தை தங்களின் பொய்யான பிம்பங்களுக்காக அன்று இருவரும் சேர்ந்தே நாசம் செய்துவிட்டார்கள்.

அன்று காலை ஸ்கூட்டரில் அவரைப் பின்னால் ஏற்றிக்கொண்டு சென்றதிலிருந்து அமோகமாக அமைந்த நாள். "நீங்க ஓட்டறீங்களா" என்று கிளம்பும்போது கேட்டாள் அனிதா.

"எனக்கு ஸ்கூட்டர் ஓட்டத் தெரியாது அனிதா..." என்றான் கிருஷ்ணன். "சைக்கிள் மட்டும்தான் ஓட்டியிருக்கேன்..."

“இது கொஞ்சம் வேகமா ஓடற சைக்கிள்... அவ்வளவுதான்... நீங்க விரும்பினா ஒருநாள் சொல்லித் தர்றேன்” என்றாள் அனிதா.

அவன் மெல்லிய முறுவலுடன், சரி என்பதுபோலத் தலையசைத்தான்.

அன்று அவனுடைய அண்மையை மிக நெருக்கமாகவும் இதமாகவும் அனிதா உணர்ந்தாள். சோழமண்டலக் கலைக் கூடத்துக்குள் செல்லும்போது அவன் பேசியது, அவளுக்குப் புதிய வெளிச்சத்தைத் தந்தது.

“நின்னு நிதானமா ஒவ்வொண்ணையும் பாருங்க... அதில எதையாவது புரிஞ்சிக்கணும்னு அவசரப்பட்டு தேடாதீங்க... முதல்ல அந்த உலகத்தோட பரிச்சயம் செய்துக்கிறதுதான் முக்கியம். அதுக்காக அவை எல்லாம் ஒண்ணும் பேசாம சும்மா தொங்கிக்கிட்டிருக்குனு சொல்லலை... அவை பேசிக்கிட்டுதான் இருக்கு. ஆனா அது பேசுற மொழி நமக்குப் புரியாததால நமக்கு எதுவும் விளங்க மாட்டேங்குது. ஒரு ஹாய் சொல்லிப் பாருங்க... உறவாடுங்க... கொஞ்சம் கொஞ்சமா மனசுல ஒரு நெருக்கம் ஏற்படும்... இது ஒரு பயணத்தோட தொடக்கம், அவ்வளவுதான். நீங்க விரும்பினா அந்தப் பயணத்தைத் தொடரலாம்... இசை மொழியோடு உங்களுக்கு உறவு கொள்ள முடியறதைப் போல ஓவிய மொழியோடும் உங்களால உறவாட முடியும்... இசைக்குக் காதுன்னா ஓவியத்துக்குக் கண்... அதை நாம சரியாப் பயன்படுத்தணும் அவ்வளவுதான்... திறந்த மனசோட உறவாடுங்க... ஒரு அற்புதமான உலகம் உங்களுக்கு நிச்சயம் பரிசாகக் கிடைக்கும்...” என்றான் கிருஷ்ணன்.

உண்மையிலேயே, அறியப்படாத ஒரு உலகத்துக்குள் பிரவேசித்த திகைப்புடன்தான் அவள் காட்சிக் கூடத்திலிருந்து வெளியில் வந்தாள். கிருஷ்ணன் கேலரியின் வெளி வராந்தாவிலிருந்த பெஞ்சில் அமர்ந்தபடி புகைத்துக்கொண்டிருந்தான். அவன் பக்கத்தில் அமர்ந்து, “கிரேட் எக்ஸ்பீரியன்ஸ் கிருஷ்ணன்...” என்றபடி, அவனை நன்றியோடு மென்மையாக அணைத்துக்கொண்டாள். வாழ்க்கை புதிதாக மலரத் தொடங்கியிருப்பதுபோல் உணர்ந்தாள். கிருஷ்ணன் சிகரெட் பாக்கெட்டையும் தீப்பெட்டியையும் அனிதாவிடம் நீட்டினான். ஒரு சிகரெட் எடுத்துப் பற்ற வைத்துக்கொண்டாள்.

சோழமண்டலத்தில் தங்கியிருந்து தங்கள் படைப்பாக்கங்களில் ஈடுபட்டு வந்த ஓவிய இளைஞர்கள் கிருஷ்ணனிடம் கொண்டிருந்த

மதிப்பையும் நட்பையும் உணர்ந்தபோது அவளுக்குப் பெருமிதமாக இருந்தது. அன்று முழுவதும் அவனோடு ஒட்டிக்கொண்டு இருந்தாள். அனிதாவுக்கே அது ஆச்சரியமாக இருந்தது. அந்த நாளில் ஒரு கல்லூரிக் காலத்து இளம் பெண்ணாக மாறிவிட்டது போல உணர்ந்தாள்.

ஆனால் எல்லாமே அந்த நாளின் இரவில் ஒரு சில நொடிகளில் குலைந்துவிட்டது. மெய்யான உணர்வுகளைப் புத்திசாலித்தனத்தால் புதைத்துவிட்டோம் என வருந்தினாள். எழுந்து சென்று அவனை அணைத்துக்கொள்ள வேண்டும் என ஆசை மனம் பரிதவித்தது. அதைச் செயல்படுத்த விடாமல் பாவனை மனம் தடுத்தது. அப்படியே அவள் செய்தாலும் பாதிக்கப்பட்ட அவன் அதை எப்படி எடுத்துக்கொள்வான் என்றும் தெரியவில்லை. நிலைமை மேலும் மோசமாகலாம் என்ற அச்சமும் எழுந்தது. சரி, காலையில் பார்த்துக்கொள்ளலாம் என்று சமாதானம் செய்துகொண்டாள். தன் தவறுக்குக் குமைந்தபடி, மன வெக்கையில் புரண்டுகொண்டிருந்தாள்.

அவள் பயந்தது போலவே அவன் காலையில் போய் விட்டிருந்தான்.

ஒரு வருஷத்துக்கு முன்னான அந்த நாள் பற்றிய நினைவுகளோடு, அன்று மனக் குமைச்சலோடும் குற்ற உணர்ச்சியோடும் அவன் தூங்கிய அதே கட்டிலில் இப்போது கிருஷ்ணன் விச்ராந்தியாகப் படுத்துக்கொண்டான். கால்களை நீட்டிப் படுத்திருக்கும்போது எந்த ஒரு பிரச்சனையும் அவனுடைய உடலில் இல்லை என்பதாக உணர்ந்தான். அது தெம்பும் தைரியமும் அளித்தது. காலையிலிருந்து இங்கு வந்து சேரும்வரை அவனைக் கலக்கத்திலும் பட படப்பிலும் வைத்திருந்த கால் பிரச்சனை, அப்படி ஒன்றும் பெரிய விசயமில்லை போலவும், ஏதோ சிறு அசம்பாவிதம் அவ்வளவுதான் என்பது போலவும், இப்படி விட்டேத்தியாகப் படுத்திருக்கும்போது தோன்றியது. அப்படியே உடல், மன அசதியில் தூங்கிப்போனான்.

3
முதல் நாள் மாலை

இருள் கவிந்திருந்த ஒரு குடைவரையின் புடவுக்குள் அடர்ந்திருந்த கும்மிருட்டிலிருந்து, ஏதோ ஒரு பாம்பு தீண்டிய கனவின் பயத்திலிருந்து விழித்துக்கொண்ட கிருஷ்ணன், அனிதா வீட்டு முன்னறை இருளில் கட்டிலின்மீது எழுந்து உட்கார்ந்திருந்தான். இடது கால் மேல்பாதத்தில் ஒரு மெல்லிய குத்தலும் கடுப்பும் இருந்துகொண்டிருந்தது. மாலை மங்கி இருள் சூழ்ந்த பின் எழுந்தாலே மனம் அச்சலாத்தியாய் இருக்கும். யாருமற்ற, அநாதியான ஒரு வெறுமை குடிகொண்டுவிட்டதைப் போல, கலங்கலான மூட்டம் மனதில் கூடாரமிட்டிருந்தது. கட்டிலிலிருந்து மெல்ல எழுந்து, காலின் குத்தல் வலியோடு, காலைத் தூக்கி வைக்க இயலாத நிலையில், இழுத்து இழுத்து நடந்து விளக்கைப் போட்டுவிட்டு மணியைப் பார்த்தான். மணி 6:10. நாக்கு வறண்டிருந்தது. உணவு மேசைக்குச் சென்று தண்ணீர் குடித்தான். அசந்து தூங்கிப் போயிருக்கிறான். மீண்டும் கட்டிலுக்கு வந்து, காலைத் தொங்கவிட்டு உட்கார்ந்து, ஒரு சிகரெட்டைப் பற்ற வைத்தான். கட்டிலுக்கு அருகில் இருந்த டீபாயில் ஆஸ்ட்ரே, சிகரெட் பெட்டி, லைட்டர் எல்லாம் இருந்தன. அனிதா வர இன்னும் நேரமிருக்கிறது என்று ஏனோ நினைத்துக்கொண்டான்.

புகையை இழுத்து வெளியே விட்டபோது இதமாக இருந்தது. உடலிலிருந்து சிறுநீர், மலம், விந்து என எந்த ஒன்றும் வெளியேறும்போதும், அது தரும் அலாதியான சுக அனுபவம்தான் புகையை வெளியேற்றும்போதும் கிடைப்பதாக அவனுக்குத் தோன்றுவதுண்டு. அவனை விழிக்கச் செய்த கனவு கலங்கலாக நினைவுக்கு வந்தது. ஒரு குடைவரைக்குள் சாதாரணமாகச் சென்று தங்கி ஓய்வெடுக்கும் அவன், அதன் குளுமையில் அப்படியே

தூங்கிப் போவதும், கும்மிருள் கவிந்த பின் விழித்து, அதிலிருந்து வெளியேறும் வழி தெரியாமல், அடுத்து செய்ய வேண்டியது அறியாது தவித்துக்கொண்டிருக்கும் பயத்தில் விழித்துக்கொள்ளும் பகல் கனவு, அவனுக்கு அவ்வப்போது வரும் ஒன்றுதான். ஆனால் இன்றுதான் ஒரு பாம்பு தீண்டிய பயத்தில் அவன் அந்தக் குடைவரையிலிருந்து விழித்துக்கொண்டிருக்கிறான்.

ஒரு உக்கிர வெயில்காலப் பிற்பகலில் சிறு மலைக்கோவில் ஒன்றுக்கு அவன் விரைந்து செல்கிறான். அந்த மலையின் ஒருபக்கமாக இருந்த குடைவரைக்குள் அதன் படிகளின் வழியாகக் கிடுகிடுவென இறங்குகிறான். அவன் அவ்வப்போது வந்து செல்லும் இடமாக அது இருக்கிறது. ஒரு பிற்பகலின் கடுமையான வெயிலுக்கு இளைப்பாறலாகத்தான் அவன் அதற்குள் செல்கிறான். குடைவரையின் மேற்பகுதிகளில் கற்களால் கீறப்பட்டிருந்த புலி, பாம்பு, பல்லி போன்ற விலங்குகளை எப்போதும்போல இப்போதும் அவன் திகைத்துப் பார்க்கிறான். முன்னொரு காலத்தில் அங்கு ஓய்வெடுத்தவர்கள் அங்கு கிடந்த கற்களைக் கொண்டு கீறியிருப்பவை என்று நினைத்துக்கொள்கிறான். மலைக் கோவில் கட்டப்பட்ட காலத்தில் ஓய்வெடுப்பதற்கென்று கட்டடத் தொழிலாளர்கள் உருவாக்கிக்கொண்ட ஒரு குடைவரையாக அது ஒருவேளை இருக்கக்கூடும். இவனைப் போலவே காலம் காலமாக அங்கு மனிதர்கள் ஓய்வெடுத்திருக்கிறார்கள். அந்தக் குடைவரைக்குள் நுழைந்து அதன் ஒரு மூலையில் இருக்கும் புடவுக்குள் புகுந்து வெளிவந்தால் ஒரு சிறு சமவெளி. கற்களும் புற்களுமான அந்த வெளியின் இடது மூலையிலிருக்கும் ஒரு பாறையில் சாய்ந்துகொண்டால், அதன் பக்கவாட்டு இடுக்கிலிருந்து வரும் ஜில்லென்ற காற்று ஆளைக் கிறங்கடிக்கும். அந்தக் கிறுகிறுப்பில்தான் அவன் எப்போதும் அங்கு அசந்து தூங்கிவிடுகிறான். இன்றும் அப்படித்தான் தூங்கிப் போயிருக்கிறான். ஆனால் இம்முறை அவன் விழித்தபோது, இருள் மூடியிருந்தது மட்டுமல்லாமல் ஒரு பாம்பும் அவனைத் தீண்டியிருக்கிறது.

அன்று பகல் அசந்த தூக்கத்தில் கடந்துவிட்டது. கால் பிரச்சனையும் அது தரும் சில சங்கடங்களையும் தவிர வேறு உபாதைகள் ஏதுமில்லை. கால் பிரச்சனை ஓரிரு நாட்களில் சரியாகி விடும். அதன்பிறகு, வீட்டுக்கும் போய் வர வேண்டும். வாரத்தில் ஒரு நாளாவது வீட்டுக்குப் போய் மகனையும் மகளையும் பார்த்து

வருவதைக் கிருஷ்ணன் வழக்கமாகக் கொண்டிருந்தான். அவன் வீட்டுக்குப் போய் வருவதென்பதே குழந்தைகளைப் பார்த்துவிட்டு வருவதற்குத்தான். மூத்தவன் மது, இப்போது கல்லூரியில் சேர்ந்துவிட்டான். வயது 18. அவன் அப்படி ஒன்றும் இவனை எதிர்பார்ப்பவனில்லை. அல்லது, அப்படி எதிர்பார்ப்பதாகக் காட்டிக் கொள்பவனில்லை. ஆனால் இளையவள் மிதிலா, எதிர்பார்ப்பவள். அதை வெளிப்படுத்தவும் செய்பவள். வயது 11. ஒரு வருஷத்துக்கு முன்பு, ஒரு நாள், மிதிலா வயிற்று வலியால் கடும் அவதிப்பட்டு துடித்திருக்கிறாள். அவளை தி. நகரில் ஒரு தனியார் மருத்துவமனையில் சேர்த்திருக்கிறார்கள். அந்த வலிக்கிடையில், "அப்பாவைப் பாக்கணும்" "அப்பாவைப் பாக்கணும்" என்று விடாது அனத்தியிருக்கிறாள். அதனால் அவர்களுடைய அம்மா, மதுவிடம் இவனுக்குத் தகவல் தெரிவிக்கும்படி சொல்லியிருக்கிறார். அப்போது கிருஷ்ணனிடம் ஒரு 'பேஜர்' இருந்தது. ஏதோ ஒரு வேலையை முடித்துக் கொடுத்ததற்காக ரகு வாங்கிக் கொடுத்ததுதான். கிருஷ்ணன் ஓரிடத்தில் நிலைத்து இருப்பதில்லை என்பதால் அவசரத்துக்கு அவனைத் தொடர்பு கொள்வதற்கான சாதனமாக 'பேஜர்' இருந்தது. மதுவிடமிருந்து மிதிலா மருத்துவமனையில் சேர்க்கப்பட்டிருப்பதாக அதற்கு செய்தி வந்தது. மருத்துவமனை பெயரும் இடமும் குறிப்பிடப்பட்டிருந்தது. படபடப்பும் பரபரப்பும் சூழ்ந்துகொள்ள ஒரு நிமிஷம் தடுமாறினான். அப்போது அவன் தி. நகர் முன்றில் புத்தகக் கடையில்தான் இருந்தான். கையில் காசில்லை. நல்லவேளையாக, அடகுக் கடையிலிருந்து சில நாட்களுக்கு முன்புதான் கைக்கடிகாரத்தை மீட்டிருந்தான். அவசரத்துக்கு அடகு வைக்க அவனிடமிருந்த பொருள் அது ஒன்றுதான். கொஞ்சம் விலையுயர்ந்த கடிகாரம். அவனுடைய தம்பி கண்ணன் ஏதோ ஒரு சந்தர்ப்பத்தில் அவனுக்குக் கட்டிவிட்டது. அவனுக்குத் தெரிந்த அந்த அடகுக் கடை தி. நகர் பேருந்து நிலையத்துக்கு எதிரில்தான் இருக்கிறது. அந்தக் கடிகாரத்துக்கு அடகுக் கடை சேட் நிர்ணயிக்கும் மதிப்பு 100 ரூபாய். வட்டி 10 ரூபாய் பிடித்துக்கொண்டு 90 ரூபாய் கொடுப்பார். பெரும்பாலும் ஒரு மாதத்துக்குள் 100 ரூபாய் கொடுத்து திருப்பிவிடுவான்.

கைக்கடிகாரத்தை அடகு வைத்து 90 ரூபாய் பெற்றுக்கொண்டு, ஒரு ஆட்டோ பிடித்து, அந்தத் தனியார் மருத்துவமனைக்குப் போனான். அங்கு ஒரு தனி அறையில் படுக்கையில் படுத்திருந்தாள் மிதிலா. சாதாரணமாக இருப்பது போலவும் முகம் மட்டும்

கொஞ்சம் வாடியிருப்பது போலவும் தெரிந்தது. அவனைப் பார்த்ததும் மெல்லிய மலர்ச்சியுடன் புன்னகைத்தாள். அவள் பக்கத்தில் சென்று, குனிந்து அவள் தலையைத் தடவியபடி, "என்ன பப்ஸ்... ரொம்ப வலிக்குதா" என்று ஆறுதலாகக் கேட்டான். இல்லை என்பது போலத் தலையசைத்தாள். படுக்கை அருகில் இடது பக்கமாக, ஒரு நாற்காலியில் அமர்ந்திருந்த அவளுடைய அம்மாவிடம் என்ன ஆச்சு என்று கேட்கலாமா என்று அவன் நினைத்தபோது, அவராகவே எழுந்துகொண்டு சொல்லத் தொடங்கினார். "நேத்து ராத்திரி முழுக்க வயிறு வலிக்குது, வயிறு வலிக்குதுனு துடியாய் துடிச்சு படுத்தி எடுத்திட்டா... காலையில மறுபடியும் துடிச்சுப் போயிட்டா... அதான் காலையில இங்க சேத்துட்டோம். எல்லா டெஸ்டும் எடுத்துப் பாத்துட்டாங்க... ஒரு பிரச்சனையும் இல்ல. நாளை காலைல 'எண்டோஸ்கோபி' டெஸ்ட்டும் பண்ணிப் பாத்துடலாம்னு சொல்லியிருக்காங்க..." என்றார்.

மறுநாள் அண்ணாசாலையிலுள்ள ஒரு பரிசோதனைக் கூடத்துக்கு அவனும் உடன் சென்றான். எண்டோஸ்கோபி சோதனையிலும் எந்த பிரச்சனையுமில்லை என்று தெரிந்தது. மேலும், அன்று முழுவதும் அவளுக்கு வலியும் இல்லை. "எந்த பிரச்சனையும் இருக்கிறதா தெரியலை. சாயந்தரம் வீட்டுக்குக் கூட்டிக்கிட்டு போயிடலாம்" என்றார் டாக்டர். "ஒண்ணுமில்லாததுக்கு எனக்குதான் 5000 செலவாயிடுச்சு" என்று சலித்துக்கொண்டார் அம்மா. ஆனால் அவனால் எந்த வகையிலும் அதற்கு எதுவும் செய்ய முடியாதென்பதால் அதைக் கவனிக்காததுபோல் தலை குனிந்திருந்தான்.

இதுபற்றி, சுந்தர் அளித்த ஒரு இரவு விருந்தில் கிருஷ்ணன் சொல்லும்படியான ஒரு சந்தர்ப்பம் ஏற்பட்டது. அப்போது அனிதாதான் சொன்னார்: "இது ஒரு சிண்ட்ரம் கிருஷ்ணன். ஒருத்தர் தனக்குப் பிடிச்சமானவரைத் தனக்குப் பக்கத்துல இருக்க வைக்கிறதுக்காக மனசு உண்டாக்குற ஒரு வலி அது. மனசுக்கு அப்படியொரு நிஜ வலிய உண்டாக்குற சக்தி இருக்கு..." என்றவர் தொடர்ந்து, "என்னோட ஃபிரெண்ட் கார்த்தியோட ஒய்ஃப் சுமதிக்கு இப்படித்தான் அடிக்கடி வயித்து வலி வந்திருக்கு. கார்த்தி வேலை வேலைனு எப்பவும் ஓடிக்கிட்டே இருக்கிறவன்... டாக்டர்ட்ட போய் எல்லா டெஸ்டும் எடுத்து பாத்திருக்காங்க...

ஒண்ணுமே இல்ல... எல்லாமே நார்மல். அப்ப டாக்டர், கார்த்திட்ட, நீ அவகூட கொஞ்சம் அதிக நேரம் ஸ்பெண்ட் பண்ணு... எல்லாம் சரியாயிடும். வலியே வராது... உன்ன அவ பக்கத்தில இருக்க வைக்கிறதுக்காக வர்ற வலிதான் இது... ஆனா இது டிராமா இல்ல... நிஜ வலிதான். சுமதியைப் பொறுத்த மட்டில இந்த வலிய ஒரு 'கார்த்தி சிண்ட்ரம்'னு சொல்லலாம்னாராம்" என்றார் அனிதா. பின்னர், கிருஷ்ணனைப் பார்த்து சிறு முறுவலோடு, "மிதிலாவுக்கு வந்த வயித்து வலி ஒரு அப்பா சிண்ட்ரம்" என்றார்.

அதன் பிறகு, வாரத்தில் ஓரிரு நாட்களாவது, மாலை நேரத்தில் வீட்டுக்குப் போய் பார்த்து வர, கிருஷ்ணன் தவறுவதில்லை. மது, எப்போதும் இருப்பான் என்று சொல்வதற்கில்லை. மிதிலா, ஒன்று, வீட்டிலிருப்பாள்; அல்லது, கீழ்த்தளத்தில் பார்க்கிங் பகுதியிலோ மொட்டை மாடியிலோ நண்பர்களோடு விளையாடிக்கொண்டிருப்பாள். கடந்த வாரம் புதன்கிழமை போய்ப் பார்த்துவிட்டு வந்தான். இந்த வாரம், இந்தக் கோலத்தோடு போய்ப் பார்த்தால் குழந்தைகள் கலக்கமடைந்து விடுவார்கள். மனைவி கண்டுகொள்ள மாட்டார் என்பது மட்டுமல்ல; அவன் செய்த பாவங்களுக்கான தண்டனை என்ற நிம்மதி கூட அவருக்குக் கிடைக்கும். அந்த நிம்மதியை அவருக்குக் கொடுக்கலாம்தான். ஆனால் குழந்தைகள் கலவரப்படுவதற்கு இடமளிக்கக் கூடாது. ஓரளவாவது, இயல்பாக நடக்க முடிந்த பிறகுதான் போக வேண்டும். வீடு வேறு இரண்டாவது மாடியில் இருக்கிறது. இரண்டு மாடி ஏறி இறங்குவதற்குள் பெரும் பாடாகிவிடும். அந்தக் குடியிருப்பில் இருப்பவர்களின் கருணைப் பார்வைகளுக்கும் கரிசனையான கேள்விகளுக்கும் பதில் சொல்லி மாளாது. இப்போதைக்கு அங்கு செல்வதைத் தவிர்ப்பதைத் தவிர, வேறு வழியில்லை. அடுத்த முறை போகும்போது, வெளியூர் போயிருந்ததாகச் சொல்லி சமாளிக்க வேண்டியதுதான். அவனுடைய இந்தக் கால் பிரச்சனை சாதாரணமானதுதான். சீக்கிரமே சரியாகிவிடும். கொஞ்சம் ஓய்வு தேவை, அவ்வளவுதான். அதன் பிறகு பார்த்துக்கொள்ளலாம் என்று தன்னைத்தானே தேற்றிக்கொண்டான். ஆனாலும் அவனையும் அறியாமல் கண்கள் கசிந்தன.

அழைப்பு மணி ஒலித்தபோது, அனிதா என்று நினைத்தபடியே கதவைத் திறந்தான் கிருஷ்ணன். வீட்டுப் பணிகளில் அனிதாவுக்கு

ஒத்தாசையாக இருக்கும் ஜோதி வந்திருந்தார். "வாங்க" என்று சொல்லியபடியே தன்னிடத்துக்குத் திரும்பினான். ஜோதி பல வருஷங்களாக அனிதாவுக்கு உதவியாக இருப்பவர். வயது நாற்பதை ஒட்டித்தான் இருக்கும். அனிதாவை அக்கா என்றுதான் கூப்பிடுவார். "என்ன சார் இப்ப எப்படியிருக்கு" என்று கேட்டபடியே உள்ளே வந்தவர், அறையில் கவிந்திருந்த சிகரெட் நெடியில் முகம் சுழித்தவாறே, "காலைல அக்கா ரொம்ப கவலைப்பட்டுச்சு... கொஞ்ச நாள் இங்க இருந்து உடம்பத் தேத்திக்கங்க..." என்று உரிமையோடு சொன்னார். கிருஷ்ணன் தலையாட்டினான். ஜோதியின் கணவர் சில ஆண்டுகளுக்கு முன்பு கல்லீரல் புற்றுநோயால் பாதிக்கப்பட்டு இறந்து போனார். சொந்த ஆட்டோ ஓட்டி வந்தவர். கூடவே, கார்கள் வாங்கி விற்பது என ஒரு வருமானமும் வந்துகொண்டிருந்தது. ஓரளவு சிரமமில்லாத வாழ்க்கைதான் வாழ்ந்தார்கள். ஆனால் திடீரென்று கண்டறியப்பட்ட அவருடைய உடல்நலக் குறைவுக்காக மேற்கொள்ளப்பட்ட சிகிச்சை செலவு அவர்களை ஒன்றுமில்லாதவர்களாகவும் கடனாளியாகவும் ஆக்கிவிட்டது. கடன் ஆட்டோவைப் பறிமுதல் செய்தது. ஜோதியின் கணவர், அடுத்த மூன்று மாதத்தில் சிகிச்சை பலனின்றி இறந்துவிட்டார். அப்போது அவர்களின் ஒரே மகளான கிருத்திகாவுக்கு எட்டு வயது. வீட்டு வேலைகள் செய்து தன் ஒரே மகள் கிருத்திகாவை வளர்த்தார் ஜோதி. இப்போது கிருத்திகாவுக்கு 19 வயது. கல்லூரியில் படித்துக்கொண்டிருக்கிறாள். அவளுடைய படிப்புச் செலவை அனிதாதான் பார்த்துக்கொள்கிறார். கிட்டத்தட்ட பத்து வருஷங்களாக அனிதாவின் வீட்டில் பணிபுரிகிறார் ஜோதி. அனிதாவுக்கு ஜோதிமீது அலாதியான அன்பு. அனிதாதான் அவருடைய ஒரே உறவு என்ற எண்ணத்திலும் நம்பிக்கையிலும் இருப்பவர் ஜோதி. கடந்த சில வருஷங்களாக, வீட்டிலிருந்தபடியே பலகாரங்கள் செய்து, விற்பனை செய்து வருகிறார். அப்பகுதியில் ஜோதியின் கைப்பக்குவம் வெகு பிரசித்தம். அனிதா அளித்த உத்வேகத்திலும் ஆதரவிலும் தொடங்கப்பட்ட வியாபாரம்தான் அது. இன்று வியாபாரம் நன்கு விருத்தியடைந்துவிட்ட போதிலும் அனிதாவின் வீட்டு வேலைகளைச் செய்வதிலிருந்து மட்டும் ஜோதி விலகவில்லை.

அனிதாவின் வீட்டுக்கு வரும் நண்பர்களை ஜோதிக்கு நன்றாகத் தெரியும். அவர்கள்மீது ஜோதிக்கு மிகுந்த மரியாதையும்

அன்பும் உண்டு. ஆனாலும் அவரால் செரித்துக்கொள்ள முடியாத, அவருக்குக் கவலையளிக்கும் ஒரே விஷயம், அவர்கள் புகைப்பதும் மது அருந்துவதும்தான். "நீங்க எல்லாம் ரொம்பப் படிச்சவங்க... உங்களுக்கு நான் என்ன சொல்றது..." என்று அவ்வப்போது சடைத்துக்கொள்வார். புகையும் குடியும்தான் தன்னுடைய கணவரின் மரணத்துக்குக் காரணமென்று அவற்றின்மீது தீராக் கோபம் கொண்டிருந்தார் ஜோதி. கூடுமானவரை, தன்னியல்பாகக் காரியங்களைச் செய்யக்கூடிய அனிதாகூட, ஜோதியின் மனம் நோகக் கூடாது என்பதற்காக, ஜோதி இருக்கும்போது புகை பிடிக்க மாட்டார்.

இரவுக்கான சமையல் வேலைகளைச் சமையல் அறையில் கட கடவென்று மேற்கொண்டார் ஜோதி. அடுத்த 45 நிமிஷங்களுக்குள் இரவு உணவு செய்து முடித்து, உணவு மேசையில் எல்லாவற்றையும் அடுக்கி வைத்தார். சமையல் அறையையும் உணவு மேசையையும் சுத்தம் செய்துவிட்டு, அவருக்கும் கிருத்திகாவுக்குமாகக் கொஞ்சம் உணவையும் எடுத்துக்கொண்டு விடைபெற்றார் ஜோதி.

அவர் இருக்கும்வரை, அவரைக் கவலைப்படுத்தக் கூடாது என்ற எளிய நோக்கத்தோடு சிகரெட் பிடிக்காமல் மிகவும் கட்டுப்பாடாக இருந்தான் கிருஷ்ணன். அவர் சென்றதும் கதவைத் தாழிட்டு விட்டு வந்து, ஒரு சிகரெட்டைப் பற்ற வைத்து ஆசுவாசமாக உள்ளிழுத்தான்.

4
இரண்டாம் நாள் காலை

மறுநாள் காலை எழுந்தபோதே நேற்றை விடவும் இன்று கால்களின் இயக்கம் மோசமாகியிருப்பதைக் கிருஷ்ணன் உணர்ந்தான். வலது காலும் முரண்டிக்கொண்டு விட்டிருந்தது. நேற்றாவது இடது கால் பாதத்தைத் தரையோடு தேய்த்தும் வலது கால் பாதத்தை லேசாகத் தூக்கி வைத்தும் கிந்திக் கிந்தியும் இழுத்து இழுத்தும் கோணல் மாணலாக நடக்க முடிந்தது. இன்று வலது கால் பாதத்தையும் கொஞ்சம்கூடத் தூக்கி வைக்க முடியவில்லை. இரண்டு கால் பாதங்களையும் தரையோடு தரையாகத் தேய்த்து தேய்த்துத்தான் நகர முடிந்தது. அது மட்டுமல்ல, இடது கை விரல்களும் தங்களுக்குள் ஒட்டுறவை இழந்திருந்தன. காலையில் எழுந்து சிகரெட் புகைப்பதற்காக, ஒரு சிகரெட்டை எடுத்து, எப்போதும்போல, இடது கை நடுவிரலுக்கும் சுட்டு விரலுக்கும் இடையில் வைத்துக்கொண்டு, வலது கையால் லைட்டரை எடுத்துப் பற்றவைக்க முற்பட்டபோது, இடதுகை விரல்களிலிருந்து பிடிமானம் இழந்து, சிகரெட் நழுவி விழுந்தது. லைட்டரை வைத்துவிட்டு, இடது கை விரல்களை இணைத்துப் பார்த்தான். அவை ஒன்றோடொன்று ஒட்ட மறுத்து விலகியிருந்தன. பெருவிரல் நுனியாலும் சுட்டு விரல் நுனியாலும் சிகரெட்டைப் பிடித்துக்கொண்டு பற்ற வைத்தான். அப்படியே சுண்டி இழுத்து சிகரெட்டை ஊதி முடித்தான். தன் உடம்பில் ஏதோ விபரீதமாக நடந்துகொண்டிருக்கிறது என்பது இப்போது தெளிவாகப் புரிந்தது. இச்சமயத்தில் சிகரெட் பிடிப்பது நிச்சயம் நல்லதாக இருக்காது என்றும் தோன்றியது. பொதுவாகவே, உடலுக்கு ஊறு விளைவிப்பவை, உடல் நலமற்றிருக்கும் சமயத்தில் மேலும் அதை மோசமாக்கும் என்பதை அறியாதவனில்லை அவன். ஆனால் இப்போது, அவனுக்கு ஆசுவாசமளிக்க சிகரெட் ஒன்றால் மட்டுமே முடியும் என்று அந்த ஆசையை நியாயப்படுத்திக்கொண்டான்.

நேற்றை விடவும் இன்று அவனுடைய நடை மோசமாகி இருப்பதைக் கவனித்த அனிதா விசனப்பட்டாள்.

"என்ன கிருஷ்ணா... ரொம்பக் கஷ்டமா இருக்கா..." என்று கேட்டாள்.

"வலது காலும் இப்ப தகராறு பண்ணுது..." என்று அசட்டுச் சிரிப்புடன் சொன்னான் கிருஷ்ணன்.

"இன்னைக்கு 4 மணிக்கெல்லாம் இந்த ப்ராஜெக்ட் மீட்டிங் முடிஞ்சிடும்... அதுக்கப்புறம் பெருசா வேலை ஏதும் இருக்காது... நான் சாயந்தரமா சீக்கிரம் வந்துர்றேன்... நாம டாக்டரைப் போய் பாத்துட்டு வந்துரலாம்... ரொம்ப வலிக்குதா..." என்று கேட்டாள்.

"வலிலாம் ஒண்ணுமில்ல அனிதா... லேசா கடுக்குது... காலை எடுத்து வக்கிறது சிரமமா இருக்கு... அவ்வளவுதான்..." என்றான். இடது கை விரல்களிலும் பிரச்சனை ஏற்பட்டிருப்பதை அப்போது அவன் சொல்லவில்லை.

"இனிமே நீங்க ஹால்ல படுக்க வேணாம்... என் ரூம்ல படுத்துக்கங்க... உங்களுக்கு பாத்ரூம் போக வர சௌகர்யமா இருக்கும்..." என்றாள் அனிதா.

"அதெல்லாம் ஒரு பிரச்சனையும் இல்ல அனிதா... ஹால் பாத்ரூமே சௌகரியமாத்தான் இருக்கு..." என்றான்.

"அடம் பிடிக்காதீங்க கிருஷ்ணா... ஃபீல் ஃப்ரீ..." என்றாள்.

அவன் தலையாட்டினான்.

அனிதா அலுவலகம் சென்ற பின்பு, நல்ல இசை கேட்டபடி படுத்திருக்கலாம் என்று கிருஷ்ணனுக்குத் தோன்றியது. மனதின் கலக்கத்திலிருந்தும் சஞ்சலத்திலிருந்தும் விடுபட்டு, இசைக் கரையோரம் விச்ராந்தியாய் அமர்ந்திருந்து, நிச்சலனமாய் லயித்திருக்கும் மாயத்தை அவன் அறிந்தும் உணர்ந்துமிருந்தான். அவனைப் பொறுத்தவரை, இசையில் கரைந்திருக்கும் நேரத்தில் மட்டும்தான் மனதின் இரைச்சல்களிலிருந்து விடுபட்ட பேரமைதி கூடி வருகிறது. பதில்களைத் தேடும் நாட்டத்தில் மனம் சஞ்சலம் கொள்வதில்லை; அலைந்து திரிவதில்லை. கேள்விகளிலிருந்து விடுபட்டு இருக்கும் ஓர் அபூர்வ மனநிலை அப்போது வாய்க்கிறது.

இப்போது இசையின் இதமான அரவணைப்பு அவனுக்குத் தேவையாக இருந்தது.

அனிதாவிடம் கணிசமான சேகரிப்பு இருந்தது. பழைய தமிழ்ப் பாடல்கள், இந்திப் பாடல்கள், கர்நாடக இசை, இந்துஸ்தானி இசை என ஒவ்வொன்றிலும் அபூர்வமான சேகரிப்புகள் அவளிடம் இருந்தன. அவளுடைய குடும்பப் பின்னணியில் கர்நாடக சங்கீத ஈடுபாடு அவளுக்கு இயல்பாய் வந்து சேர்ந்திருந்தது. அவள் தில்லியில் ஆய்வு மாணவியாக இருந்தபோது இந்துஸ்தானி இசைமீது அவளுக்குத் தீரா மோகம் ஏற்பட்டது. முடிந்தவரை, முக்கியமான இசை நிகழ்ச்சிகளுக்குச் சென்றதோடு, இசை மேதைகளின் இசைத் தட்டுகளையும் கேசட்டுகளையும் சேகரிக்கவும் செய்தாள்.

கிருஷ்ணனுக்கு இந்துஸ்தானி இசையை க்ரியா ராமகிருஷ்ணன்தான் அறிமுகப்படுத்தினார். உண்மையில், அறிமுகம் செய்தார் என்பதை விடவும் அதைக் கேட்கக் கற்றுக் கொடுத்தார் என்றுதான் சொல்ல வேண்டும். நவீன ஓவியங்களைப் பார்க்கக் கற்றுக் கொடுத்த மூலகர்த்தாவும் அவர்தான். கிருஷ்ணனுக்கு இளம் வயதில் ஏற்பட்டிருந்த சிறுபத்திரிகை இயக்க ஈடுபாடும் அதன் வழியாக அவனுள் வேரூன்றத் தொடங்கியிருந்த கலை நம்பிக்கையும் எழுத்து, இசை, ஓவியம், சினிமா என்றான கலை வெளிப்பாடுகளில் மேலான படைப்புகளோடு உறவு கொள்ள வழி வகுத்தன. சிறு பத்திரிகை இயக்கப் படைப்பாளிகளோடு நட்பும் உறவும் உருவானது. இதுவே, ஒருமுறை க்ரியா ராமகிருஷ்ணன் மதுரை வந்தபோது, அப்போது மதுரைப் பல்கலைக்கழகத்தில் ஆய்வு மாணவனாக இருந்த கிருஷ்ணனை, சுந்தர ராமசாமி குறிப்பிட்டதன் பேரில், பல்கலைக்கழகம் வந்து அவர் சந்திக்கவும் காரணமாக இருந்தது. இந்த சந்திப்பு நாளடைவில் நல்ல நட்பாகக் கிளைத்தது.

இதன் தொடர்ச்சியாக, கிருஷ்ணன், 1976இல், தன்னுடைய 24ஆவது வயதில் முதல் முறையாகச் சென்னை சென்று க்ரியா ராமகிருஷ்ணன் வீட்டில் சில நாட்கள் தங்கினான். அந்நாட்களில் ராம் இந்துஸ்தானி இசையை அவனுக்கு அறிமுகம் செய்த விதமே அலாதியானது. ஒரு குறிப்பிட்ட ராகத்தில் வெவ்வேறு வகையான கலைஞர்களின் இசை சஞ்சாரத்தைக் கேட்கச் செய்தார்.

உதாரணமாக, குஜ்ரி தோடி ராகத்தில் பிஸ்மில்லா கானின் ஷெனாயும் விலயத் கானின் சிதாரும் இழைந்து இழைந்து பயணிக்கும் இசை; ஷிவ்குமார் சர்மாவின் சந்தூரும் ஹரிபிரசாத் செளராஷ்யாவின் புல்லாங்குழலும் இழைந்த பிரவாகம்; அலி சகோதரர்களின் மாயக் குரல்கள் நிகழ்த்தும் அபாரமான சஞ்சாரம்; பீம்சென் ஜோஷியின் மகத்தான மந்திரக் குரலின் அற்புதம் என ஒன்றன் பின் ஒன்றாக இசைக்க விடுவார். இசையின் ஒலி அலைகளில் மிதந்து மிதந்து எங்கெங்கோ ஏதேதோ உணர்வுகளிலும் எண்ணங்களற்ற தூய நிச்சலன மனநிலையிலும் ஒரு புதிய உலகில் பிரவேசித்து லயித்திருக்கும் பரவசம் கிட்டும். ராகம் ஒன்று; கருவிகளும் பாணிகளும் சஞ்சாரங்களும் தனித்துவங்களும் வேறு வேறு. அலி சகோதரர்களின் சஞ்சாரத்தில் திளைத்திருந்த தருணத்தில், மனிதக் குரல்தான் ஆகச் சிறந்த இசைக்கருவி என கிருஷ்ணனுக்குத் தோன்றியது. அப்போது ராமிடம் பிலிப்ஸ் 1010 ரெகார்டு பிளேயர் இருந்தது. சுந்தர ராமசாமியும் ராமின் பரிந்துரையில் அதை வாங்கினார். கிருஷ்ணனுக்கும் அப்படியான ஒன்றை வாங்க ஆசை ஏற்பட்டது. அந்த ஆசையை நிறைவேற்றும் வசதி அப்போது அவனுக்கிருக்கவில்லை. இதை ஒருமுறை சு.ராவிடம் அவன் வெளிப்படுத்தியபோது, முதலில் இசைத்தட்டுகளை சிறுகச் சிறுக வாங்கிச் சேகரியுங்கள். அவை கணிசமாகச் சேர்ந்ததும் எப்படியாவது பிளேயர் வாங்கிவிடுவீர்கள் என்றார். அதன்படி, ரெக்கார்டுகளைச் சேகரிக்க முடிந்தது. ஆனால் பிளேயர் வாங்குவது கைகூடவில்லை. பின்னாளில், திருமணத்துக்குப் பின், நல்ல கேசட் ரெக்கார்டர் வாய்த்தது. அற்புதமான கேசட் சேகரிப்புகளும் கூடிவந்தன.

இந்துஸ்தானி இசை ஆர்வம் அவன் வாழ்வில் ஓர் அபூர்வ அனுபவத்தை அவனுக்கு ஓர் அரிய பரிசாக அளித்தது. திருமணம் முடித்த நான்காண்டுகளுக்குப் பின், 1982 ஜனவரி இறுதியில், மூன்று வயதான மகன் மதுவோடு அவர்கள் 10 நாட்கள் தங்கும் திட்டத்தோடு பம்பாய் சென்றார்கள். கிருஷ்ணனுடைய மனைவி ரமாவின் மூத்த அக்கா ஜானகி பம்பாயில் வசித்தார். கணவர் வெங்கட்ராமன் ஒரு ஜெர்மன் நிறுவனத்தில் உயர் அதிகாரியாகப் பணியாற்றினார். அவர்களுடைய ஒரே மகன் அப்போது ஜெர்மனியில் படித்துக்கொண்டிருந்தான். வெங்கட்ராமன்

அவர்களை ரயில் நிலையத்திலிருந்து வீட்டுக்குக் காரில் அழைத்துச் சென்றார். மாதுங்காவில் ஓர் அடுக்கு மாடிக் குடியிருப்பில் அவர்களுடைய வீடு இருந்தது. ஒரு பிரமாண்டமான அடுக்கு மாடிக் குடியிருப்பின் பார்க்கிங் பகுதிக்குள் கார் நுழைந்து நின்றபோது கிருஷ்ணனுக்கு பிரமிப்பாக இருந்தது. அவன் அதற்கு முன் அடுக்கு மாடிக் குடியிருப்புக்குள் நுழைந்ததில்லை. லிஃப்ட் மூலம் அவர்கள் நான்காவது மாடியை அடைந்து, வீட்டின் முன் நின்றபோது, அதன் மிகச் சிறிய கதவு அவனுக்குப் பெருத்த ஏமாற்றத்தை அளித்தது. எல்லாம் சின்னச் சின்ன வீடுகள் போல என்று நினைத்துக்கொண்டான். ஆனால் வீட்டுக்குள் நுழைந்ததும் அதன் விசாலமும் வடிவமைப்பும் தோற்றமும், அதில் இடம்பெற்றிருந்த அலங்காரப் பொருள்களும் ஃபர்னிச்சர்களும் என வீடு வேறு ஒரு கோலம் கொண்டு, ஒரு நவ நாகரிக உலகுக்குள் நுழைந்துவிட்டதான பிரமிப்பை அவனுக்கு அளித்தது. இரண்டு படுக்கையறை கொண்ட அந்த வீட்டில் அவர்களுக்கென்று ஒரு படுக்கையறை ஒதுக்கப்பட்டிருந்தது.

வெங்கட்ராமன், ஜானகி தம்பதியர் மிகுந்த பிரியத்தோடுதான் தங்களை வெளிப்படுத்திக்கொண்டார்கள். ஒருநாள் இரவு சாப்பாட்டின்போது, "இன்னைக்கு உங்களுக்காக ஒரு ஸ்பெஷல் அயிட்டம் செஞ்சிருக்கேன்... மீன் பொரியல்" என்று ஒன்றை ஜானகி எடுத்து வைத்தார். மீன் போலத்தான் இருந்தது. அவன் நம்ப முடியாமல் மனைவி ரமாவைப் பார்த்தான். அவர் குறும்பாகச் சிரித்தார். சாப்பிடும் போதுதான் தெரிந்தது. முழுக் கத்தரிக்காயில் ஏதோ மாயம் செய்திருந்தார்கள். பம்பாயில் பல காலம், ஜெர்மனியில் சில காலம் என்று வாழ்ந்திருந்ததாலோ என்னவோ சமையலில் விதம் விதமான வித்தைகள் காட்டினார்கள். மாயங்கள் செய்தார்கள். சைவ உணவில் இவ்வளவு வகை சாத்தியம் என்பதே அவனுக்கு அந்த நாட்களில்தான் தெரிய வந்தது.

நன்றாகத்தான் கவனித்தார்கள் என்றாலும் அந்த வீட்டில் கிருஷ்ணனால் சகஜமாக இருக்க முடியவில்லை. அவன் ஒவ்வொரு நாளும் காலை 10 மணிக்கு மேல் வெளியேறி, இரவு 8 மணியளவில் வீடு திரும்பினான். மின் ரயிலில் ஓரளவு கூட்டம் குறைந்திருக்கும் என்பதால், உறவினர்களின் ஆலோசனையின் பேரில் அந்த நேரத்தை அவன் தேர்ந்தெடுத்திருந்தான். அங்கு 'பம்பாய்' என்ற

நாளிதழ் வெளிவந்தது. பம்பாயில் நடக்கும் அன்றாட நிகழ்வுகள் பற்றிய செய்திகளும் தகவல்களும் விளம்பரங்களும் மட்டுமே அடங்கிய அதிலிருந்து, அன்று செல்ல வேண்டிய இடங்களையும் நிகழ்வுகளையும் ஒரு சிறு குறிப்பேட்டில் குறித்து வைத்துக்கொண்டு தன் ஜோல்னாப் பையோடு கிருஷ்ணன் கிளம்பிவிடுவான். மின்சார ரயில் ஏறி, நேராக வி.டி. ரயில் நிலையத்தில் இறங்கி, ஜஹாங்கிர் ஆர்ட் கேலரி சென்றடைவான். கலைக் கூடத்தின் தரைத் தளத்தில் அப்போது நடந்துகொண்டிருக்கும் கண்காட்சியை மட்டுமல்ல, முதல் தளத்தில் இருந்த அதன் நிரந்தரக் காட்சிக்கூடத்தில் வைக்கப்பட்டிருந்த படைப்புகளையும் மீண்டும் மீண்டும் பார்ப்பான். கலைக் கூடத்தின் முன்பான, மகாத்மா காந்தி சாலை நடைபாதையில் சில ஓவியர்கள் தங்கள் படைப்புகளைக் காட்சிப்படுத்தியிருப்பார்கள். அவற்றையும் நின்று நிதானமாகப் பார்ப்பான். அந்தப் படைப்பாளிகளோடு அரைகுறை ஆங்கிலத்தில் சில வார்த்தைகள் பேசுவான். அவர்களுடைய ஆங்கிலமும் அவனுடைய தகுதிக்கேற்ப இருந்ததால் உரையாடல் சுலபமாக இருந்தது.

ஒரு புது உலகத்துக்குள் அவனையும் அறியாமல் அவன் பிரவேசித்துக் கொண்டிருந்தான். மொழி தெரியாத ஒரு பெரு நகரில், அவன் முன்னர் அறிந்திராத, ஒரு மேட்டுக்குடித் தன்மை வாய்ந்த, மனைவி வழி உறவினர் வீட்டில் 10 நாட்கள் எப்படி கழிக்கப்போகிறோம் என்ற சங்கடத்துடன்தான் அவன் கிளம்பி வந்திருந்தான். ஆனால் பம்பாய் கலை உலக வாசல்கள், ஓர் அற்புத உலகுக்குள் சற்றும் எதிர்பாராதவிதமாக அவனை அழைத்துச் சென்றன.

அச்சமயத்தில்தான், ஜனவரி 23, 24, 25 ஆகிய மூன்று நாட்கள் கோட்டைக்குப் பக்கத்திலுள்ள ஒரு கல்லூரி வளாகத்தின் திறந்தவெளி அரங்கில், தபேலா மேதை உஸ்தாத் அல்லா ரக்காவும் பிரிட்டானியா நிறுவனமும் இணைந்து நடத்தும் வருடாந்தர இசைக் கச்சேரி பற்றிய செய்தியும் அறிவிப்புகளும் கிருஷ்ணனுக்குப் பெரும் கிளர்ச்சியூட்டின. 23, 24 ஆகிய தேதிகளில் மாலை 6 மணியிலிருந்து இரவு 9 மணி வரை ஒரு கச்சேரியும், 25ஆம் தேதியன்று, மாலை 6 மணியிலிருந்து மறுநாள் காலை 6 மணி வரை என முழு இரவும் நான்கு நிகழ்ச்சிகளும் நடைபெறுவதாக

இருந்தன. அவன் மனம் மிகுந்த கிளர்ச்சியுடன் அந்த நாட்களை எதிர்பார்த்துக் காத்திருந்தது.

25ஆம் தேதி மாலை 5 மணிக்கெல்லாம் அவன் அந்த அரங்கத்தை அடைந்துவிட்டிருந்தான். கடந்த இரண்டு நாட்களாக அவன் அமர்ந்திருந்த, தூணில் சாய்ந்தபடி இருந்துகொள்ளத் தோதான, அதே இடத்தில் போய் ஜோல்னாப் பையை மடியில் வைத்துக்கொண்டு உட்கார்ந்தான். கூட்டம் வந்துகொண்டே இருந்தது. அவனுக்குப் பக்கத்தில் தரையில் இரண்டு வெளிநாட்டு ஆண்கள் வந்தமர்ந்தனர். அவனைப் பார்த்துப் புன்னகையும் செய்தனர்.

அது ஒரு கல்லூரியின் திறந்தவெளி அரங்கம். மேடைக்கு முன்னிருந்த விசாலமான வெட்டவெளியில் பிளாஸ்டிக் நாற்காலிகள் போடப்பட்டிருந்தன. அதற்குத் தனியான ஒரு நுழைவுச் சீட்டு. திறந்தவெளியின் இருபுறமும் இருந்த கல்லூரி வகுப்பறைகள் கொண்ட நீள் வராந்தாவின் தரையில் அமர்ந்துகொள்ள ஒரு நுழைவுச் சீட்டு. அவன் வராந்தாவுக்கான நுழைவுச் சீட்டை மூன்று நாட்களுக்குமாக வாங்கியிருந்தான். முழு இரவு நிகழ்ச்சிக்கான அந்தக் கடைசி நாளில், முதல் இரு நாட்களில் இல்லாத அளவு, நிகழ்ச்சி தொடங்க இருந்தபோதே, கூட்டம் நிரம்பியிருந்தது. ஆண்கள், பெண்கள், குழந்தைகள், வெளிநாட்டினர் என நெருக்கியடித்து உட்கார்ந்திருந்தனர். பெரும்பாலானவர்கள் 30 வயதை ஒட்டிய இளம் ஆண் பெண்களாக இருந்தது ஆச்சரியம் தந்தது. தம்பதிகளாகக் கைக்குழந்தையுடன் சிலர் இருந்தார்கள். அவர்களில் பலரும், பெண்கள் உட்பட, புகை பிடித்தனர். பொதுவெளியில் பெண்கள் புகை பிடிப்பதைப் பார்த்து கிருஷ்ணனுக்கு ஆச்சரியமாகவும் மகிழ்ச்சியாகவும் இருந்தது. அவனுடைய பூர்வீக கிராமமான வேடகரிசல்குளத்தில் அம்மா வழிப் பாட்டி, ஆஸ்துமாவுக்கு இதமாக இருக்கிறதென்று கள்ளும் சுருட்டும் குடிப்பதை சிறு வயதில் பார்த்திருக்கிறான்.

ஆறு மணியளவில் நிகழ்ச்சி தொடங்கியது. ஒவ்வொரு ஆண்டும் ஒரு கலைஞருக்கு விருது வழங்குவதை இறுதி நாளின் தொடக்கமாகக் கொண்டிருந்தனர். இந்துஸ்தானி இசையில் ஆற்றல்மிக்க ஆளுமையும் ஆழ்ந்த தனித்துவமான குரல்வளம் கொண்டவருமான கர்நாடகாவைச் சேர்ந்த மூத்த பெண்

கலைஞரான கங்குபாய் ஹங்கல் அந்த ஆண்டுக்கான விருதைப் பெற்றார். கிருஷ்ணன் கடந்த சில ஆண்டுகளாகவே அகில இந்திய வானொலியில் சனி இரவு ஒலிபரப்பாகும் ஒரு மணி நேர இசை நிகழ்ச்சியைத் தவறாமல் கேட்டிருக்கிறான். அதனால் அந்த உலகையும் அதன் மேதைகளையும் அவன் ஓரளவு முன்னரே அறிந்திருந்தான். ஆனாலும் இசை மேதைகளின் நேரடி பிரவாகத்தில் அவன் திளைத்துக் களித்தது அந்த மூன்று நாட்களில்தான்.

கங்குபாய் ஹங்கல் பாடி முடித்ததும், இரவு 9 மணி போல மேடை அடுத்த நிகழ்வுக்குத் தயாராகிக்கொண்டிருந்தது. அப்போது அவனுக்கு அருகிலிருந்த வெளிநாட்டவரில் ஒருவர், "அடுத்தது யார்" என அவனிடம் ஆங்கிலத்தில் கேட்டார். அவன் தன் ஜோல்னாப் பையிலிருந்த சிறு குறிப்பேட்டை எடுத்துப் பார்த்துவிட்டு, "எல். சங்கர்" என்றான். வெளிநாட்டவர் இருவரின் முகமும் சட்டென பிரகாசமடைந்தன. எல். சங்கர், தான் உருவாக்கியிருந்த இரட்டை வயலினை முதல் முறையாக இந்தியாவில் அந்தக் கச்சேரியில்தான் வாசிக்க இருந்தார். முன்னதாக, அவர் அமெரிக்காவில் அந்த இரட்டை வயலின் மூலம் தன் இசைப் பிரவாகத்தை நிகழ்த்தி இருந்தார். அது இசை உலகில் புதிய கண்டுபிடிப்பாகவும் மாபெரும் விந்தையாகவும் பெரிதும் கொண்டாடப்பட்டது. இன்று இங்கு அது நிகழவிருக்கிறது. இது குறித்துப் பரவலாக இதழ்களில் பேசப்பட்டு முக்கியத்துவம் அடைந்திருந்தது. வெளிநாட்டவர் இருவரும் குறிப்பாக, இந்த நிகழ்வுக்காகத்தான் இந்தக் கச்சேரிக்கு வந்திருக்க வேண்டும். அவனிடம் கேள்வி கேட்டவர், தன் பையிலிருந்து சிகரெட் பாக்கெட்டையும் ஒரு சிறிய பாலிதீன் உறையையும் எடுத்தார். சிகரெட்டிலிருந்த தூளை நீக்கிவிட்டு, அச்சிறு உறையிலிருந்த தூளை அந்த சிகரெட்டில் பக்குவமாக அடைத்தார். ஒரு சிறு துணுக்கும் வீணாகி விடக் கூடாது என்ற கவனமும் செய்நேர்த்தியும் அதில் வெளிப்பட்டது. அவர் அக்காரியத்தை மிகுந்த அர்ப்பணிப்புடன் செய்வதைக் கிருஷ்ணன் பெருவியப்புடன் பார்த்துக்கொண்டிருந்தான். அப்படி உற்றுப் பார்த்துக்கொண்டிருப்பது அநாகரிகம் என்று உணர்ந்தாலும் அவனால் அதைத் தவிர்க்க முடியவில்லை. காரியம் சித்தியானவுடன் அதைப் பற்ற வைத்து சிகரெட்டை இரண்டு இழுப்பு இழுத்தார். முகம் பரவசத்தில் பிரகாசித்தது. கிருஷ்ணன் அவரையே அதிசயம் போலப் பார்த்துக்கொண்டிருந்தான். அதன் பிறகு,

சி. மோகன் | 61

அவர் அந்த சிகரெட்டை அவருடைய நண்பரிடம் கொடுத்தார். அதை வாங்கிய நண்பர், அதை இழுக்காமல் அவர்களையே அதிசயம் போலப் பார்த்துக்கொண்டிருந்த கிருஷ்ணனிடம் கொடுத்தார். ஒருவேளை, அவனுடைய பார்வையில் ஆசையின் ஏக்கம் கசிந்துகொண்டிருந்ததை அவர் அறிந்திருக்க வேண்டும். அவன் இடையிடையே சிகரெட் புகைப்பதையும் அவர் கவனித்திருக்க வேண்டும். கிருஷ்ணன் லேசான தயக்கத்துக்குப் பின் அதைப் பெற்றுக்கொண்டான். முதலாமவர் இரண்டு இழு இழுத்ததை அவன் கவனித்திருந்ததால் அவனும் இரண்டு இழுப்பு இழுத்துவிட்டு, அவனிடம் சிகரெட்டைக் கொடுத்த இரண்டாமவரிடம் கொடுத்தான். அவரும் இரண்டு இழுப்பு இழுத்துவிட்டு, முதலாமவரிடம் கொடுத்தார். இப்படியாக மூன்று சுற்று அந்த சிகரெட் கைமாறியது. அவர்களைப் போலவே அவனும் ஆறு இழுப்பு இழுத்திருந்தான். அவன் கஞ்சா சிகரெட் புகைப்பது அதுதான் முதல் முறை. அன்று அவன் புகைத்தது, கஞ்சாவுக்கும் மேலான ஒரு வஸ்து என்பதைப் பின்னாளில் அறிந்துகொண்டான். ஏனெனில், பின்னாட்களில் அவன் அநேக முறை கஞ்சா புகைத்திருக்கிறான். ஆனால் அவன் முதல் முறை பெற்ற அந்த அனுபவத்திற்குக் கொஞ்சம் பக்கமாகக்கூட அவை வரவில்லை.

அடுத்த ஓரிரு நிமிஷங்களுக்குள்ளாகவே கிருஷ்ணனுடைய உடலில் அதீத வெப்பம் சட்டெனப் பரவியது. ஜனவரி மாத இரவின் திறந்த வெளியில் அவனுக்கு வியர்த்துக் கொட்டியது. ஒருவிதமான கிறுகிறுப்பு உடலைச் சுழற்றியடித்தது. அவனுக்குள் ஏதோ விபரீதமாக நடந்துகொண்டிருக்கிறது என உணர்ந்து மனம் பீதி அடைந்தது. அவன் முன்னர் அறிந்திராத ஒரு பெருநகரத்தில், அவன் இறந்து கிடக்கப்போவதாகத் தோன்றி அச்சம் பீடித்தது. அனிச்சையாக, ஜனவரி இரவின் குளிருக்குப் பாதுகாப்பாக அவனுடைய உறவினர் வீட்டில் அணியத் தந்திருந்த ஸ்வெட்டரைக் கழற்றிப் பக்கத்திலிருந்த ஜோல்னாப் பையின் மீது போட்டான். நாக்கு கடுமையாக வறண்டுவிட்டிருந்தது. தாகம் வாட்டி எடுத்தது. அவன் மெல்ல எழுந்தான். சட்டையின் முதல் இரு பட்டன்களைக் கழற்றிவிட்டு, அரங்கின் பின்புறமிருந்த சிற்றுண்டிக் கடைகளை நோக்கி நடக்கத் தொடங்கினான்.

அவன் எடுத்து வைக்கும் ஒவ்வொரு காலடியையும் அவனால் மிகத் தெளிவாக, பாதம் மேலெழும்பிக் காற்றில் நகர்ந்து தரையைத் தொடும் வரையான அதன் அசைவுகளை மிக நுண்ணிய அளவில் துல்லியமாக உணர்ந்தபடி அவன் நடந்துகொண்டிருந்தான். சட்டென்று போய்ச் சேரக்கூடிய பின்புறத்தை அடைய, ஒவ்வொரு அடி எடுத்து வைப்பதையும் அவன் பிரக்ஞைபூர்வமாக உணர்ந்து உணர்ந்து நடந்துகொண்டிருந்ததால், வெகு நேரமாக நடந்துகொண்டிருப்பதாக அவனுக்குத் தோன்றியது. கால்களின் இயக்கத்தை மிக மிக நுண்ணிய அளவில் உணர்ந்தபடி நடந்து நடந்து அவன் பின்புறத்தை அடைந்தபோது கிறுகிறுப்பும் வெப்பமும் சற்றே குறைந்திருப்பது போலிருந்தது. எனினும் அச்சமும் நா வறட்சியும் கடுமையாக இருந்தன.

வலது புறமிருந்த ஸ்டாலுக்குச் சென்று ஜில்லென ஒரு ஃபேண்டா குளிர்பானம் வாங்கிக் கட கடவெனக் குடித்தான். அதன் இனிப்புச் சுவையும் குளிர்ச்சியும் உயிர் மீட்கும் அருமருந்தாக உள்ளிறங்கின. அந்த அருமருந்து அருளிய மாயத்தில் உடலும் மனமும் கொஞ்சம் தெளிந்துவிட்டது போலிருந்தது. அது, இன்னுமொன்றைக் குடிக்கத் தூண்டியது. மேலும் ஒரு ஃபேண்டா வாங்கிக் கொஞ்சம் நிதானமாக அருந்தினான். அச்சமும் பதற்றமும் அகன்றுவிட்டிருந்தன. நிம்மதிப் பெருமூச்சு விட்டான்.

இடது புறமிருந்த பாத்ரூம் சென்று சிறுநீர் கழித்தான். வெளியில் வந்தபோது, உடலைத் தாக்கியிருந்த அசுர வெப்பம் தணிந்திருந்தது. ஜனவரி மாத இரவுக் குளிர் இதமாக அவனைத் தழுவியது. கழற்றி விட்டிருந்த சட்டையின் முதல் இரு பட்டன்களையும் மாட்டிக்கொண்டான். தானிருந்த இடம் நோக்கி மெல்ல மிதந்தபடி நடந்து சென்று அமர்ந்தான். சௌகரியமாகத் தூணில் சாய்ந்துகொண்டான். இவை எல்லாமே இருபது, இருபத்தைந்து நிமிஷங்களுக்குள் நடந்து முடிந்திருந்தன. மேடை தயாராகிக்கொண்டிருந்தது. இரவு உணவுக்கான இடைவேளையாக விடப்பட்டிருந்த அரை மணி நேரமும் முடிந்திருந்தது. மேடையில் பக்கவாத்தியக் கலைஞர்கள் வந்து அமர்ந்திருந்தார்கள்.

எல். சங்கர், தன் இரட்டை வயலினோடு மேடைக்குள் நுழைந்து, குனிந்து தலை வணங்கியபடி, ஓரிரு கணம் சபைக்கான பணிவோடு நின்றிருந்தார். பலரும் எழுந்து வணக்கம் தெரிவித்தார்கள்.

பலத்த கைதட்டல் ஓய ஓரிரு மணித்துளிகள் ஆகின. அவர் தரையில் அமர்ந்து இசைக்கத் தொடங்கினார். கிருஷ்ணனின் பார்வை இரட்டை வயலின் மீதும் அதன் தந்திகளின் மீதும் நிலை குத்தியிருந்தது. மெல்ல மெல்ல எல். சங்கரின் கையில் இயங்கிய வில்லும் வயலின் தந்திகளும் தந்திகளின் மீது வில் புரியும் நடனங்களும் மட்டுமே அவனுக்குத் துலக்கமாகத் தெரிந்தன. அவனுடைய கவனம் குவியக் குவிய, அவன் இருந்த இடத்துக்கும் மேடைக்குமான தூரம் குறுகிக் குறுகி நெருக்கமானது. இப்போது எல். சங்கரும் அவருடைய இரட்டை வயலினும் வில்லின் நடனங்களும் அவனும் மட்டுமே மிக மிக நெருக்கமாக அந்த அரங்கில் தொட்டுவிடும் தூரத்தில் இருந்துகொண்டிருந்தனர். அவர்களுக்குள் ஓர் அந்தரங்க உறவு ஏற்பட்டுவிட்டிருந்தது. அவனுக்கென அவர் பிரத்தியேகமாக வாசித்துக்கொண்டிருந்தார். இருவரும் இசையும் மட்டுமே இருக்கும் ஒரு வெளியாக அது மாறியிருந்தது. அற்புதமும் விந்தையும் கூடிய ஒரு மாய யதார்த்தம் அவனுள்ளும் வெளியிலும் அரங்கேறிக்கொண்டிருந்தது. கொஞ்சம் நேரத்துக்கு முன்பு, சில நிமிஷங்களுக்குப் பெரும் பாரமாகவும் அச்சுறுத்தலாகவும் ஆகிவிட்டிருந்த அவனுடைய உடல், இப்போது, காற்றில் மிதந்து மிதந்து வந்த இசைப் பிரவாகத்தில் ஒரு இலையென சலனித்துக்கொண்டிருந்தது.

இரண்டு மணி நேரத்துக்கும் மேலான அவருடைய இசைப் பயணம் நிறைவுற்றபோது, அவன் தன்னிலை அடைந்திருந்தான். அரங்கில் ஒருவனாக ஆகியிருந்தான். அனைவரும் எழுந்து நின்று கை தட்டினர். அவனும் அதில் கலந்துவிட்டிருந்தான். எல். சங்கர், மீண்டும் மீண்டும் குனிந்து வணங்கி, ரசிகர்களின் பாராட்டுதலை ஏற்றுக்கொண்டார். அவர் மேடையை விட்டு இறங்கும் வரை நீடித்த கைதட்டல் பின் மெல்ல மெல்ல ஓய்ந்தது.

கிருஷ்ணனை அவன் வாழ்நாளில் அது வரை உணர்ந்திராத பூரண அமைதி தழுவியிருந்தது. முதல் சில நிமிஷங்கள் அவனை அச்சுறுத்திக் கலவரப்படுத்திய அந்த சிகரெட், அதன் பின்னர் நிகழ்த்தியிருந்த மாயம் அவனுடைய வாழ்நாளுக்கான பெரும் கொடையை வழங்கியிருந்தது. ஆன்மீக அனுபவம் என்பது இதுதான் என்று நினைத்துக்கொண்டான். சாமியார்கள் கஞ்சா புகைத்துத் திளைப்பதெல்லாம் இந்த அனுபவ லயிப்புக்காகத்தான்

போல. அந்த வெளிநாட்டவர்களுக்கு நன்றி சொல்ல விரும்பினான். ஆனால் அவர்கள் சென்றுவிட்டிருந்தனர். அவர்கள் எதற்காக வந்திருந்தார்களோ அது பரிபூரணமாகக் கிட்டிய மன நிறைவோடு அவர்கள் கிளம்பிப் போயிருக்க வேண்டும்.

அதிகாலை மூன்றரை மணியளவில் கடைசி நிகழ்வாக, ஹரி பிரசாத் சௌராஷ்யா தன் புல்லாங்குழலை இசைக்கத் தொடங்கினார். அவன் பெரிதும் எதிர்பார்த்து வந்த நிகழ்ச்சி அதுதான். பிஸ்மில்லா கான், விலயத் கான், ஹரி பிரசாத் சௌராஷ்யா, பீம்சென் ஜோஷி ஆகியோர் அவனுக்குப் பிடித்த உச்சபட்சக் கலைஞர்களாக அச்சமயத்தில் அவனுக்கு இருந்தனர். அவன் உடல் புதிதாகப் பெற்ற மந்திர சக்தியை இச்சமயத்தில் இழந்து இயல்பு நிலையை அடைந்திருந்தது, அவனுக்கு வருத்தமும் ஏமாற்றமும் அளித்தது.

காலை 6 மணியளவில் இசைக் கோலாகலம் முடிந்து, வாழ்வு புதிதாய் மலர்ந்த பரிபூரண நிறைவோடு, அவன் வெளிவந்தபோது, கோட்டையில் குடியரசு தினக் கொண்டாட்டமாகக் கொடியேற்றம் நடந்துகொண்டிருந்தது. அதைப் பார்த்தபடியே ரயில் நிலையம் நோக்கி அவன் குதூகலமாக நடந்துகொண்டிருந்தான்.

அனிதாவிடம் பிலிப்ஸ் ரெக்கார்டு பிளேயரும் இருந்தது. உயர்ரக பெனசோனிக் கேசட் ரெக்கார்டரும் இருந்தது. அவன் கேசட் ரெக்கார்டரில் சிவ்குமார் ஷர்மாவின் 'கால் ஆஃப் த வேலி'யை இசைக்க விட்டபடி படுத்துக்கொண்டான். தி. ஜானகிராமன் தன்னுடைய படைப்புகளில் கலைகளின் அனுபவத்தைத் 'தன் மறதி'யில் திளைத்திருக்கும் அபூர்வ ஸ்திதியாகக் குறிப்பிடுவார். கிருஷ்ணன் இப்போது 'தன் மறதி'யில் கரைந்து காணாமல் ஆகிவிட ஆசைப்பட்டான். இசையால் அது கூடும். இசை என்பது இசைக் குறிப்புகளில் இல்லை. மாறாக அவற்றுக்கு இடையிலான நிசப்தத்தில் உயிர் கொண்டுள்ளது என்பதை அவன் அனுபவமாக உணர்ந்திருக்கிறான். இப்போது, அந்த நிசப்தத்திற்கு ஆட்பட அவன் விரும்பினான்.

முதலில் உயிர் பயமாகவும், பின்னர் அதுவே வாழ்வை உயிர்ப்பிக்கும் அருமருந்தாகவும் மாறிய அந்த சிகரெட் விந்தையைப் போல், இப்போது இவனைத் தாக்கியிருக்கும் இந்த மாய நோயும் மாறிவிடாதா என ஏங்கினான்.

சி. மோகன்

5
இரண்டாம் நாள் மாலை

ஓர் அடுக்குமாடிக் குடியிருப்பின் கீழ்த் தளத்தில் இருந்தது, அந்தச் சிறிய கிளினிக். அன்று மாலை கிருஷ்ணனை டாக்டரிடம் அழைத்துச் செல்வதற்கென்றே 4 மணிக்கெல்லாம் வீட்டுக்கு வந்திருந்தாள் அனிதா. அந்த கிளினிக்கை நடத்திய பெண் மருத்துவர் அனிதாவின் சிநேகிதி.

கிளினிக்கின் காத்திருப்பு அறையிலிருந்த சில பிளாஸ்டிக் நாற்காலிகள் காலியாகத்தான் இருந்தன. ஒரு நடுத்தர வயதுப் பெண்மணி மட்டும் இருந்தார். ஒரு இளம்பெண், டாக்டர் அறையிலிருந்து வெளியில் வந்து, இவர்களை உள்ளே போகும்படி சொன்னாள். அவன் டாக்டருக்குப் பக்கத்தில் போடப்பட்டிருந்த ஸ்டூலில் உட்கார்ந்துகொண்டான். டாக்டருக்கு எதிரில் இருந்த சேரில் அனிதா அமர்ந்துகொண்டாள். டாக்டரும் அனிதாவும் பரஸ்பரம் மேற்கொண்ட சில விசாரிப்புகளுக்குப் பிறகு, அவனிடம் தன் கவனத்தைத் திருப்பினார் டாக்டர். அவன் தன் உடலில் ஏற்பட்டிருக்கும் பிரச்சனையைச் சொன்னான். கால், கை செயல்பாட்டில் ஏற்பட்டிருக்கும் குறைகளைத் தவிர, வேறு எந்தப் பிரச்சனையும் இல்லை என்பதைத் தெளிவுபடுத்திக்கொண்ட அவர் சற்று யோசித்தார். பின்னர் அவனிடம், உடலில் எங்காவது வெள்ளைப் புள்ளிகள் இருக்கிறதா என்று கேட்டார். அப்படியேதும் இருப்பதாகத் தெரியவில்லை என்றான் கிருஷ்ணன். அவர் அவனுடைய இரு கைகளையும் முன்னும் பின்னுமாகக் கவனமாகப் பார்த்தார். தோல் நிறம் வெளுத்த ஒரு மிகச் சிறிய வெண்புள்ளி, இடது கையின் பின்புறம் இருப்பதைக் கண்டார். அப்புள்ளியின் மீது ஒரு ஊசி முனையால் குத்தினார். "ஏதும் உணர்ச்சி இருக்கா..." என்று கேட்டார். இருந்தது. "இன்னும் ஒரு வாரம் போகட்டும்.

ஒருவேளை இது லெப்ரஸியின் ஆரம்ப அறிகுறியா இருக்கலாம்னு தோணுது... எதுக்கும் உடம்பில வேறெங்கயாச்சும் வெள்ளைப் புள்ளிங்க இருக்கானு நல்லா பாத்துட்டு வந்து சொல்லுங்க... அந்த ஸ்கின்னை டெஸ்டுக்கு அனுப்பி பாக்கலாம்... ஒண்ணும் பயப்படாதீங்க... இது ஒரு சந்தேகம், அவ்வளவுதான்... அதை 'க்ளியர்' பண்ணிக்கிட்டா நல்லதுதானே" என்றார். கிருஷ்ணன் தலையாட்டினான். இருவரும் நன்றி சொல்லி விடை பெற்றார்கள்.

வீடு வந்து சேரும்வரை இருவரும் எதுவும் பேசிக்கொள்ள வில்லை.

வீட்டுக்கு வந்து கொஞ்சம் ஆசுவாசப்படுத்திக் கொண்ட பிறகு, "கவலையா இருக்கா கிருஷ்ணா" என்று கவலையோடு கேட்டாள் அனிதா.

"அதெல்லாம் ஒண்ணுமில்லை அனிதா... எனக்கென்னமோ அவங்களுக்கு என்னோட இந்த பிரச்சனையை சரியா கண்டுபிடிக்கத் தெரியலையோனு தோணுது. இப்படியொரு கேஸை இதுக்கு முன்னாடி அவங்க பாத்திருக்க மாட்டாங்க போல..." என்றான் கிருஷ்ணன்.

"சரி, இப்ப என்ன செய்யலாம்? ஒரு பெரிய ஹாஸ்பிடலுக்குப் போய் பாத்திடுவோமா..."

"அதெல்லாம் வேணாம் அனிதா. டிரிப்ளிகேன்ல எனக்குத் தெரிஞ்ச ஒரு பெரிய டாக்டர் இருக்கார்... கெட்டிக்காரர். நாளைக்கு சாயந்தரம் அவரப் போயி பாக்கிறேன்... அவர் என்ன சொல்றாருனு பாக்கலாம்..."

"ஓகே... நாளைக்கு அவரையும் பாத்துடலாம்..." என்றாள் அனிதா.

"நம்ம ஆர்டிஸ்ட் நடேஷ் மூலமாதான் அவர் எனக்குப் பழக்கம்... நடேஷை வரச் சொல்லி அவரோட போய் பாத்துட்டு வர்றேன்... நீங்க உங்க டில்லி மீட்டிங்குக்கான வேலைகளைப் பாருங்க..." என்றான் கிருஷ்ணன்.

சரி என்பதுபோல் தலையசைத்தாள் அனிதா.

உடனடியாக, நடேஷ் வீட்டுக்கு ஃபோன் செய்தான். நடேஷின் அப்பா முத்துசாமி எடுத்தார். பரஸ்பர நலன் விசாரிப்புகளுக்குப்

பின்னர், “நடேஷ் வெளியில போயிருக்கான்... வந்ததும் பேசச் சொல்றேன்” என்றார் முத்துசாமி. அனிதாவின் எண்ணைக் கொடுத்தான். குறித்துக்கொண்டார்.

டாக்டர் திருநாவுக்கரசைப் பார்த்துவிட்டால் இந்தப் பிரச்சனைக்கு விடிவு கிடைத்துவிடும் என்று கிருஷ்ணனுக்கு உறுதியாகத் தோன்றியது. டாக்டர் திருநாவுக்கரசு கிளினிக் திருவல்லிக்கேணியில் ஒரு குறுகிய தெருவில் இருக்கிறது. அவர் மருத்துவ நூல் ஒன்றும் எழுதியிருக்கிறார். இலக்கிய வாசிப்பிலும் ஆர்வமுள்ளவர். நவீன ஓவியத்தில் பரிச்சயமும் ஈடுபாடும் இருந்தது. அவருடைய அந்த மருத்துவ நூல் உருவாக்கத்தின்போது, நடேஷ் கேட்டுக்கொண்டதால் கிருஷ்ணன் அதில் அவருக்கு உதவியாக இருந்தான். அந்தப் புத்தகத்தைத் தயாரித்துக் கொடுக்கும் முழுப் பொறுப்பையும் ஏற்றுக்கொண்டான். அப்போது அவர்களுக்கிடையே நல்ல நட்பு உருவாகியிருந்தது. புத்தகத்துக்கான தாளைத் தேர்ந்தெடுக்க அவரும் பாரீஸ் ஆண்டர்சன் தெருவிலுள்ள ஸ்டார் பேப்பர் மார்ட்டிற்கு அவனோடு வந்தார். இருவரும் அவருடைய காரில் போனார்கள். தாள் தேர்வு முடிந்து திரும்பும்போது, மதியம் அவனுக்குப் பிடித்த ஹமீதியாவில், அதன் மாடி ஏசி அறையில், ஸ்பெசல் ஆவக்காய் ஊறுகாயோடு இருவரும் மட்டன் பிரியாணி சாப்பிட்டார்கள். இதெல்லாம் நடந்தது, ஒரு வருஷத்துக்கு முன்னால். இப்போது அவர் தொடர்பில் இல்லை. அவர் இரவு 8 மணிக்கு மேல்தான் திருவல்லிக்கேணி கிளினிக் வருவார். அவர் வருவதற்கு முன்பாகவே கிளினிக்கின் முன்னறை, நோயாளிகளாலும் உடன் வந்தவர்களாலும் நிரம்பி இருக்கும். ஒரு உதவியாளர் எல்லோருக்கும் டோக்கன் கொடுத்திருப்பார். டாக்டர் வந்ததும் டோக்கன் வரிசைப்படி ஒவ்வொருவராகச் செல்வார்கள். அவர் கிளினிக்கை முடித்துவிட்டுக் கிளம்ப இரவு 11 மணிக்கு மேலாகிவிடும். கெட்டிக்கார டாக்டர் மட்டுமல்ல, ராசியான டாக்டரும்கூட.

இரவு சாப்பாட்டு மேசையின் முன்னிருந்து சாப்பிடும்போது, “எதுக்கும் உடம்பில எங்கயாச்சும் வெள்ளப் புள்ளிங்க இருக்கானு ஒரு முறை நல்லா பாருங்க கிருஷ்ணன்” என்றாள் அனிதா. சரி என்பது போலத் தலையாட்டினான் கிருஷ்ணன்.

அதேபோல, இரவு தூங்குவதற்கு முன், பாத்ரூம் சென்றபோது, தன்னால் முடிந்த அளவு, உடலைக் கவனித்துப் பார்த்தான்.

வெண்புள்ளிகள் ஏதும் தென்படுகிறதா என்று முன்னும் பின்னுமாக உற்றுப் பார்த்தான். அப்படி ஏதும் அகப்படவில்லை. இது, ஏதோ ஒரு பெரிய நோயின் அறிகுறியா அல்லது இந்தத் தாக்குதல்தான் நோயா என மனம் குழம்பிக்கொண்டிருந்தது.

அனிதா அவனருகில் வந்தமர்ந்து அவனுடைய வலது கையைத் தன் கையில் எடுத்து வைத்துக்கொண்டு, "ஒண்ணும் கவலைப் படாதீங்க... எதுன்னாலும் பாத்துக்கலாம்..." என்றாள். அவன் ஒரு அசட்டுச் சிரிப்போடு அனிதாவைப் பார்த்துத் தலையசைத்தான். அவனுடைய தோளில் கை போட்டவாறு, மெல்ல அவனை அணைத்துக்கொண்டாள்.

"இங்க நீங்க தனியா தூங்க வேண்டாம். என்னோட பெட்ரூம்ல படுத்துக்கங்க... அங்க இன்னும் கொஞ்சம் வசதியா இருக்கும்" என்றாள்.

"பரவாயில்ல அனிதா... இங்க படுத்துக்கிறதுல ஒரு பிரச்சனை யுமில்லை..." என்றான் கிருஷ்ணன்.

அனிதா எழுந்து அவனுடைய கையைப் பிடித்து, "வாங்க போகலாம்" என்றாள். அவனும் எழுந்து அனிதாவின் கை பற்றியபடி அவளுடைய அறைக்குச் சென்றான்.

கட்டிலில் ஓர் ஓரமாய் தயக்கத்துடன் கிருஷ்ணன் படுத்துக் கொண்டான். அது விசாலமான இரட்டைக் கட்டில்தான். இருந்தாலும் அவனுடைய இயல்பான சங்கோஜத்துடன் ஓர் ஓரமாய் படுத்துக்கொண்டான். முன்னர் நடந்த ஒரு நிகழ்வின் பாதிப்பும் நினைவிலிருந்து நீங்காமல் இருந்து, அவனை இயல்பாய் இருக்க விடாமல் இன்னமும் தடுத்துக்கொண்டிருந்தது.

அனிதா, டேப் ரிக்கார்டரில் ஒரு கேசட்டைப் போட்டுவிட்டு வந்து, "நீங்க தூங்குங்க... எனக்கு டில்லி மீட்டிங்குக்குக் கொஞ்சம் பிரிப்பேர் பண்ண வேண்டியிருக்கு... நான் ஹால்ல இருந்து ஒர்க் பண்ணிட்டு அப்புறமா வந்து படுத்துக்கறேன்..." என்றபடி, தன்னுடைய லேப்டாப்பை எடுத்துக்கொண்டு முன்னறைக்குச் சென்றாள்.

கிருஷ்ணன் படுத்திருந்தபடியே அவளை ஏறிட்டுப் பார்த்து தலையாட்டினான். பன்னாலால் கோஷின் புல்லாங்குழல், இரவின் ஏகாந்தத்தில் அதி அற்புதமாய் இசைத்துக்கொண்டிருந்தது.

சி. மோகன் | 69

லேப் டாப்புடன் முன்னறைக்கு வந்த அனிதா, முன்பு கிருஷ்ணன் படுத்திருந்த சோபாக் கட்டிலில் அமர்ந்தாள். கிருஷ்ணனுடைய உடல் நலப் பிரச்சனை புதிரானதாக மாறி வருவது அனிதாவுக்கும் கலக்கத்தை ஏற்படுத்தியிருந்தது. கிருஷ்ணன் திங்கள்கிழமை காலையில் வந்தபோது, காலில் ஏதோ சின்னப் பிசகு என்று சாதாரணமாகத்தான் நினைத்திருந்தாள். இடது காலில் பிரச்சனை என்று வந்தவருக்கு இந்த இரண்டு நாட்களில் இடது கையும் வலது காலும் கூட சரியான செயல்பாட்டை இழந்துவிட்டன. ஏதும் விபரீத பிரச்சனையாக இருந்துவிடக் கூடாது என்றெல்லாம் மனம் யோசனையில் அலைந்துகொண்டிருந்தது. நாளை நடேஷுடன் போய்ப் பார்க்க இருக்கும் டாக்டராவது, கிருஷ்ணனுக்கு ஏற்பட்டிருக்கும் இந்தப் பிரச்சனையைக் கண்டறிந்துவிட்டால், அடுத்து தீர்வுக்கான சிகிச்சையை மேற்கொள்ளலாம். ஆனால் இன்னும், என்ன நோய் என்றே கண்டறியப்படாமல் இருக்கிறது. இன்று அவர்கள் சென்று பார்த்த அவளுக்குத் தெரிந்த பெண் மருத்துவர், இது ஒருவேளை தொழுநோயின் ஆரம்ப அறிகுறியாக இருக்கலாம் என்று தோன்றுவதாகச் சந்தேகப்பட்டது வேறு அனிதாவுக்குக் கவலையளித்தது. கிருஷ்ணன் முன்பாக அதை அவள் காட்டிக் கொள்ளாவிட்டாலும் மனம் பரிதவித்தது. என்ன பிரச்சனை என்றாலும் பார்த்துக்கொள்ளலாம்; கிருஷ்ணனை எப்படியாவது உடன் வைத்து நன்கு பார்த்துக்கொள்ள வேண்டும், விட்டுவிடக் கூடாது என்று தீர்மானித்துக்கொண்டாள். ஆனால் கிருஷ்ணன் அவளை சார்ந்திருக்க ஒத்துழைப்பானா என்ற சந்தேகமும் அனிதாவுக்கு இருந்தது.

இதற்கிடையில்தான் வரும் வெள்ளிக்கிழமை அவள் தில்லி செல்ல வேண்டிய கட்டாயமிருக்கிறது. அந்த நாட்களில் அவள் அவனுக்குப் பக்கத்தில் இருக்க முடியாது என்பதைத் தவிர, கிருஷ்ணன் இங்கு தங்கி இருப்பதில் ஒரு பிரச்சனையும் இல்லை. ஜோதி உணவு தயாரித்துக் கொடுத்து விடுவாள். கிருஷ்ணன் விரும்பினால் நண்பர்களையும் வரவழைத்துக் கொள்ள முடியும்... ஆனால் கிருஷ்ணன் தங்கி இருக்க வேண்டுமே என்று யோசித்தபடியே அந்த சோபாக் கட்டிலில் படுத்துக்கொண்டாள். கிருஷ்ணனின் வாசனை படுக்கையில் படர்ந்திருப்பதாகத் தோன்றி மெல்லிய சிலிர்ப்பை ஏற்படுத்தியது.

6
மூன்றாம் நாள் காலை

காலை 7 மணியளவில் தொலைபேசி ஒலித்தது. அனிதாதான் எடுத்தாள்.

"கிருஷ்ணனுக்குக் கொஞ்சம் முடியலை நடேஷ்..."

"இப்ப நம்ம வீட்டிலதான் இருக்கார்..."

"மூணு நாள் ஆச்சு நடேஷ். கால் கை ஃபங்ஷன் சரியா இல்லை..."

"என்ன பிரச்சனைனு தெரியலை... டாக்டர் திருநாவுக்கரசுவைப் போய்ப் பாக்கணும்கிறார். உங்களுக்குத் தெரிஞ்சவராமே... அது விஷயமா பேசறதுக்காகத்தான் நேத்து நைட் உங்களைக் கூப்பிட்டார்..." என்று அனிதா தொலைபேசியில் பேசியபடியே கண்களால் கிருஷ்ணனை அழைத்தாள். கிருஷ்ணனும் கால்களைத் தரையோடு தரையாகத் தேய்த்துத் தேய்த்து, இப்போது அவனுக்குப் பழகிப்போயிருந்த விசித்திர நடையில் அனிதாவின் அருகில் சென்றான்.

அவன் நடந்து வரும் தினுசைக் கவலையோடு பார்த்தபடியே அனிதா, "இருங்க கிருஷ்ணன்ட்ட கொடுக்கிறேன்" என்று, ரிஸீவரை அவனிடம் கொடுத்தாள்.

அதை வாங்கிய கிருஷ்ணன், "சாயந்தரம் டாக்டர் திருநாவைப் போய்ப் பாக்கணும்... வர முடியுமா நடேஷ்" என்று எடுத்த எடுப்பில் கேட்டான்.

"கண்டிப்பா வர்றேன்... என்னாச்சு இப்ப திடீர்னு..."

"என்னனே தெரியலை நடேஷ்... திடீர்னு இப்படி ஆயிடுச்சு... திங்கக்கிழமை காலைல எந்திரிக்க முடியாம போயிடுச்சு... ரெண்டு நாள் ரெஸ்ட் எடுத்தா சரியாப் போயிடும்னுதான் அனிதா வீட்டுக்கு

வந்தேன்... ஆனா இந்த ரெண்டு நாள்ல கால் கை ரெண்டுமே தகராறு பண்ண ஆரம்பிச்சிடுச்சு... சரி நீங்க வாங்க... நேர்ல பேசிக்கலாம்..."

"மதியமா ரெண்டு மணிக்கெல்லாம் வந்துடறேன். எங்கயாவது ரவுண்ட்ஸ் அடிச்சுட்டு அப்படியே சாயந்தரமா போய் அவரைப் பாத்துடலாம். ஆனா, அந்த மனுசன் 8 மணிக்குத்தானே கிளினிக்கே வருவாரு... சரி நான் வர்றேன்... கொஞ்ச நேரம் பேசிக்கிட்டு இருந்துட்டு சாயந்தரம் எல்கேல நடக்கிற பசங்களோட எக்ஸிபிஷன் இனாக்ரேஷனுக்குப் போயிட்டு அதுக்கப்புறம் டிரிப்ளிகேன் போகலாம்... நீங்க வந்தா பசங்க குஷியாயிடுவாங்க..."

"சரி நடேஷ்... வாங்க போகலாம். எனக்கும் எல்கே போனா மனசுக்குக் கொஞ்சம் தெம்பா இருக்கும்னு தோணுது..."

"ஸ்கூட்டர்ல உக்கார முடியுமா..." என்று திடீரென ஒரு சந்தேகத்தை எழுப்பினான் நடேஷ்.

"அதெல்லாம் முடியும்னுதான் நினைக்கிறேன்... வாங்க பாத்துக்கலாம்..." என்றபடி தொலைபேசியை வைத்தான் கிருஷ்ணன்.

அனிதா அலுவலகம் கிளம்பும்போது, வழக்கம்போல் அவனை மெல்ல அணைத்தபடி, "சாயந்தரம் டாக்டரைப் பாத்துட்டு ஃபோன் பண்ணுங்க... உங்க பேண்ட்ல இருந்த பர்ஸில கொஞ்சம் பணம் வச்சிருக்கேன்..." என்று மெல்லிய முறுவலோடு சொன்னாள். அவன் ஏதும் சொல்ல அறியாது அவளுக்குக் கை அசைத்தான். இதற்கெல்லாம் என்ன கைம்மாறு செய்யப் போகிறோம் என்ற மலைப்போடு கட்டிலில் வந்து சோர்ந்து உட்கார்ந்தான். இதற்கு மேலும் அனிதாவுக்கு உபத்திரவம் கொடுக்கக் கூடாது. சீக்கிரமே மாற்று வழி காண வேண்டும். எவ்வளவு சீக்கிரம் முடியுமோ அவ்வளவு சீக்கிரத்தில் ஒரு சிறு அறை எடுத்துக்கொண்டு தனதான ஒரு எளிய வாழ்க்கையை அமைத்துக்கொண்டுவிட வேண்டும் என்பதுதான் அவனுக்குத் தோன்றிய ஒரே யோசனை. ஒரு சிறு அறை எடுத்துத் தங்கும் எண்ணம், கடந்த சில மாதங்களாகவே அவ்வப்போது வந்துகொண்டிருந்த ஒன்றுதான். ஆனால் அதற்கான எந்த முயற்சியையும் அவன் முனைப்போடு எடுக்கவில்லை. ஏதோ ஒரு நிச்சயமின்மை அதற்குத் தடையாக இருந்தது. அவன் உருப்படுவதற்கு எஞ்சியிருக்கும் ஒரே வழி அது மட்டும்தான் என்பது இப்போது உறுதிப்பட்டது. இனியும் தாமதிக்காமல் அதைச்

செய்து முடிக்க வேண்டும். அப்படியான ஒன்றை அமைத்து, தன் போக்கில் தனித்திருந்து, இந்த வாழ்க்கையைத் தொடர முடிந்தால் எவ்வளவு நன்றாய் இருக்கும் என்று நினைத்துக்கொண்டான். கொஞ்சம் முயற்சி செய்தால் முடியக்கூடியது மட்டுமல்ல, சமாளிக்கவும் கூடிய ஒன்றுதான்.

புத்தக உருவாக்கம் சார்ந்த சகல அம்சங்களிலும் அவனுக்குப் போதிய அறிவு இருக்கிறது. பிரதியைச் செம்மைப்படுத்துவது தொடங்கி அதனை வடிவமைப்பு செய்து புத்தகமாக்குவது வரை அவனுக்கு அறிவும் திறமையும் இருக்கிறது. இன்றைய பதிப்புச் சூழலில் அதற்கு ஒரு தேவையும் இருக்கிறது. அது தவிர, எழுதுவது, மொழிபெயர்ப்புப் பணிகளை மேற்கொள்வது எனவும் தொடர்ந்து செயல்பட்டு வரலாம். அவன் பெற்றிருக்கும் இந்தத் திறன்கள் அவனுடைய வாழ்வின் சங்கடங்களை ஓரளவாவது நிச்சயம் குறைக்கும் என்பதில் சந்தேகமில்லை. அவனுடைய வாழ்விலும் வாழ்க்கை முறையிலும் சரிவரப் பிடிபடாத பல விஷயங்கள் இருக்கின்றன. அவை அவனுடைய தேர்வா, விருப்பமா, அப்படியாக நேர்ந்ததா என்று தெளிவாக இல்லை. ஆனால், அவன் ஏற்றுக்கொண்ட கலை நம்பிக்கையும், வளர்த்துக்கொண்ட புத்தகத் தொழில் சார்ந்த திறன்களும் அவனுடைய தேர்வுதான் என்பதில் சந்தேகமில்லை. இப்படியான ஒரு தேர்வு பொருளாதார ரீதியான பெரிய பலன்களைத் தராமல் போகலாம். ஆனால், நிச்சயம் ஒரு எளிய வாழ்க்கைக்குப் போதுமானதாகவும் மன நிறைவானதாகவும் இருக்கும். யோசித்துப் பார்த்தால் இதைத் தவிர வேறு ஏதாவது அவனுக்கு செய்யத் தெரியுமா என்றும் தெரியவில்லை.

ஆக, தனக்குத் தெரிந்ததைச் செய்துகொண்டு, அதன் சாதக பாதகங்களுடனும் அதேசமயம் மனநிறைவுடனும் வாழ்ந்திருப்பதற்கு முதலில் அவனுக்கான ஒரு இடம் வேண்டும். ஒரு சிறு அறை போதும். அதை அவனால் வீடாக பாவித்துக்கொள்ள முடியும். ஓர் ஒழுங்குக்குள் வரவும், உருப்படியாகக் காரியங்கள் ஆற்றவும் இது அவசியம் என்பது உறுதியாகப் பட்டது. அப்படியொன்றும் அவன் சோம்பித் திரிபவனில்லை. அவனுக்குப் பிடித்தமான காரியங்களைச் செய்யும்போது அவனிடம் அபார சக்தி வெளிப்படுவதையும் ஒரு பித்து நிலை ஆட்கொள்வதையும் அவன் உணர்ந்திருக்கிறான்.

அறை எடுப்பது குறித்த தன்னுடைய விருப்பத்தை நடேஷிடம் பேசிப் பார்க்க வேண்டும் என்ற முடிவுக்கு வந்தான். ஒரு நாள் ஸ்கூட்டரில் நடேஷுடன் சுற்றினால் போதும்; ஒரு வீட்டின் தனியறையை அமர்த்திவிடலாம்.

கொந்தளிப்பும் கொண்டாட்டமும் ஒன்றையொன்று மேவிக் கலந்து உயிர் கொண்டியங்கும், அதீத வெளிப்பாட்டு வடிவமென எப்போதும் ததும்பிக்கொண்டிருக்கும் இளம் கலைஞன் நடேஷ். முதல் நாள் இரவு மிதமிஞ்சிக் குடித்துவிட்டு ஒரு தருணத்தில் குதூகலமாய்க் கொண்டாடுவதிலாகட்டும், மறு தருணத்தில் கோபம் கொண்டு கொந்தளிப்பதிலாகட்டும் எவ்வித பாசாங்குமற்று வெளிப்படும் அசலான ஜீவன். மறுநாள் காலை, இரவுக் குடிக்கு மாற்றாக, மாங்குமாங்கென நடைப்பயிற்சி மேற்கொள்வதிலும் அதே உக்கிரம் வெளிப்பட்டபடி இருக்கும். நடைப்பயிற்சியின் போது, கைகளையும் கால்களையும் ஆவேசமாய் உதறி வீசியபடி அவன் நடந்து செல்லும்போது இதுவரையான எல்லாக் கடவுள்களையும் துர்தேவதைகளையும் கைகளால் விசிறி எறிந்தும் கால்களால் எத்தித் தள்ளியும் செல்வது போலிருக்கும். கடவுள்களை அவன் ஒதுக்கித் தள்ளினானா அல்லது அவர்கள் அவனைக் கைவிட்டார்களா என்பதைத் தீர்மானமாகச் சொல்லிவிட முடியாது. இரண்டுமாகவும் இருக்கலாம். அதனால்தானோ என்னவோ அவன் எப்போதும் தனக்கான ஒரு புதிய கடவுளைக் கண்டடைந்துவிடும் ஆவேசத்தோடும் நம்பிக்கையோடும் இருக்கிறான். அவனுடைய இருப்பையும் படைப்பையும் அதுதான் தீர்மானித்துக்கொண்டிருந்தது. அதில் அவன் சலிப்படையும் போதோ, சோர்வடையும் போதோ அவன் மனம் அதலபாதாளத்துக்கு அதிவிரைவாக நழுவிச் செல்லும்; சமயங்களில் தற்கொலை மனோபாவமும் மனதில் கவியும். அதேசமயம், நான் நூறு வருஷங்கள் வாழ்வேன்; அதற்கான எல்லாத் திட்டங்களும் என்னிடம் இருக்கின்றன என்பான் ஒருநாள். குடிச்சுக் குடிச்சே சீக்கிரம் செத்துடுவேன்னு தோணுது என்பான் பிறிதொரு நாள்.

மதுரையிலிருந்து கிருஷ்ணன் சென்னைக்குக் குடியேறிய ஆரம்ப நாட்களிலிருந்து அவனுக்கு நெருக்கமாகிவிட்ட இதமான நட்பு நடேஷ். கிருஷ்ணன் மதுரையில் இருந்த இளம் வயதுக் காலத்தில், அவனுடைய சிறு பத்திரிகை இயக்கச் செயல்பாடுகள்

காரணமாக, மத்திய வயதிலிருந்த நடேஷின் அப்பா முத்துசாமி, கிருஷ்ணனுக்குப் பழக்கம். இன்று கிருஷ்ணன் நடுத்தர வயதிலிருக்கும்போது, முத்துசாமியின் மகன் நடேஷ் நெருக்கம். கிருஷ்ணனின் இளம் வயதுக் காலத்தில் அதிகமும் சுந்தர ராமசாமி, தர்மு சிவராம், வெங்கட் சாமிநாதன், முத்துசாமி என மூத்த எழுத்தாளர்களோடுதான் அவனுக்கு நட்பு இருந்தது. அதில் ஒரு கர்வமும் அவனுக்கிருந்தது. இன்று கலை நம்பிக்கையுடன் இயங்கும் இளைஞர்களிடம்தான் அவன் அதிகமும் தொடர்பிலிருக்கிறான். அவனைச் சுற்றி இளைஞர்கள் இருப்பதில் ஒரு பெருமிதம் இப்போது அவனுக்கிருக்கிறது.

1983 ஜூன் 3ஆம் தேதி, தன்னுடைய 31 ஆவது வயதில் 'க்ரியா'வில் பணியேற்கும் நிமித்தமாக சென்னை வந்ததிலிருந்துதான் கிருஷ்ணனின் சென்னை வாழ்க்கை தொடக்கம். ஒரு இளம் ஓவியனாக க்ரியாவுக்கு வந்துகொண்டிருந்த நடேஷிடம் சென்னை வாழ்வின் தொடக்கத்திலிருந்தே பழக்கம் என்றாலும் 1986இல் க்ரியாவிலிருந்து வெளியேறி மிதிலா அச்சகம் நடத்திய காலத்தில்தான் நெருக்கம் ஏற்பட்டது. கிருஷ்ணன் அச்சகத்தைப் பெரும் நஷ்டத்துடன் கைவிட்டான். சம்பாதிக்காவிட்டாலும் பரவாயில்லை, நஷ்டமடையாமல் இருந்தாலே போதும் என்ற எண்ணத்தில் தோன்றியது இம்முடிவு. பின்னர், ஏதேதோ வழிகளில் வாழ்வை நகர்த்தியபோதிலும் இன்று வரை உத்வேகமளிக்கும் ஒன்றாக நடேஷின் நட்பு நீடித்துக்கொண்டிருக்கிறது.

சென்னை மாநகரின் ஆடம்பரப் பகுதிகளை கிருஷ்ணனுக்கு அறிமுகப்படுத்தியவன் அவன்தான். திடீரென ஸ்கூட்டரில் வந்து, "கிளம்புங்க, ஒரு நல்ல பார் போகலாம்" என ஏதேனும் ஒரு உயர்தர உணவு விடுதியின் பாருக்கு அழைத்துப் போவான் ஒருநாள். சமயங்களில் பக்கத்திலிருக்கும் ஒயின் ஷாப் பார்களுக்கும் போவார்கள். அப்போது அவன் வசமிருக்கும் பணம்தான் இதை எல்லாம் தீர்மானிக்கும். இன்னொரு நாள், "பெட்ரோல் போட துட்டில்லை ஒரு பதினைஞ்சு ரூபா கொடுங்க" என்று வந்து நிற்பான். எந்த ஒன்றின்போதும் அவனுடைய குரலின் துள்ளலில் ஒரு மாற்றமும் இருக்காது.

நடேஷ் இன்று மதியம் வருவதாகச் சொல்லியிருப்பது ஆறுதலாக இருந்தது. மூன்று நாட்களாக அனிதா வீட்டிலேயே முடங்கிக் கிடப்பதிலிருந்து சற்று ஆசுவாசமாக நடேஷின் வருகை இருக்கும் என்று நினைத்துக்கொண்டான். தனியாக இருப்பதில் அவன்

எப்போதுமே தனிமையை உணர்ந்ததில்லை. ஆனால், பிணிக்காலத் தனிமை என்பது வேறான ஒன்றுதான் போல. இச்சமயத்தில் அனிதாவும் கடுமையான பணிச் சுமையில் இருப்பதை அவனால் உணர முடிந்தது. சமீப காலமாக, இணக்கமான கலை இலக்கிய நண்பர்களைச் சந்திப்பது, உரையாடுவது, கிடைப்பதை உண்பது, குடிப்பது, ஏதோ ஒரு இடம் போய் உறங்குவது என்றே நாட்கள் நகர்ந்துகொண்டிருந்தன. ஒரே இடத்தில் தனியாக முடங்கிக் கிடப்பது இந்த மூன்று நாட்களாகத்தான். கால் கை முடங்கிப் போனதால் நிகழ்ந்துவிட்ட முடக்கம்.

நடேஷுடன் உரையாடுவதென்பது கிருஷ்ணனுக்கு மிகவும் உகந்த காரியம். கலை இலக்கியம் பற்றி மட்டுமல்ல; ஆண் பெண் உறவுகள், பெண்கள், பாலியல் வேட்கை என எது குறித்தும் பாசாங்குகளின்றி உரையாடுவதற்கான சுதந்திரமான மன வெளி கொண்டவன். அவனோடு போய் திருநாவைச் சந்தித்துவிட்டால் தன்னுடைய இந்தப் பிரச்சனை சரியாகி விடுமென்றும், அதன் பின் தன் இயல்பான அலைச்சலைத் தன்னால் தொடர முடியும் என்றும் ஒரு திடமான நம்பிக்கை அவனுக்கு ஏற்பட்டிருந்தது.

நடேஷ் வரும் வரை கொஞ்சம் நேரம் படுத்திருக்கலாம் என உடம்பைக் கிடத்தினான். எப்போது வேண்டுமானாலும் எவ்வளவு நேரம் என்றாலும் தூங்க முடிகிற ஒரு பாக்கியம் அவனுக்கு வாய்த்திருந்தது. தூங்கும்போது நம்மால் யாருக்கும் எந்த பிரச்சனையும் இல்லை; அது போல மற்றவர்களால் நமக்கும் ஒரு பிரச்சனையும் இல்லை என்றுவேறு அதற்கு நியாயம் கற்பித்துக்கொள்வான். உடல் நைந்துபோயிருக்கும் இச்சமயமும் தனிமையும் அவனுடைய தூக்கத்திற்கு உறுதுணையாக இருந்தன.

மதியம் இரண்டு மணியளவில் கிருஷ்ணனுக்கு விழிப்பு தட்டியது. நடேஷ் வந்திருக்கவில்லை. வந்துவிடுவான். அதற்குள் மதிய உணவை முடித்துக்கொள்ளலாம் என நினைத்தான். உணவு மேசையின் முன் அமர்ந்து, கிருஷ்ணன் எலுமிச்சை சாதத்தையும் அப்பளம் வடகங்களையும் தட்டில் போட்டுக்கொண்டு சாப்பிட ஆரம்பித்தபோதுதான், வலது கை விரல்களும் ஒன்றுகூடி இயங்க முடியாமல் இருப்பதை உணர்ந்தான். விரல்கள் கூட்டி சாதத்தை எடுக்க முடியவில்லை. ஒன்றிரண்டு பருக்கைகள் மட்டுமே ஒட்டிக்கொண்டு வந்தன. சட்டென பயம் தொற்றிக்கொண்டது. பட

படப்பில் கை உதறல் மேலும் கூடியது. இரண்டு மூன்று தடவை அவனை அறியாமலேயே தட்டிலிருந்து மீண்டும் மீண்டும் சாதத்தை எடுக்க முயற்சி செய்து பார்த்தான். ஒன்றும் கைகூடவில்லை. இரண்டு கால்களும் இரண்டு கைகளும் தம் இயல்பான செயல் திறனை இழந்திருக்கின்றன. அவனுடைய கால்களும் கைகளும் விளங்காமல் போய்க்கொண்டிருக்கின்றன. நேற்று இரவு பார்த்த டாக்டர் வனஜா சந்தேகப்பட்டது போல தொழுநோயின்ன் தொடக்க அறிகுறியாக இருக்குமோ என்ற சந்தேகம் இப்போது அவனுக்கும் ஏற்பட்டது. இன்று இரவு டாக்டர் திருநாவுக்கரசைப் போய்ப் பார்த்துவிட்டால் எல்லாம் தெளிவாகிவிடும் என்ற சமாதானம் மட்டுமே மனதில் எஞ்சியிருந்தது. அவன் பணியாற்றிய 'டாக்டர் இல்லாத இடத்தில்' நூலில் இந்த அறிகுறிகள் பற்றி ஏதும் சொல்லப்பட்டிருக்கிறதா என்று மண்டையைப் போட்டுக் குழப்பிக்கொண்டான். எத்தனையோ முறை அந்த நூலின் மொழிபெயர்ப்பில் திரும்பத் திரும்ப, எளிமைக்காகவும் தெளிவுக்காகவும் வேலை பார்த்திருக்கிறான். ஆனாலும் இந்த அறிகுறிகள் பற்றியும் அவற்றை விளைவிக்கும் நோய் பற்றியும் ஏதும் சொல்லப்பட்டிருப்பதாக நினைவில் தட்டவில்லை. மனதில் கலவரம் சூழ்ந்துகொண்டிருந்தது. எழுந்து சென்று ஒரு ஸ்பூனை எடுத்து வந்து, ஸ்பூன் மூலம் எடுத்து சாப்பிட்டான். ஸ்பூனில் எடுத்து வாய்க்குக் கொண்டு வருவதற்குக் கை உதறல் கொஞ்சம் சிரமம் கொடுத்ததைத் தவிர வேறு பிரச்சனையில்லை. நன்றாகக் குனிந்து வாயை ஸ்பூனுக்கு அருகில் கொண்டு வந்தபோது சிரமம் வெகுவாகக் குறைந்திருந்தது. தேவைகள் புதிய வழிகளைத் திறந்து வைக்கின்றன. என்னவென்று அறியாத குழப்பத்திலும் கவலையிலும் பயத்திலும் அவனை ஆழ்த்தியிருக்கும் இந்த விநோத நோய், பழக்கவழக்கங்களில் அவனை ஒரு ஐரோப்பியனாக மாற்றிக்கொண்டு வருவதை நினைத்து அந்த இருண்ட நிலையிலும் அவன் மனம் புன்னகைத்துக் கொண்டது. சாப்பிட்டு முடித்ததும், ஆடைகளை எல்லாம் கழற்றிவிட்டு உடலில் எங்காவது வெண்புள்ளிகள் தென்படுகின்றனவா என்று பகல் வெளிச்சத்தில் மீண்டும் ஒருமுறை கவனமாகப் பார்த்தான். அப்படியேதும் தெரியவில்லை.

விரல்களின் உதறல்களோடு சிரமப்பட்டு ஒரு சிகரெட்டை எடுத்துப் பற்ற வைத்துக்கொண்டான். அழைப்பு மணி ஒலித்தது. நடேஷ்தான். "வாங்க..." என்று புன்முறுவலோடு சொன்னான்

கிருஷ்ணன். உள்ளே நுழையும்போதே, “என்ன இப்படி திடீர்னு...” என்று கேட்டவன், கதவைச் சாத்திவிட்டு திரும்பி வந்த கிருஷ்ணனின் நடையைப் பார்த்துவிட்டுப் பதறிப் போனான்.

இருவரும் கட்டில் வடிவ சோபாவில் உட்கார்ந்தார்கள். திங்கள்கிழமை காலையில் படுக்கையிலிருந்து எழுந்திருக்க முடியாமல் போனதிலிருந்து, இப்போது மதியம் சாப்பிடும்போது தெரிந்த கோளாறு வரையான இந்த மூன்று நாட்களின் கதையைக் கிருஷ்ணன் நிதானமாகச் சொன்னான். நடேஷின் முகத்தில் கவலையின் ரேகைகள் தெரிந்தன. ஆனாலும் சுதாரித்துக்கொண்டு, தன் இயல்புக்குத் திரும்பினான்.

“நீங்க இப்படிலாம் கஷ்டப்படக் கூடாது கிருஷ்ணன். சரியாச் சாப்பிடாம கண்டதையும் குடிச்சு அலைஞ்சு திரிஞ்சதிலதான் ஏதோ நடந்திருக்கும்...” என்றவன், சிறு அமைதிக்குப் பிறகு, “ஒண்ணும் கவலைப்படாதீங்க... கோடீஸ்வரனாகிறதுக்கு நான் ஒரு மாஸ்டர் பிளான் வச்சிருக்கேன்... பெரிய வாழ்க்கை வாழ்ந்திடலாம்...” என்றான்.

“அதென்ன மாஸ்டர் பிளான்...” ஒரு கேலியான புன்னகை கிருஷ்ணனிடம் வெளிப்பட்டது.

“கள்ளக்கடத்தல்...” என்றபடி அட்டகாசமாகச் சிரித்தான் நடேஷ்.

இது போன்ற, கோடீஸ்வரனாகும் சில யோசனைகளை நடேஷ் சொல்ல, கிருஷ்ணன் அதற்கு முன்னரும் சில தடவை கேட்டிருப்பதால் சிறு புன்னகையை மட்டும் வெளிப்படுத்தியபடி மௌனமாக இருந்தான்.

“சீரியஸாதான் சொல்றேன்... அதுக்கான காண்டாக்ட் எல்லாம் கிடைச்சிடுச்சு...” என்று உற்சாகம் குறையாமல் சொன்னான்.

“நீங்க கோடீஸ்வரனானா நம்ம எல்லோருக்குமே நல்லதுதான் நடேஷ். ஆனா நீங்க கடைசி வரைக்கும் ‘பொம்மை’ங்க போட்டுக்கிட்டு, தியேட்டர் வேலைகளைப் பாத்துக்கிட்டு மட்டும்தான் இருப்பீங்கன்னு தோணுது... அதுதான் நீங்க... இந்த கோடீஸ்வர ஆசையெல்லாம் ஒரு விரக்தியில வர்றது மட்டும்தான்...”

“இல்ல கிருஷ்ணன்... இனிமேலும் இந்த வாழ்க்கைய இப்படி சகிச்சுக்கிட்டு இருக்க முடியாது... நாம எல்லாம் ரிச்சா சந்தோஷமா வாழணும்... இப்படி வாழ்றது கஷ்டமா இல்லியா உங்களுக்கு...”

“கஷ்டமாதான் இருக்கு... ஆனா பெரிய வருத்தம்லாம் இல்லை... ஏன்னா இந்த வாழ்க்கை ஒரு வகையில நான் தேர்ந்தெடுத்துக்கிட்டதுதான... எனக்குத் தெரிஞ்சதை... நான் நம்புறதை செஞ்சுக்கிட்டு இந்த வாழ்க்கைய நகத்திக்கிட்டு இருக்கேன்... அதுக்கு இந்த சமூகம் என்ன கூலி தருமோ அதுதானே கிடைக்கும்... எனக்கு மட்டும் சௌகரியமா வாழணும்னு ஆசையில்லாமலா இருக்கு. இப்ப பாருங்க... அனிதா கொஞ்சம் சௌகரியமா இருக்கிறதாலதான இந்த சௌகரியங்களையெல்லாம் அனுபவிச்சுக்கிட்டு இப்ப இங்க வந்து கொஞ்சம் நிம்மதியா இருக்க முடியுது...”

“அப்படியில்ல கிருஷ்ணன்... நாம செய்யிறதில கோடீஸ்வரனாக முடியாதுன்னா, கோடீஸ்வரனாகிறதுக்கான காரியத்தை செஞ்சுட்டு அதுக்கப்புறம் நாம விரும்புறதை செய்யணும்... என்ன சொல்றீங்க...”

“அதெல்லாம் சரிதான் நடேஷ். ஆனா, முடியுமானுதான் தெரியலை... ஒருபோதும் முடியாதுனுதான் தோணுது. ஒருவேளை உங்களுக்குக் கோடீஸ்வரனாகிறதுக்கான பாதை தெரியலாம்... ஆனா அந்தப் பாதையில உங்களால சில அடிகள்கூட எடுத்து வைக்க முடியாது நடேஷ்... இது நம்மைப் பீடிச்சிருக்கிற ஒரு நோய்னும் வச்சுக்கலாம்... இல்லைனா நம்மை இயக்குகிற ஒரு நம்பிக்கைனும் சக்தினும் வச்சுக்கலாம்...”

“நீங்க சொல்ற அந்த மடத்தனமான நம்பிக்கைதான் இப்ப நம்மை முடக்கிப் போட்டிருக்கிற பெரிய நோய்... அதுக்காக அந்த நம்பிக்கையைக் கைவிடணும்னு சொல்லலை... அந்த நம்பிக்கையைக் கைவிடாமலேயே நாம இன்னும் கொஞ்சம் சௌகரியமான இடத்துக்குப் போக முடியும் கிருஷ்ணன்... ஏதோ கஷ்டப்பட்டாதான், பட்டினி கிடந்தாதான், அத்து அலைஞ்சு திரிஞ்சாதான் படைக்க முடியும்னு நினைக்கிறதுதான் பெரிய நோய். அப்படித்தான் நீங்களும் நினைக்கிறீங்க போல...”

“இல்ல நடேஷ்... நிச்சயமா நான் அப்படி நினைக்கல... நமக்கு பிடித்தமான இந்தக் காரியங்களை செஞ்சுக்கிட்டே ரெம்ப வசதியா சொகுசா சந்தோஷமா வாழ முடியணும்னுதான் நினைக்கிறேன்... அப்படியான வாய்ப்பைத் தர்ற சமூகம்தான் மேலான சமூகமா இருக்கும். ஆனா நம்ம சமூகம் அப்படி இல்லையே. இந்த சமூகம் நம்ம உழைப்புக்கு அதைத் தரத் தயாராயில்லையே...

ஏன்னா நாம செய்யிறது இந்த சமூகத்துக்கு அப்படியொண்ணும் அத்தியாவசியமான ஒன்னா தெரியலையே... என்ன செய்யலாம்...”

“சமூகத்துக்கு எந்த அத்தியாவசியமும் இல்லாததையா இப்படி காலம் காலமா கலைஞர்கள் செஞ்சுக்கிட்டு இருக்காங்க... கலைங்கிறது எவ்வளவு பெரிய சக்தி. அதனால மனித மனங்கள்லயும் வரலாற்றிலயும் எவ்வளவு மாற்றங்கள் நடந்திருக்கு...”

“ஆமா நடேஷ்... கலை இலக்கியம்கிறது மிகப் பெரிய ஒரு சக்திதான். சொல்லப்போனா இந்த உலகத்துக்கான மாற்றங்களையும் முன்னேற்றங்களையும் கொண்டு வர்ற சக்தி, அறிவியல் தொழில் நுட்பம், தத்துவம், கலை இலக்கியம் இந்த மூணுக்கும்தான் இருக்கு. என்ன, அறிவியல் தொழில் நுட்பங்கள் தர்ற பலன்களை நாம உடனடியா அனுபவிக்கிறோம். அது நம்ம வாழ்க்கைல ஏற்படுத்தி வருகிற மாற்றங்கள் நம்ம கண்ணுக்குத் தெரியுது... ஏன்னா அது நம் புற உலகில் மாற்றங்களை நிகழ்த்துது. அதன் சௌகரியங்களை அனுபவிக்கிறோம். ஆனா, தத்துவம், கலை இலக்கியம்லாம் மனித மனங்கள்ல மாற்றங்களை நிகழ்த்துது. அது உடனடியா வெளித் தெரியறதில்லை. அதை நாம உணர்றதுக்கும் அறியறதுக்கும் காலம் தேவைப்படுது... அதனாலதான் சம காலத்தில சமூகம் நம்ம மதிப்பை உணராமப் போனாலும், சமூகம் நம்மை உதாசீனப்படுத்தினாலும் நாம அதை நேசிச்சு நம்ம வேலைகளைச் செஞ்சுக்கிட்டு இருக்க வேண்டியிருக்கு...” என்றான் கிருஷ்ணன்.

“அதுக்காக நாம வாழற காலத்துல கஷ்டப்பட்டுக்கிட்டே இருக்க முடியுமா என்ன... நல்ல கதையா இருக்கே... அப்படியொண்ணும் நாம இந்த சமூகத்துக்குப் புடுங்க வேண்டியதில்லை... அதனாலதான் சம்பாதிக்கிற வழியைப் பாப்போம்னு சொல்றேன்... நாம செய்யிறது இந்த சமூகத்துக்கு வேணாம்னா நாம ஏன் அதை சுமந்துக்கிட்டு நொந்து திரியணும்... முதல்ல சம்பாதிப்போம், சௌகரியமா வாழ்வோம், அதுக்கப்புறம் புடிச்சதைச் செய்வோம்...” என்றான் நடேஷ்.

“உங்க கோபமும் ஆதங்கமும் நல்லாவே புரியது நடேஷ்... ரொம்ப வசதியோட வாழ்ந்து பெரும் படைப்புகளை உருவாக்கிய மேதைகளும் இருக்காங்க... வறுமையிலும் கடும் துயரங்களோடும் வாழ்ந்த மேதைகளும் இருக்காங்கங்கிறது உங்களுக்கே தெரியும்... வான்காவும் பிக்காஸோவும் கிட்டத்தட்ட சம

காலத்து ஆர்டிஸ்ட்டுங்கதான்... ரெண்டு பேருமே கலை உலக மேதைகள்தான்... ஆனா வான்காவோட வலிகளும் துயரங்களும் அவஸ்தைகளும் சிரமங்களும் எவ்வளவு கொடுமையானது... அவரோட தம்பி தியோவின் அன்பும் ஆதரவும் தயவும் இல்லைன்னா இன்னும் எவ்வளவு பரிதாபமா இருந்திருக்கும் அவரோட வாழ்க்கை... அதே காலத்திலதான் பிக்காஸோ கோடீஸ்வரனா வாழ்ந்தார். ஒருதடவை, பிரேசிலிலிருந்து பிக்காஸோவிடம் ஓவியம் வாங்க ஒரு கோடீஸ்வரர் வர்றார். அவர் அணிந்திருந்த தொப்பி பிக்காஸோவுக்கு ரொம்ப பிடிச்சுப் போகுது. அந்தத் தொப்பி எங்க கிடைக்கும்னு கேக்கிறார். அதை பிரேசிலில் வாங்கியதா வந்தவர் சொல்றார். போய் எனக்கு ஒண்ணு வாங்கிட்டு வாங்க... அதுக்கப்புறம் பாக்கலாங்கிறார் பிக்காஸோ. வந்தவரும் உடனடியா அடுத்த விமானத்தில போய் அந்தத் தொப்பியை வாங்கிக்கிட்டு திரும்ப வர்றார்...”

சட்டென அட்டகாசமான சிரிப்புடன் “பிக்காஸோ மாதிரிதான் நாம வாழணும்... ஆனா வான்கா மாதிரி படைக்கணும்...” என்றான் நடேஷ்.

பிக்காஸோவின் படைப்புகள் மீது நடேஷுக்குப் பெரிய மரியாதை இல்லை என்பது கிருஷ்ணனுக்குத் தெரியும் என்பதால் ஒரு புன்முறுவலுடன், “பிக்காஸோ பத்தி உங்களுக்கு வேற அபிப்பிராயம் இருந்தாலும் இந்த நூற்றாண்டின் கலை முகம் அவர்தான்னு நான் நினைக்கிறேன்... வான்கா மாதிரி படைக்கணும்னா, வான்கா மாதிரிதானே வாழணும். வான்காவின் வாழ்க்கைதானே அவரோட ஓவியங்கள்; அவரோட ஓவியங்கள்தானே அவரோட வாழ்க்கை. ஆனா இப்ப விசயம் அது இல்லை நடேஷ்... நான் சொல்ல வந்தது, வசதிக்கும் படைப்புக்கும் சம்பந்தம் இல்லைங்கிறதுதான். கலைஞன்னா கஷ்டப்படணும்னோ கஷ்டப்பட்டாதான் கலை வரும்னோ நான் நினைக்கலைனு சொல்றதுக்காகத்தான் இவ்வளவும் சொன்னேன். வான்கா ஏன் வேற வழில சம்பாதிக்கறதைப் பத்தி யோசிக்கலை... சூரியக் குழந்தைனு ஏன் இவ்வளவு காலம் கழிச்சும் கொண்டாடறோம்... வான்காவோட உணர்ச்சிக் கொந்தளிப்புதானே உங்களையும் இயக்கிக்கிட்டிருக்கு...” என்ற கிருஷ்ணன் ஒரு கணம் அமைதியாக நடேஷின் முகத்தைப் பார்த்தான். மறுபடியும் பேச்சைத் தொடர்ந்தான்.

"தாஸ்தாயெவ்ஸ்கியும் டால்ஸ்டாயும் ரஷ்ய இலக்கியத்தோட ரெண்டு பெரிய சிகரங்கள் இல்லையா... ஆனா பாருங்க ரெண்டு பேரோட வாழ்க்கையும் எவ்வளவு பாரதூரமா அமைஞ்சிருந்தது. டால்ஸ்டாய் பெரிய நிலப்பிரபுங்கிறதால செல்வந்தர் வாழ்க்கை தானா அமைஞ்சது. ஆனா, பாவம் தாஸ்தாயெவ்ஸ்கி கடுமையா சிரமப்பட்டார். எழுத்தை மட்டுமே நம்பியிருந்தது அவர் வாழ்க்கை. பணத்துக்காக எழுதணும்கிற நெருக்கடி இல்லாம இருந்திருந்தா, நான் இன்னும் சிறப்பான படைப்புகளை உருவாக்கியிருப்பேன்னு அவர் சொல்லியிருந்தாலும் எவ்வளவு மகத்தான படைப்புகளை தந்திட்டுப் போயிருக்கார்... அதுல இன்னும் என்ன வேடிக்கைனா, அப்படிச் சொல்லும்போது, அந்தக் காலத்துல எழுதிக்கிட்டிருந்த நாலைஞ்சு பேரைச் சொல்லி, எனக்கு மட்டும் அவங்களுக்கு இருக்கிற வசதி இருந்திருந்தா அவங்களைப் போல நானும் எந்த நெருக்கடியுமில்லாம நேர்த்தியா எழுதியிருக்க முடியும்கிறார்... அப்ப அவர் சொன்ன அந்த நாலைஞ்சு பேர் இப்ப காணாமப் போயிட்டாங்க... தாஸ்தாயெவ்ஸ்கி ஒரு பிரமாண்டமான சிகரமா நின்னுட்டிருக்கார். மனித குலம் இருக்கிறவரைக்கும் இருப்பார். எது எப்படினாலும், தாஸ்தாயெவ்ஸ்கி, டால்ஸ்டாய் ரெண்டு பேருமே மகத்தான படைப்பாளிங்கதானே... அதனால செல்வச் செழிப்புங்கிறதோ அல்லது ஏழ்மையில சிக்கித் தவிக்கிறதோ ஒருவரோட படைப்பைத் தீர்மானிக்கப் போறதில்லை நடேஷ்... செல்வச் செழிப்பான நல்ல வாழ்க்கை அமைஞ்சா நல்லாதான் இருக்கும்... ஆனா, சமூகமும் காலமும் சம காலத்துல கலைஞனை எப்படிப் பாக்குதுங்கிறதுலதான் சிக்கல் இருக்கு நடேஷ்..."

"எல்லாம் சரிதான்... ஆனா, கண்டிப்பா வசதி வேணும்... பணமா கலையானு கேட்டா இப்ப இருக்கிற மனநிலைல பணம்தான்னு சொல்லுவேன்..."

"நீங்களே சொல்ற மாதிரி அது இப்ப தோணுது, அவ்வளவுதான். ஆனா இந்த வாழ்க்கைக்கு நிம்மதியும் சந்தோஷமும் வேணும்னா அதை நிச்சயம் பணம் மட்டுமே தந்துடாதுனுதான் தோணுது நடேஷ்... குரோசாவாவோட இகுரு படம்தான் இப்ப ஞாபகத்துக்கு வருது..."

"நீங்க அந்தப் படத்தைப் பத்தி பிரமாதமா ஒரு தடவை சொல்லியிருக்கீங்க... அது என்னமோ இன்னும் அதைப் பாக்க வாய்க்கலை... சரி சொல்லுங்க, கேக்கலாம்..."

"அந்தப் படத்தில வர்ற, எப்பவும் துறுதுறுனு இருக்கிற குமாஸ்தா பொண்ணு அவ பாக்கிற அந்த அரசாங்க வேலை தனக்குப் பிடிக்கலைனு ரிசைன் பண்ண விரும்புவா. அப்ப அதில கையெழுத்து போட வேண்டிய மூத்த அதிகாரி, எதுக்கு இந்த வேலையை விடணும்னு நினைக்கிறனு அவகிட்ட கேப்பாரு... அதுக்கு அந்தப் பொண்ணு இந்த வேலை எனக்குப் பிடிக்கலை... எந்த அர்த்தமுமில்லாம வந்து போற மாதிரி இருக்குனு சொல்லுவா... இதை விட்டுட்டு வேற என்ன பண்ணப் போறனு அவரு கேப்பாரு... நான் குழந்தைங்களுக்கான பொம்மைங்க செய்யப் போறேன்னு சொல்லுவா. அதுல உனக்கு என்ன கிடைக்கும்னு அவர் கேப்பாரு... அப்ப அந்தப் பொண்ணு தன்னுடைய கைப் பையிலிருந்து ஒரு குட்டி பொம்மையை எடுத்து மேசை மேல் வைத்து அதுக்கு சாவி கொடுப்பா... அந்த பொம்மை சில வித்தைகள் புரியும்... அப்ப அந்தப் பொண்ணு சொல்லுவா, இந்த பொம்மையை வைச்சு ஒரு குழந்தை விளையாடுறப்போ அது சந்தோஷமும் குதூகலமும் அடையும் இல்லையா... அந்த சந்தோஷத்துலதான் என் வாழ்க்கையோட சந்தோஷமும் அர்த்தமும் இருக்குனு சொல்லுவா..."

"அது மாதிரி 'பொம்மை'ங்க போடறதுலதான் என் வாழ்க்கையோட அர்த்தம் இருக்குனு சொல்றீங்களா..." என்று உரக்க சிரித்தபடி கேட்டான் நடேஷ்.

"இல்லையா பின்ன... ஆனா நான் அதுக்காக மட்டும் சொல்லலை நடேஷ்... அதுக்கப்புறம் அந்த வயதான மூத்த அதிகாரிகிட்ட ஏற்படுற மாற்றம்தான் இதுல முக்கியமான விஷயமே..."

நடேஷ் ஆர்வமாகக் கேட்டுக்கொண்டிருந்தான். கிருஷ்ணன் தொடர்ந்தான்.

"அந்தப் பொண்ணுக்கும் மூத்த அதிகாரிக்குமான அந்த சந்திப்பு ஒரு உணவு விடுதியிலதான் நடக்கும். அதுக்கு முன்னாடி, அந்த அதிகாரிக்கு கேன்சர் இருப்பதும், அவர் இன்னும் கொஞ்ச காலமே உயிரோடு இருப்பார்ங்கிறதும் அவருக்குத் தெரிய வந்து, மிச்ச காலத்துல ஜாலியா இருக்க நினைச்சு, ஆபிஸ்க்கு லீவ் போட்டுட்டு, அவருக்குத் தெரிஞ்ச வழில சினிமா, ஹோட்டல், கேளிக்கை விடுதிங்கனு சுத்திக்கிட்டு இருப்பாரு. இந்த சமயத்துலதான் அந்தப் பொண்ணு தன்னோட ராஜினாமா கடிதத்தில அவர்கிட்ட கையெழுத்து வாங்குறதுக்காக அவரைத் தேடிக்கிட்டு இருப்பா...

அவரோட வீட்டுக்கெல்லாம் தேடிப் போவா... அவரோ தன்னோட கடைசி காலத்தை ஜாலியா சொகுசா அனுபவிக்க சுத்திக்கிட்டு இருப்பாரு... அதுல ஒருநாள்தான் அந்தப் பொண்ணு அவரைத் தற்செயலா தெருவில சந்திப்பா... அவங்க ரெண்டு பேரும் ஒரு ரெஸ்டாரண்ட் போவாங்க... அப்பதான் நான் மொதல்ல சொன்ன அந்த உரையாடல் நடக்கும்... அதில வாழ்க்கையோட உண்மையான சந்தோஷம், அர்த்தம் பத்தின ஒரு வெளிச்சம் அவருக்குக் கிடைக்கும்...

அதுக்கப்புறம் அவரு திரும்ப ஆபீஸ் போவாரு... அந்தப் படத்தோட முதல் சீன்ல, ஒரு குடிசைப் பகுதி மக்கள் தங்களோட பகுதியில தேங்கியிருக்கிற சாக்கடை ஓடையை அகற்றி அந்த இடத்துல குழந்தைகள் விளையாட ஒரு பூங்கா கட்டித் தரணும்கிற மனுவோட வருவாங்க. அப்ப அந்த ஆபீஸ்ல, இதப் பாக்கிறது எங்க செக்ஷன் இல்ல, அந்த செக்ஷன் போங்கனு ஒவ்வொரு செக்ஷனா அவங்களை அலைய விடுவாங்க. முதல்ல இந்த மூத்தவர் இருக்கிற செக்ஷனுக்குதான் அவங்க வருவாங்க... கடைசியில அங்கும் இங்குமா அலைஞ்சு அந்த மூத்தவர் இருக்கிற செக்ஷனுக்கே திரும்ப வருவாங்க... அவரும் வேற வழியில்லாம அதை வாங்கிக் கிடப்பில போட்டிருப்பாரு... இப்ப அதைத் தூசி தட்டி எடுத்து, அவரே ஒவ்வொரு செக்ஷனாகப் போய் பெர்மிசன் வாங்கி பூங்கா கட்டும் வேலையைத் தொடங்குவார்... அது கட்டி முடிஞ்சு பூங்கா தொடங்கப்படுற முதல் நாள் ராத்திரி அந்தப் பூங்காவின் ஒரு மரத்தில் தூக்குப் போட்டு மன நிம்மதியோட செத்துப் போவாரு...”

நடேஷ் முகத்தில் ஆர்வமும் உற்சாகமும் தெரிந்தது. கிருஷ்ணன் கதையைத் தொடர்ந்தான்: “அதோடு படம் முடியலை நடேஷ். அவரோட காரியம் நடக்கிற நாள்ல அவரோட வீட்ல வைக்கிற விருந்தில கலந்துக்கிட்ட அவரோட ஆபீஸ் ஃபிரெண்ட்ஸ் எல்லோரும் குடித்தபடி, முதல்ல அவரோட அர்ப்பணிப்பை சிலாகித்துப் பேசி, இனிமே நாமளும் அதுபோல வேலை பாக்கணும்னு பேசிப்பாங்க... போதை கூடக்கூட அவங்க பேச்சு அவரைப் பத்தின விமர்சனமா மாறும்... செத்துப் போகப் போறோம்னு தெரிஞ்ச பிறகு பேருக்காகவும் புகழுக்காகவும்தான் அவரு இப்படியெல்லாம் செஞ்சாருனு பேச்சு திசை திரும்பும். அதை சகிக்க முடியாம ஒரு ஃப்ரெண்ட் எந்திருச்சு அவர் கட்டின

பூங்காவை வந்து பாப்பாரு... அப்ப அவர் மனக் கண்ணுல அந்த மூத்த அதிகாரி ரெம்ப சந்தோஷமா ஊஞ்சலாடிக்கிட்டு இருக்கிறது தெரியும்...” என்றான் கிருஷ்ணன்.

“பிரமாதம்... பிரமாதம்... எப்படியாச்சும் அந்தப் படத்தை பாத்துடறேன்... சரி, கிளம்புங்க... போகலாம். நாம செத்த பிறகு யாரோட கண்ணுக்காவது நாம சந்தோஷமா ஊஞ்சலாடிக்கிட்டிருக்கிறது தெரியுமா இருக்கும்...” என்று பலமாகச் சிரித்தான் நடேஷ்.

“அதோடவும் அந்தப் படம் முடியாது நடேஷ். அதுக்கப்புறமும் கடைசியா ஒரு சீன் இருக்கு... படத்தோட முதல் சீன்ல வந்த மாதிரி, அந்தக் கடைசி சீன்லயும் ஒரு க்ரூப் ஒரு அப்ளிகேஷனோட வரும். அவங்களையும் ஒவ்வொரு செக்ஷனா அலைய விடுவாங்க... இந்தப் படத்தை உலகின் முதல் எக்ஸிஸ்டென்சியலிச சினிமானு உலகம் இன்னைக்கு வரைக்கும் கொண்டாடிக்கிட்டு இருக்கு...”

“நம்ம ஊர் கதை மாதிரியே இருக்கு... எங்கயும் எதுவும் மாறப் போறதில்ல... நாமதான் இந்த வாழ்க்கைக்கு ஒரு அர்த்தம் வேணும்னு ஏதேதோ நம்பிக்கையோட எதை எதையோ செஞ்சுக்கிட்டும் பேசிக்கிட்டும் இருக்க வேண்டியிருக்கு...”

“இது இப்ப அப்படித்தான் இருக்கும் நடேஷ். இதுக்கெல்லாம் காலப் போக்கில நிச்சயம் நல்ல விளைவுகள் இருக்கும்... அந்த அதிகாரியோட முயற்சியில ஒரு சாக்கடை ஓடை இல்லாமப்போயி அந்த இடத்துல ஒரு பூங்கா உருவாகலையா... தார்க்கோவ்ஸ்கியோட சேக்ரிஃபைஸ் படம் பாத்துட்டு வெளில வந்ததும் நீங்க பரவசத்தோட பேசினது எனக்கு இன்னும் நல்லா ஞாபகம் இருக்கு நடேஷ்... அப்ப என்ன சொன்னீங்கன்னா, என்னா மனுசன்யா இவன்... மிகப் பெரிய உசிருதான். ஈஸ்டர்ன் மைண்ட்டோட பெரும் கலைஞனாவும் இருக்கான்... என்ன ஒரு மேக்கிங். தியாகத்தையும் நம்பிக்கையையும் எவ்வளவு அற்புதமா சொல்லியிருக்கான். இந்த உலகம் நிலைச்சு இருக்கணும்னா நமக்குப் பிடிச்சதை தியாகம் பண்ணணும்கிறதையும், எந்த ஒரு காத்திரமான விஷயத்தையும் நாம தொடர்ந்து நம்பிக்கையோட செஞ்சுட்டு வந்தா அது காலப் போக்கில நிச்சயம் நல்ல விளைவுகளை ஏற்படுத்தும்கிறதையும் எவ்வளவு அழகாச் சொல்லிட்டான். அந்த நம்பிக்கைலதானே நான் விடாம பொம்மைகள் போட்டுக்கிட்டிருக்கேன்... முத்துசாமி

கூத்துப்பட்டறை நடத்திக்கிட்டு இருக்காருனு எவ்வளவு நம்பிக்கையோட பேசுனீங்க..." என்றபடி நடேஷின் முகத்தைப் பார்த்தான் கிருஷ்ணன்.

"அதெல்லாம் சரிதான்... இன்னமும் அந்த நம்பிக்கையோடதான் ஃபங்ஷன் பண்ணிக்கிட்டிருக்கேன்... என்ன இன்னும் கொஞ்சம் சௌகரியமா இருந்துக்கிட்டு இதெல்லாம் செய்ய முடிஞ்சா எவ்வளவு நல்லா இருக்கும்..."

"சரி நடேஷ், நான் ரெடியாகிட்டு வர்றேன்... கிளம்பலாம்..." என்றான் கிருஷ்ணன்.

7
மூன்றாம் நாள் மாலை

லலித் கலா அகாதெமியில் அன்று தொடங்க இருந்த ஒரு ஓவியக் கண்காட்சியை எட்டிப் பார்த்துவிட்டு டாக்டர் திருநாவுக்கரசுவைப் பார்க்கச் செல்வது என்ற முடிவோடுதான், கிருஷ்ணனும் நடேஷும் அனிதாவின் வீட்டிலிருந்து ஐந்து மணியளவில் கிளம்பினார்கள். ஆறு மணி போல நடேஷின் ஸ்கூட்டர் லலித் கலாவுக்குள் நுழைந்தபோது, அலுவலகம் மற்றும் கலைக்கூட வாசல்களில் அறிந்த சிலரும் அறியாத சிலருமாகக் கொஞ்சம் கூட்டம் இருந்தது. ஸ்கூட்டரை வளாகத்தின் இடதுபுறத் திறந்தவெளியில் நிறுத்தினான் நடேஷ். தூரத்தில் கிராஃபிக் பிரிவுக்கருகில் மரத்தடியின் கீழ் நின்று பேசிக்கொண்டிருந்த சிற்பி தட்சிணாமூர்த்தியும் ஓவியர் விஸ்வமும், கிருஷ்ணன் கால்களை இழுத்து இழுத்து மெதுவாக சிரமப்பட்டு விநோதமாக நடந்து வருவதைப் பார்த்து, அவன் அருகில் வேகமாக வந்தார்கள். "என்ன ஆச்சு, ஏதும் அடிபட்டிருச்சா" என்று விஸ்வம் பதறியபடி கேட்டார். அவன் தற்போதைய உடல் பிரச்சனையைச் சொன்னான். "கொஞ்சம் சாப்பிடறீங்களா" என்று கனிவாகக் கேட்டார் தட்சிணாமூர்த்தி. அவர்கள் ஏற்கெனவே அருந்தியிருக்கிறார்கள் என்பது பரவிய மெல்லிய வாசனையில் தெரிந்தது. இது வழக்கமான ஒன்றுதான். "இல்ல சார். டாக்டரைப் பார்க்கப் போயிட்டிருக்கேன். இப்ப வேண்டாம்" என்றான் கிருஷ்ணன்.

அவன் எப்போது லலித் கலா அகாதெமி வந்தாலும் தட்சிணா வடித்திருக்கும், வடித்துக்கொண்டிருக்கும் புதிய சிற்பங்களைப் பார்க்கத் தவறுவதில்லை. தட்சிணாவின் பாறைச் சிற்பங்கள் மீது பெரும் காதல் கொண்டவன் கிருஷ்ணன். அதேபோல்தான் அங்கு செல்லும் ஒவ்வொரு முறையும் குடிப்பதும் தவறாமல்

நடக்கும். அவன் கடைசியாக அங்கு வந்து ஒரு மாசத்துக்கும் மேலிருக்கும். “சார், உங்களோட புதுப் பொண்ணுங்களைப் பாக்கலாமா...” என்றான் கிருஷ்ணன். “வாங்க...” என்றபடி, அவருடைய பிரத்தியேகமான துள்ளல் நடையுடன், அவர் சிற்பம் உருவாக்கும் பகுதியை நோக்கி நடக்கத் தொடங்கினார். நடேஷ், “நான் மாடிக்குப் போய் பசங்களைப் பாத்துட்டு வர்றேன்...” என்றான். கிருஷ்ணன், விஸ்வத்தின் கையைப் பிடித்துக்கொண்டு மெதுமெதுவாக நகர்ந்தான்.

மூன்று பெண்களின் கூட்டிணைவாக அவருடைய புதிய சிற்பம் உருவாகிக்கொண்டிருந்தது. கல்லின் இயற்கை அழகுகளை, தான் உருவாக்கும் உருவங்களோடு இசைவுறப் பொருத்திக்கொள்ளும் தன்மை தட்சிணாவின் சிறப்பு அடையாளம். அவருடைய சிற்பங்கள் ஓவியத்தன்மை கொண்டிருக்கும் இயல்பையும் அவருடைய மற்றுமொரு தனித்துவமிக்க பண்பாகக் கருதினான் கிருஷ்ணன். கல் அதன் இயற்கைத் தன்மையிலேயே கொண்டிருக்கும் கோடுகள், வளைவுகள், சுழிப்புகள், இழைவுகள் ஆகியவற்றோடு உளி செதுக்கும் கீறல்களையும் தக்கவைத்துக்கொண்டு உடலின் இயக்கங்களை உயிர்ப்பிக்கும் தட்சிணாவின் பேராற்றல் மிக்க வெளிப்பாடுகளை லயித்துப் பார்த்துக்கொண்டிருந்தான் கிருஷ்ணன்.

தட்சிணாவின் பாறைச் சிற்பங்கள் எல்லாமே பெண் உருவங்கள்தான். அப்பெண்களின் மெய்ப்பாடுகளும் உணர்ச்சி வெளிப்பாடுகளும் அலாதியானவை. கூட்டமாகவோ, தனியாகவோ பெண்களை உணர்ச்சி பாவங்களுடன் வடிவமைக்கிறார். இன்றைய சமூக வாழ்வில் பெண்கள் எதிர்கொள்ளும் பாதுகாப்பற்ற தன்மை காரணமாக. அவர்களுக்குள் விளையும் படபடப்புகள், ஏக்கங்கள், கவலைகள், பரிதவிப்புகளை இவருடைய பெண்கள் தாங்கிக்கொண்டிருக்கிறார்கள். உணர்ச்சி பாவங்களோடு எளிய அலங்காரங்களும் இவருடைய படைப்புகளில் உண்டு. இந்த அலங்காரங்கள் ஆதி எளிமையோடு, பழங்குடிக் கலை மரபின் சாயைகளோடு அமைகின்றன. நம் சமூக வாழ்விலிருந்து தட்சிணாமூர்த்தியிடம் உள்ளுறையும் பெண்கள் அவருடைய ஓயாத உளியிலிருந்து அலாதியான தோற்றப் பொலிவோடும் உணர்ச்சி பாவங்களோடும் வெளிப்பட்டுக்கொண்டே இருக்கிறார்கள். கிருஷ்ணன் ஆர்வத்தோடு அந்தப் புதிய படைப்பைப் பார்த்துக்கொண்டிருந்தான்.

அப்போது விஸ்வம், "கொஞ்சம் மருந்து சாப்பிடுங்க... எல்லாம் சரியாப் போயிடும்..." என்றார். மதுவை மருந்து என்று குறிப்பிடுவதே அவரின் வழக்கம். "இல்ல விஸ்வம்... இன்னிக்கு வேண்டாம்... முதல்ல டாக்டரைப் பாக்கணும்... மூணு நாளாச்சு... இன்னும் என்ன பிரச்சனைனே தெரியலை... நாளுக்கு நாள் மோசமாகிக்கிட்டே வருது..." என்றான் கிருஷ்ணன்.

அதற்குள் அவன் வந்திருப்பதை அறிந்து, கேலரி மாடியிலிருந்து இறங்கிவந்த இரு இளம் கலைஞர்கள், கண்காட்சியைப் பார்க்க வரும்படி, அவனை மாடிக்கு அழைத்தார்கள். அதில் ஒருவரான இளம்பெண் அஸ்ஸாமைச் சேர்ந்தவர். அந்தப் பெண்ணின் ஓவியங்கள் அவனுக்குப் பிடித்தமானவை. சிந்தனையிலும் படைப்பூக்கத்திலும் வெளிப்பாட்டிலும் அந்த இளம் பெண்ணிடம் செயல்படும் பிரத்தியேகமான கலை மனதை அவன் வியந்தும் பாராட்டியும் இருக்கிறான். அவனுடைய அபிப்பிராயங்கள் அந்தப் பெண்ணுக்கும் அவன்மீது மதிப்பை ஏற்படுத்தியிருந்தன. அவனோடு உரையாடுவதில் உத்வேகமும் மகிழ்ச்சியும் கொள்பவளாக இருந்தாள். முக மலர்ச்சியுடன் கை கொடுத்து அவனை வரவேற்றாள். அந்த வருடத்திய லலித் கலா ஸ்காலர்களான நான்கு இளம் படைப்பாளிகளின் கண்காட்சி அது. நால்வரில் ஒரு இளைஞன் மட்டுமே தமிழ்நாட்டைச் சேர்ந்தவன். சென்னை ஓவியக் கல்லூரியில் படித்தவன். அவனுடைய மாணவப் பருவத்திலிருந்தே கிருஷ்ணனுக்கு அவனோடு நல்ல பரிச்சயம். நம்பிக்கைக்குரிய இளம் படைப்பாளி என்ற எண்ணம் அவனைப் பற்றி கிருஷ்ணனுக்கு இருந்தது. லலித் கலா அகாதெமி ஸ்டுடியோவிலிருந்து அவர்கள் தங்கள் படைப்புகளை உருவாக்கும் தருணங்களிலும் சரி, அவர்கள் உருவாக்கி முடித்த படைப்புகளையும் சரி, அவ்வப்போது கிருஷ்ணன் பார்த்து வந்திருக்கிறான். இப்போது நடக்கும் அவர்களுடைய கண்காட்சியைப் பார்ப்பதற்காக அவனை அவர்கள் மாடிக்கு அழைத்தபோது அவனுக்குக் கொஞ்சம் தயக்கமாக இருந்தது. விஸ்வமும், கஷ்டமா இருக்கும்னா வேண்டாம் என்றார். அதனால் மாடி ஏற முடியாத தன் இயலாமையைக் கூறி அவர்களிடம் வருத்தம் தெரிவித்தான் கிருஷ்ணன். உடல்நலம் சரியானதும், இன்னொரு நாள் வந்து அவசியம் பார்ப்பதாக அவர்களிடம் உறுதி அளித்தான். மன மகிழ்ச்சியோடு தன் வாழ்த்துகளையும் தெரிவித்தான்.

ஏழரை மணியளவில் அவர்கள் திருவல்லிக்கேணி திருநாவுக்கரசு கிளினிக்கை அடைந்தார்கள். கிளினிக்கில் கூட்டம் நிரம்பி, உள்ளும் வெளியேயும் மக்கள் உட்கார்ந்தும் நின்றுகொண்டும் இருந்தார்கள். டாக்டர் இன்னும் வந்திருக்கவில்லை. கெட்டிக்கார டாக்டர், ராசியான டாக்டர் என்ற முத்திரைகளோடு ஏழைகளின் டாக்டர் என்ற அடையாளமும் அவரோடு சேர்ந்திருந்தது. அந்தத் தெருவின் ஓர் ஓரமாக நடேஷ் நிறுத்தியிருந்த ஸ்கூட்டரில் கால்களை ஒருபக்கமாகத் தொங்கவிட்டு உட்கார்ந்திருந்தான் கிருஷ்ணன். கடல் காற்றின் தழுவல் சுகமாக இருந்தது.

டாக்டர், தன்னுடைய காரை பிரதான வீதியில், அவர் எப்போதும் நிறுத்தும் இடத்தில் நிறுத்திவிட்டு, அந்தக் குறுகிய சந்தில் நடந்து வந்துகொண்டிருந்தார். டாக்டர் அவர்களைச் சிறு புன்முறுவலோடு "உள்ள வாங்க..." என்று சொல்லியபடியே கடக்கும்போது, ஸ்கூட்டரில் கால்களைத் தொங்கவிட்டு உட்கார்ந்திருந்த கிருஷ்ணன், சட்டென இறங்கி நிற்க முற்பட்டபோது, கால் மடங்கி பொத்தெனத் தரையில் விழுந்துவிட்டான். அதைப் பார்த்துக்கொண்டே வேகமாக கிளினிக்குக்குள் நுழைந்தார் டாக்டர். நடேஷ் பதறி அவனைத் தூக்கி நிறுத்த முயற்சித்தான். அருகிலிருந்த ஓரிருவர் ஓடி வந்து கை கொடுத்து அவனைத் தூக்கி நிறுத்தினர். அதேசமயம், கிளினிக் உதவியாளரான இளைஞன் அங்கு வந்து, டாக்டர் கூப்பிடுவதாகச் சொன்னான். கிருஷ்ணனுக்குப் பதற்றத்தில் நெஞ்சு அதீதமாகப் படபடத்துக் கொண்டிருந்தது. நடேஷும் இளைஞனும் சேர்ந்து கைத்தாங்கலாக அவனை உள்ளுக்குள் அழைத்துச் சென்றனர்.

டாக்டர் கரிசனத்தோடு அவன் பிரச்சனையைக் கேட்டறிந்தார். பரிசோதித்தார். அவனுடைய படபடப்பில் ரத்த அழுத்தம் எகிறியிருந்தது. "நியூரோ பிராப்ளம்னு தெரியுது கிருஷ்ணன்... ஆனா சரியா என்ன பிரச்சனைனு தெரியலை... நீங்க உடனடியா ஒரு நியூரோ டாக்டரைப் பாக்கிறது நல்லது" என்று கூறிவிட்டு, ஒரு நியூரோ டாக்டரிடம் தொலைபேசியில் பேசினார். "நாளைக்கு மதியம் 2 மணிக்கு அவரோட கிளினிக்கிற்கு வரச் சொல்லியிருக்கார். போய்ப் பாருங்க" என்றார். ஒரு கடிதமும் அவருடைய பரிசோதனை முடிவுகளையும் எழுதிக் கொடுத்தார். "கவனமா இருங்க கிருஷ்ணன்... அவசியம் நியூரோ டாக்டரைப் பாருங்க... லேட் பண்ணிடாதீங்க... அவரைப் பாத்த பிறகு எனக்கு இன்ஃபார்ம்

பண்ணுங்க..." என்றார். அவர்கள் நன்றி சொல்லிவிட்டு வெளியில் வந்தார்கள்.

இந்தப் பிரச்சனை இப்படி புரியாத புதிராக நீடித்துக் கொண்டிருப்பது கிருஷ்ணனுக்குக் கலக்கத்தைக் கூட்டியிருந்தது. மனமும் முகமும் வாடி விட்டிருந்தன. ஆனால் நடேஷ் உற்சாகம் இழக்காமல் இருந்தான். இந்தப் புதிர் விளையாட்டு அவனிடம் எந்த மாற்றத்தையும் ஏற்படுத்தியதாகத் தெரியவில்லை. வெளியில் வந்ததும் நடேஷ், "சரி... நாளைக்கு மதியம் போய் அவரையும் பாத்திடலாம்... ஒண்ணும் கவலைப்படாதீங்க... தைரியமா இருங்க... எதுனாலும் பாத்திடலாம்..." என்று உற்சாகம் குறையாமல் சொன்னான்.

கிருஷ்ணனுக்குத் தன்னை ஆசுவாசப்படுத்திக்கொள்ள சிகரெட் பிடிக்க வேண்டும் போலிருந்தது. நடேஷ் ஸ்கூட்டரை உருட்டிக்கொண்டு வர, கிருஷ்ணன், நடேஷின் தோளில் கை போட்டவாறு மெல்ல நடந்தான். பிரதான வீதியின் பெட்டிக் கடையில் சிகரெட் வாங்கிப் பற்ற வைத்துக்கொண்டான். மது அருந்தும்போது மட்டும் ஒன்றிரண்டு சிகரெட் புகைக்கும் நடேஷ், இப்போது தானும் ஒன்றைப் பற்ற வைத்துக்கொண்டான். கிருஷ்ணனின் முகத்தில் இனம் புரியா கலக்கத்தின் சாயல் படர்ந்திருப்பதைக் கண்ட நடேஷ், "கவலப்படாதிங்க... அது என்னனு பாத்திடலாம்... எதுனாலும் சரி பண்ணிடலாம்..." என்று ஏதோ சொன்னான். தன் உடம்பில் விபரீதமாக ஏதோ நடந்துகொண்டிருக்கிறது என்ற கவலையும் கலக்கமும் முகத்தில் அடர்த்தியான ரேகைகளாகப் படர்ந்திருக்க, கிருஷ்ணன் அமைதியாகப் புகையை நன்றாக இழுத்து ஊதினான்.

நடேஷ், கிருஷ்ணனை அனிதாவின் வீட்டில் கொண்டுவந்து சேர்த்தபோது, இரவு பத்து மணியைக் கடந்துவிட்டது. அதுவரை அனிதா தவிப்புடன்தான் இருந்தாள். மேலும் அவர்களிடமிருந்து எந்தத் தொலைபேசித் தகவலும் வராததும் அனிதாவுக்குக் கவலையை ஏற்படுத்தியிருந்தது. ஒருவேளை வேறெங்கும் போய் விட்டார்களோ என்று கூடத் தோன்றியது. விபரீதமாக ஏதும் நடந்திருக்குமோ என்ற கவலையும் ஏற்பட்டது. யோசனைகள் தடம் புரண்டுகொண்டிருந்தன. ஒருவிதப் படபடப்பும்

பரிதவிப்பும் மனதில் கவிந்துவிட்டிருந்தன. கிருஷ்ணன் குறித்து தன் இயல்புக்கு அதிகமாகக் கவலைப்படுகிறோமோ என்றும் நினைத்துக்கொண்டாள். ஒருவழியாக, அவர்கள் வந்து சேர்ந்த பின்புதான் அனிதா நிம்மதி அடைந்தாள்.

கிருஷ்ணன் வீட்டுக்குள் சென்றதும், "நான் அப்படியே கிளம்புறேன்... நாளைக்கு மதியம் 12 மணிக்கு வந்திர்றேன்..." என்று வாசலில் நின்றபடியே நடேஷ் பரபரத்தான். அனிதா சாப்பிட்டுவிட்டுச் செல்லும்படி எவ்வளவோ சொல்லியும், "போய் நல்லா குடிக்கணும்... அப்புறம்தான் எல்லாம்" என்று உரக்கச் சொல்லிவிட்டுக் கிளம்பிவிட்டான்.

இருவரும் சாப்பிட அமர்ந்தார்கள். டாக்டரைப் பார்த்த விபரத்தை கிருஷ்ணன் அனிதாவிடம் சொன்னான். அவன் கீழே விழுந்துவிட்டதைச் சொன்னபோது, அனிதா பதறிப் போனாள். ஆனால் அவன் யாருக்கோ நடந்ததுபோல எல்லாவற்றையும் நிதானமாகச் சொல்லிக்கொண்டிருந்தான். இன்னமும் நோய் பற்றி ஏதும் அறிய முடியவில்லை என்பதோடு, எந்த சிகிச்சையும் மேற்கொள்ளப்படாமலே நாட்கள் நகர்ந்துகொண்டிருப்பதையும் நினைத்து இருவருமே வேதனை அடைந்தார்கள். ஒரு நரம்பியல் மருத்துவரைக் காண வேண்டிய விஷயம் இது என்று அறியவே இவ்வளவு நாள் ஆகியிருக்கிறது. அடுத்து அவர் என்ன சொல்லப் போகிறாரோ என்றும் விசனப்பட்டுக் கொண்டார்கள். முதலிலேயே பெரிய மருத்துவமனை செல்லத் தவறிவிட்டோமோ என்று அனிதாவுக்குத் தோன்றியது. அது, தன் பக்கமும் ஏதோ பிழை இருக்கிறது என்று எண்ண வைத்து அனிதாவுக்குக் குற்றவுணர்ச்சியை ஏற்படுத்தியது.

8

நான்காம் நாள் மதியம்

மறுநாள் மதியம் ஒரு மணி போல நடேஷின் ஸ்கூட்டர் கிருஷ்ணனை ஏற்றிக்கொண்டு, ராயப்பேட்டை நெடுஞ்சாலையில் இருந்த, பிரபல குழந்தை நரம்பியல் நிபுணரான டாக்டர் குமரேசனின் நியூரோ கிளினிக்கை அடைந்தது. வெயில் சுரத்தில்லாமல் இருந்ததால் அந்த மதியப் பயணத்தில் சங்கடமேதும் இருக்கவில்லை. ஸ்கூட்டரில் அமர்ந்து செல்வதிலும் பெரிய பிரச்சனை ஏதுமில்லை. காலைத் தூக்கிப் போட்டு உட்கார்வதில் மட்டும்தான் கொஞ்சம் சிரமம் இருந்தது. உட்கார்ந்து கொண்டுவிட்டால் அதன் பிறகு ஒரு பிரச்சனையும் இல்லை. அவர்கள் போய் சேர்ந்தபோதே நண்பர்கள் சஃபியும் முத்துவும் அந்தக் கட்டடத்தின் கீழே நின்றிருந்தார்கள். எல்லாம் நடேஷின் ஏற்பாடு. உத்வேகத்தின் ஊற்றென எப்போதும் பொங்கிப் பிரவகித்துக்கொண்டிருக்கும் நடேஷ், கிருஷ்ணனை மீட்டெடுக்கும் பணியில் தன்னை முனைப்போடு ஈடுபடுத்திக் கொண்டிருந்தான். சகல நண்பர்களுக்கும் தகவல் கொடுத்துக் கொண்டிருந்தான். கிருஷ்ணன் ஸ்கூட்டரிலிருந்து இறங்கி நடந்து வரும்போது அவனுடைய நடையைப் பரிதாபத்துடன் நண்பர்கள் இருவரும் பார்த்தார்கள். அவர்களுக்கு ஏற்கனவே எல்லாம் தெரிவிக்கப்பட்டிருந்ததால் கிருஷ்ணனிடம் அவர்கள் எதுவும் கேட்டுக்கொள்ளவில்லை.

“டாக்டர் வந்துட்டார் சார்... மேல போகலாமா?” என்று கேட்டார் சஃபி.

கிருஷ்ணன் தலையாட்டியபடி, “முதல் மாடியா?” என்று கேட்டான்.

“ஆமா... ஏறிடுவிங்கல்ல” என்றார் சஃபி.

"ம்... தத்தக்கா புத்தக்கானு எப்படியோ ஏறிடுவேன்... நாலு நாளா ஏறி இறங்கி ஏதோ ஒருவிதமா அதுல ஒரு வித்தை கூடி வந்திருக்கு" என்று அசட்டுச் சிரிப்போடு சொன்னான் கிருஷ்ணன். அந்தச் சிரிப்பு வாடி வதங்கியிருந்தது.

நண்பர்கள் முன்னும் பின்னுமாக வர, அவன் தனக்குப் பழக்கமாகிவிட்டிருந்த விதத்தில் ஒரு கையைச் சுவரில் ஊன்றியும் மறுகையால் கைப்பிடியைப் பற்றியும் கால்களை விசித்திரமான கோணங்களில் எடுத்துவைத்து நிதானமாக மேலேறினான். முதல் மாடி வராந்தாவில் நோயாளிகள் அமர்வதற்கான ஒரு ஒடுங்கலான பகுதி கணிசமாக நிறைந்திருந்தது. பெற்றோர்கள் பலரும் குழந்தைகளோடும் சிறுவர் சிறுமிகளோடும் காத்திருந்தார்கள். கிருஷ்ணன் ஒரு நாற்காலியில் அமர்ந்துகொண்டான். டாக்டர் குமரேசன் குழந்தைகளுக்கான நரம்பியல் மருத்துவத்தில் பிரசித்தி பெற்றவர். நரம்பியல் பிரச்சனைகளோடு சிறுவர்களும் சிறுமிகளும் படும் சங்கடங்களையும் பெற்றோர்களின் முகங்களில் படிந்திருந்த வேதனைகளையும் கவனித்த கிருஷ்ணனுக்குத் தன்னுடைய பிரச்சனை அப்படியொன்றும் பெரிதில்லை என்று தோன்றியது. நடேஷ் பரபரப்பாக இயங்கினான். பக்கத்து நாற்காலியில் அமர்ந்துகொண்ட முத்து இலக்கிய நிலவரம் பற்றிக் கலகலப்பாகப் பேசிக்கொண்டிருந்தார். அது, கிருஷ்ணனை இலகுவாக உணரவைப்பதற்கான முயற்சியாகத் தெரிந்தது. சுஃபி அமைதியாகப் பக்கத்தில் நின்றுகொண்டிருந்தார். டாக்டர் திருநாவுக்கரசு கொடுத்திருந்த பரிந்துரை மற்றும் பரிசோதனைக் குறிப்புகள் அடங்கிய உறை, நரம்பியல் மருத்துவர் குமரேசனின் அறைக்குச் சென்றது. டாக்டர் முன்னதாக வந்திருந்த சில நோயாளிகளைப் பார்த்துவிட்டு, சில நிமிஷங்களுக்குப் பிறகு அழைத்தார்.

நடேஷ் உடன் வர, கிருஷ்ணன் டாக்டரின் விசாலமான அறைக்குள் நுழைந்தான். ஏசி அறை இதமாக வரவேற்றது. ஆனால் நைந்துபோன அவனுடைய உடலும் மனமும் காற்றில் ஆடும் ஒரு துணியைப் போலப் படபடத்துக் கொண்டிருந்தன. டாக்டர் அவன் நடந்து வருவதையே உன்னிப்பாகக் கவனித்துக்கொண்டிருப்பதைக் கிருஷ்ணனால் உணர முடிந்தது. தன் அருகில் அவன் வந்ததும் சைகையில் உட்காரச் சொன்னார். அவன் உட்கார்ந்ததும்

"உங்களுக்கு வந்திருக்கிற டிஸிஸ், பாலி நியூரோபதி. நீங்க நடந்து வர்றதப் பாத்தப்பவே தெரிஞ்சிடுச்சு..." என்றார். மேலும், "எப்படி மேல வந்தீங்க... யாரும் தூக்கிட்டு வந்தாங்களா" என்று கேட்டார்.

"இல்ல டாக்டர், நானாதான் ஏறி வந்தேன்" என்றான் கிருஷ்ணன்.

"ஆச்சரியமா இருக்கு... மாடிலாம் ஏற முடியாதே" என்றார். டாக்டரின் ஆச்சரியம் குரலில் மட்டுமல்ல, முகத்திலும் தெரிந்தது.

"ஒரு மாதிரி பழகிட்டேன் டாக்டர்... காலை எடுத்து வைக்கிறது கோணல்மாணலா சிரமமாதான் இருக்கும்..." என்றான்.

"பரவாயில்லை... உங்களுக்கு நல்ல வில் பவர் இருக்கு... சரி, பிரச்சனை என்னைக்கு ஆரம்பிச்சது... எந்தப் பகுதியில முதல்ல வந்தது?" என்று கேட்டார் டாக்டர்.

"இன்னைக்கு நாலாவது நாள் டாக்டர்... திங்கக்கிழமை ஆரம்பிச்சது. முதல்ல இடது கால்ல ஆரம்பிச்சது... அப்புறம் இடது கை விரல்... ரெண்டு நாள்ல வலது கால் வலது கை விரலும் பாதிச்சிடுச்சு டாக்டர்..."

டாக்டரின் முகம் கொஞ்சம் இறுக்கமடைவது போலிருந்தது.

"இந்த நேரம் நீங்கள் ஆஸ்பத்திரியில அட்மிட் ஆகி அப்சர்வேசன்ல இருந்துட்டிருக்கணும்... இந்த நோய், நரம்பு மண்டலத்தை பாதிக்கிற ஒண்ணு. இது இரண்டு விதமா பாதிக்கும். சிலருக்கு மேலருந்து கீழா பரவும். சிலருக்கு கீழிருந்து மேலா பரவும்... உங்களுக்கு கீழிருந்து மேலா பாதிச்சிருக்கு... முதல் ஏழு நாள் அதன் பாதிப்பு இருக்கும். நோய் தீவிரமா பாதிக்கிற கட்டத்துல இப்ப நீங்க இருக்கீங்க... ஏழு நாளைக்கப்புறம் இறங்கத் தொடங்கும்... அதுக்கப்புறம் புதுசா எந்த பாதிப்பும் இருக்காது. அதனால முதல் ஒரு வாரம் ரொம்ப கவனமா இருக்கணும். இப்ப உங்க கை கால்களைப் பாதிச்சிருக்கிற இது எப்ப வேண்ணாலும் உங்க உள்ளுறுப்புகளைப் பாதிக்கலாம். அது எப்ப வேண்ணாலும் நடக்கக்கூடிய அபாய கட்டத்துல இப்ப நீங்க இருக்கீங்க... அப்படி பாதிக்காம அவுட்டர் லிம்ப்ஸை பாதிச்சதோட போயிடவும் செய்யலாம். ஆனா உங்க மூச்சுக் குழாய அது பாதிச்சா நீங்க வெண்டிலேட்டர் ரூம்ல இருந்தாகணும்... பிரச்சனை சரியாகிற வரைக்கும்..." என்றவர் சற்று நிறுத்தினார். கிருஷ்ணன்

சி. மோகன் | 95

கலங்கிய முகத்தோடு அவரையே பார்த்துக்கொண்டிருந்தான். டாக்டர் தொடர்ந்தார்: "மூச்சுக் குழாய பாதிச்சு மூச்சுத் திணறல் ஏற்பட்டுச்சுனா வெண்டிலேட்டர் சப்போர்ட்ல இருக்கணும்... அப்பலோல வெண்டிலேட்டர் வசதி இருக்கு. ஆனா, அதிக செலவாகும்... உங்களோட உள்ளுறுப்பு பாதிக்காட்டாலும், அட்மிட் ஆனவுடனே வெண்டிலேட்டர் ரூமுக்குக் கொண்டு போய்டுவாங்க... ஒரு வாரத்துக்கும் மேல இருக்க வேண்டியிருக்கும். எப்படியும் ஒரு லட்சத்துக்கு மேல செலவாகும்... கவர்மெண்ட் ஹாஸ்பிடல்ல ஸ்டேன்லில வெண்டிலேட்டர் வசதி இருக்கு... செலவு இல்லை... ஆனா மூச்சுத் திணறல் ஏற்பட்டுச்சுனா உடனே டாக்டரைக் கூப்பிட யாராச்சும் பக்கத்திலேயே கவனமா இருக்கணும்... நீங்க உங்க வசதிப்படி செய்யலாம்..." என்றார் டாக்டர்.

"ஸ்டேன்லில அட்மிட் ஆகிக்கிறேன் டாக்டர்" என்று தீனமான குரலில் கிருஷ்ணன் சொன்னான்.

நடேஷ் தனது உற்சாகமான நாடகார்த்தக் குரலில், "டாக்டர், இது ரெம்ப பெரிய உசிரு டாக்டர்... சாதாரண உசிரில்லை... பெரிய ரைட்டரு... இவரோட இருப்புங்கறது இங்க ரொம்ப அவசியம்... எப்படியாச்சும் காப்பாத்தி ஆகணும்" என்றான்.

"அது சரி, பெரிய ரைட்டர்ங்கிறீங்க... திருநாவும் அப்படித்தான் சொன்னான்... மக்களுக்கு அவெர்னெஸ் கிரியேட் பண்ண வேண்டியவங்களே இப்படி இருந்தா எப்படி" என்றவர் தொடர்ந்து, "ஸ்டேன்லில அட்மிட் ஆகிறதுக்கு நான் ஒரு லெட்டர் தர்றேன்... இம்மிடியட்டா போய் அட்மிட் ஆகிடுங்க... லேட் பண்ணாதீங்க" என்றார்.

"தேங்க்ஸ் டாக்டர்" என்றான் கிருஷ்ணன்.

"சரியாகி வீட்டுக்குப் போயிட்டீங்கனா, அதுக்கப்புறம் என்னை வந்து பாக்கணும்கிறதில்லை... எனக்கு ஒரு ஃபோன் பண்ணி ஹாய் சொன்னா போதும்... அதுக்கப்புறம் ஒரு பிஸியோதெரபிஸ்ட்டைப் பாத்து ட்ரீட்மெண்ட் எடுத்துக்கங்க... பாதிப்புகள்ல இருந்து வெளிய வர்றதுக்கு பிஸியோதெரபி மட்டும்தான் ஒரே ட்ரீட்மெண்ட்" என்றார். கிருஷ்ணன் இறுகிய முகத்தோடு தலையாட்டினான்.

"சரி, நீங்க வெளிய இருங்க... நான் ரிப்போர்ட்டும் லெட்டரும் ரெடி பண்ணிட்டுக் கொடுத்து விடறேன்" என்றார்.

பணம் ஏதும் வாங்கிக்கொள்ளவில்லை என்பதோடு, "திருநா என்னோட க்ளாஸ்மேட்... அவன் உங்களப் பத்தி நிறைய சொன்னான்... திரும்பவும் சொல்றேன்... ஹாஸ்பிட்டல்ல இருந்து வீட்டுக்குப் போனதும் ஒரு பிஸியோதெரபிஸ்ட்டைப் பார்த்து கடுமையா பயிற்சி எடுத்துக்கணும்... அது ஒண்ணுதான் ஒரே ட்ரீட்மெண்ட். அப்பதான் இந்த நோய் ஏற்படுத்திட்டுப் போன பாதிப்புகள்லேருந்து விடுபட முடியும்" என்று கனிவுடன் சொன்னார்.

கிருஷ்ணன் தலையாட்டியபடி எழுந்துகொண்டான். இப்போது தனக்கு வந்திருப்பது சாதாரண நோயில்லை... என்ன வேண்டுமானாலும் நடக்கலாம்... அப்படியே உயிராபத்து இல்லையென்று ஆகிவிட்டாலும் உடல் இயல்புக்குத் திரும்ப வெகு நாட்களாகும் என்பது கிருஷ்ணனுக்குப் புரிந்தது. அவனுக்கு அது மலைப்பூட்டியது. எப்படி சமாளிக்கப் போகிறோம் என்ற மருட்சி மனதை ஆக்கிரமித்திருந்தது.

சஃபியும் கிருஷ்ணனும் ஆட்டோவில் ஸ்டேன்லி செல்வதென்றும், நடேஷ் தன் ஸ்கூட்டரில் முன்னதாகச் சென்று அங்கு பணியாற்றும் ஓவியர் நெடுஞ்செழியனைச் சந்தித்து கிருஷ்ணன் வந்து சேர்ந்ததும் அட்மிட் ஆவதற்கான ஏற்பாடுகளைச் செய்து வைப்பதென்றும் முடிவு செய்தார்கள்.

அதிர்ஷ்டவசமாக, ஸ்டேன்லி மருத்துவமனையில் மூன்று ஓவியர்கள் பணியாற்றினார்கள். ஓர் அபூர்வமாக அங்கு அப்படி ஒரு நடைமுறை அப்போது இருந்தது. அங்கு அந்த ஓவியர்களின் பணி என்பது, ஒரு அறுவைசிகிச்சைக்கு முன்பாக அந்த பாகம் எப்படியாக இருந்தது என்பதையும், அறுவைசிகிச்சையின் போதான மருத்துவர்களின் செயல்பாடுகளையும், அறுவைசிகிச்சைக்குப் பின் அப்பாகம் அடைந்திருக்கும் மாற்றங்களையும் கோட்டோவியங்களில் பதிவு செய்வது. இப்படியான ஒரு நடைமுறை, பிளாஸ்டிக் சர்ஜரிக்குப் பெயர்பெற்ற ஸ்டேன்லி மருத்துவமனையில் செயல்பட்டது. புகைப்படக் கருவியைப் பயன்படுத்தினால், அதிலிருந்து வெளிப்படும் கதிர்கள் பாதிப்பை ஏற்படுத்தும் என்பதால் இந்த நடைமுறை அங்கு மேற்கொள்ளப்பட்டது. அங்கு அப்பணியில் இருந்த ஓவியர்களான நெடுஞ்செழியன், பரதன்,

பாலசுப்பிரமணியம் மூவரையுமே கிருஷ்ணனுக்குத் தெரியும் என்றபோதிலும், ஒரு தேர்ந்த ஓவியரான நெடுஞ்செழியனோடு நெருக்கமான உறவு கிருஷ்ணனுக்கு இருந்தது. ஓர் இரவு அவருடைய வீட்டில் தங்கியிருந்து அவருடைய படைப்புகளை எல்லாம் அவன் பார்வையிட்டிருக்கிறான். நெடுஞ்செழியன் பணியாற்றும் இடம் என்பதால், ஸ்டேன்லி மருத்துவமனை கொஞ்சம் இணக்கமான சூழலைத் தரும் என்ற ஒரு நம்பிக்கை மனதில் ஏற்பட்டது. நாம் முன்னர் அறிந்திராத ஒரு இடத்துக்கு, மிகுந்த தயக்கத்தோடும் தடுமாற்றத்தோடும், ஒரு முக்கிய அலுவலாகச் செல்ல நேரும்போது, அங்கு நாம் அறிந்த அல்லது நம்மை அறிந்த யாராவது இருந்தால் அந்த இடத்தின் சூழலைக் கொஞ்சம் தெம்பாகவும் தன்னம்பிகையோடும் எதிர்கொள்ள முடியும்; போன காரியமும் கொஞ்சம் சுலபமாக முடியும்தானே என்று எண்ணிக்கொண்டான். மேலும், எதுவானாலும் எதிர்கொண்டுதானே ஆகவேண்டும் என்ற எண்ணமும் மேலெழுந்தது.

கிருஷ்ணனுக்கு வந்திருக்கும் நோயின் தீவிரத்தையும், அது மரணத்துக்கு இட்டுச் செல்லக்கூடிய ஆபத்து கொண்டது என்பதையும் உணர்ந்துவிட்டிருந்த நடேஷின் செய்கையில் இப்போது பரபரப்பு கூடியிருந்தது. தான் மேற்கொண்டிருக்கும் மீட்புப் பணியின் முக்கிய கட்டத்தை உணர்ந்து ஸ்கூட்டரில் விரைந்தான். முத்து, “டேக் கேர், தைரியமா இருங்க... நாளைக்கு ஹாஸ்பிடல்ல வந்து பாக்கிறேன்...” என்று சொல்லிக் கிருஷ்ணனிடம் கை கொடுத்து விடைபெற்றார்.

சஃபி, ஒரு ஆட்டோவை அமர்த்தினார். இருவரும் ஏறிக்கொண்டார்கள். அவனைப் பாதித்திருக்கிற நோயின் விபரீதம் பற்றித் தெரிய வந்த நொடியிலிருந்து கிருஷ்ணனின் மனதில் இருள் கவிந்துவிட்டிருந்தது. அந்த இருளின் கருமை முகத்திலும் படர்ந்திருந்தது. அதேசமயம், வரக்கூடிய ஒரு பேராபத்திலிருந்து தற்காத்துக்கொள்வதற்காக, ஒரு அரசு மருத்துவமனையில் சேர்வதற்காகச் சென்றுகொண்டிருக்கும் அந்தத் திடீர் பயணத்தில் கிருஷ்ணனின் மனதில் ஓர் இனம் புரியா ஆழ்ந்த நிசப்தம் மெல்ல மெல்ல ஊடுருவிக்கொண்டிருப்பதை உணர்ந்தான். மருத்துவமனையில் போய் படுத்துக்கொள்வதைத் தவிர, இனி தான் செய்ய ஏதுமில்லை என்ற புரிதலில் ஊடுருவிய நிசப்தம் அது. அவனுடைய அமைதியில் அவன் இருந்துகொண்டிருப்பதற்கு ஏதுவாக அந்தப் பயணம் நெடுகிலும் சஃபியும் எதுவும் பேசவில்லை.

9
நான்காம் நாள் மாலை

மாலை நான்கு மணிக்கெல்லாம் ஸ்டேன்லியின் அவசர சிகிச்சைப் பிரிவில் பரிசோதிக்கப்பட்டு, டாக்டர் குமரேசனின் பரிந்துரையின்படி, பொது நியூரோ வார்டில் கிருஷ்ணன் அனுமதிக்கப்பட்டான். ஒரு நீளமான கூடம் போன்றிருந்தது அந்த வார்டு. அதன் பக்கச் சுவரோரமாக, கிழக்கு பார்த்தும் மேற்கு பார்த்துமாகக் கட்டில்கள் எதிர் எதிராக இருந்தன. கூடத்தின் மத்தியில் வார்டு டாக்டரின் இருக்கையும் மேசையும் இருந்தன. அதன் இடது பக்கத்துக் கட்டில் கிருஷ்ணனுக்கு ஒதுக்கப்பட்டிருந்தது. அவசர நிலைமையில் உடனடி கவனிப்புக்கு வசதியாக அவனுக்கு அப்படியொரு ஏற்பாடு செய்யப்பட்டிருந்தது. கிட்டத்தட்ட முப்பது கட்டில்கள் கொண்ட அந்த வார்டில் நான்கைந்து படுக்கைகள் காலியாக இருந்தன. அரசு மருத்துவமனையில் இப்படி காலியாக இருப்பது கிருஷ்ணனுக்கு முதலில் ஆச்சரியமாக இருந்தது. அவன் ஒருமுறை, ஜி. நாகராஜன் மதுரை அரசு பொது மருத்துவமனையில் அனுமதிக்கப்பட்டபோது, அங்கு படுக்கைகள் நெருக்கமாக இருந்தது மட்டுமல்லாமல், எல்லாப் படுக்கைகளிலும் நோயாளிகள் இருந்ததைப் பார்த்திருக்கிறான். வராந்தாவிலும்கூட சில நோயாளிகள் படுக்க வைக்கப்பட்டிருந்தனர். அவன் ஒரு அரசு மருத்துவமனையை அப்போதுதான் முதல் முறையாகப் பார்த்தான். ஆனால் இப்போது, பல வருஷங்களுக்குப் பிறகு, அவனே சென்னையில் ஒரு அரசு மருத்துவமனையில் அனுமதிக்கப்பட்டிருக்கிறான். இந்த வார்டு சற்று மேம்பட்டதாக இருப்பதுபோல் தோன்றியது.

மருத்துவமனை அவ்வளவு நெருக்கடியாக இல்லாமல் இருப்பதற்கு, தீபாவளி நெருங்கிக்கொண்டிருப்பதே காரணம்

என்பது தெரிய வந்தபோது, அதைப் புரிந்துகொள்ள முடிந்தது. பண்டிகை நாளில் மக்கள் மருத்துவமனை வாசத்தைத் தவிர்க்க நினைப்பதும் வீட்டில் எல்லோரும் ஒன்றாகக் கூடியிருந்து சந்தோஷமாகக் கொண்டாட விழைவதும் இயற்கைதான்.

டாக்டரின் இருக்கையை ஒட்டி ஒரு வாசல். அறையின் பின்பகுதிக்கான பாதை அது. அங்குதான் வாஷ்பேஸின் இருந்தது. அதற்குப் பக்கத்தில் குப்பை போடுவதற்கான ஒரு தொட்டியும் இருந்தது. அப்பகுதியின் மூலையில் அட்டைப் பெட்டிகள் சில நைந்தும் பிய்ந்தும் குவிந்து கிடந்தன. சிறுசிறு வெண் திட்டுகளுடன் கூடிய ஒரு சாம்பல் நிறப் பூனை அக்குவியலில் ஒடுங்கிப்போய் படுத்துக் கிடந்தது. அது உடல் நலிந்திருப்பதுபோல் தோன்றியது. கொஞ்சம் நேரம் அதையே பார்த்துக்கொண்டிருந்தான். அது அசைவற்றுக் கிடந்தது. அதைத் தொடர்ந்து பார்ப்பதற்கான திராணியோ, அதற்கு ஏதாவது செய்ய வேண்டுமென்ற எண்ணமோ அப்போது அவனுக்கு இல்லை.

எதிர் வாசல்தான் அந்த வார்டுக்கான நுழைவாயில். அதன் வராந்தாவில் சற்றுத் தள்ளி இடது புறமாக ஒரு குறுகிய சந்தின் இரு புறமும் இரண்டு கழிவறைகள் இருந்தன. இரண்டுமே இந்திய பாணி கழிவுக் கோப்பைகளால் ஆனவை. இதுதான் கிருஷ்ணனுக்குக் கொஞ்சம் அச்சுறுத்துவதாக இருந்தது. சமாளித்துதான் ஆகவேண்டும். முதல் நாள் மந்தைவெளியில் ரகுவின் வீட்டில் குழாய் கம்பியைப் பிடித்தபடி குந்தி உட்கார்ந்து போனதுபோல எப்படியாவது சமாளித்துக்கொள்ள வேண்டியதுதான். கழிவறைகள் அப்படியொன்றும் மோசமாகவும் இல்லை. பொதுவாக, காலையில் தான் சுத்தம் செய்வார்கள் என்பதாக இருந்தால் இந்த மாலை நேரத்தில் இது நிச்சயம் மோசமில்லைதான்.

நடேஷ் தொலைபேசியில் நரம்பியல் மருத்துவர் சொன்ன விஷயங்களையும் இப்போது ஸ்டேன்லியில் அட்மிட் செய்வதற்காகச் சென்றுகொண்டிருப்பதையும் சொன்னபோது கடும் அதிர்ச்சி அடைந்த அனிதாவால், “சரி நான் வர்றேன்” என்று மட்டுமே அப்போது சொல்ல முடிந்தது. நிதானமாக யோசித்தபோது, நல்ல வேளையாக, உரிய காலத்தில் நோய்த் தன்மை அறியப்பட்டு, மருத்துவமனையில் சேர்க்கப்படுவது கொஞ்சம் ஆறுதலாகவும்

இருந்தது. ஒருவேளை இந்த நான்கு நாட்களில் விபரீதமாக ஏதாவது நடந்திருந்தால் என்ன ஆகியிருக்கும் என நினைத்தபோது உடலும் மனமும் பதறிப் படபடத்தன.

உடனடியாக வீட்டுக்குச் சென்று, மருத்துவமனையில் தங்கியிருப்பதற்கு அவசியமான பொருள்கள் எனத் தோன்றியவற்றை எடுத்துக்கொண்டு, வேறெதுவும் தேவைப்பட்டால் அங்கு பக்கத்திலேயே வாங்கிக்கொள்ளலாம் என்ற முடிவோடு, ஒரு ஆட்டோ பிடித்து ஸ்டேன்லி போய்ச் சேர்ந்தாள்.

கட்டிலில் ஒருக்களித்து சற்றே சுருண்டு படுத்திருந்தான் கிருஷ்ணன். பக்கத்தில் நின்று கொண்டிருந்த சஃபி அனிதாவிடமிருந்து பொருள்களை வாங்கிக் கட்டிலுக்கடியில் ஓர் ஒழுங்கில் வைத்தார். அனிதா, கிருஷ்ணனின் தலைமாட்டருகில் சென்றபோது, கிருஷ்ணன் எழுந்து உட்கார்ந்துகொண்டான். காட்டன் சுடிதாரில் எப்போதும்போல் அனிதா பொலிவாக இருந்தாள். அலங்காரங்களோ ஒப்பனைகளோ அற்ற எளிமையின் அழகும் ஓர் அலாதியான வசீகரமும் எந்தச் சூழ்நிலையிலும் அவளிடம் வெளிப்பட்டபடி இருப்பதை வியப்புடன் பார்த்தான் கிருஷ்ணன்.

“படுத்திருக்கிறது சௌகர்யமா இருக்குன்னா படுத்திருங்களேன்...” என்றாள் அனிதா.

“சும்மாதான் படுத்திருந்தேன்...” என்றபடி அனிதாவின் முகத்தை நிமிர்ந்து பார்த்தான்.

அவன் சகஜமாக இருக்க முயற்சித்தபோதிலும், முகம் கலக்கத்தில் கொஞ்சம் வெளிறி இருந்தது. எதையும் அதிகம் பொருட்படுத்தாதவன், தனக்குத் தெரிந்ததை நம்பிக்கையுடன் செய்து வருபவன், வாழ்க்கைப் பாட்டிற்கு அது உதவாதபோதும் எவ்விதப் புகார்களுமில்லாமல், நடக்க இருப்பது பற்றிக் கவலைப்படாமல் தன் போக்கில் சென்றுகொண்டிருப்பவன் என்று அவனே தன்னைப் பற்றி நம்பிக்கொண்டிருந்ததற்கு மாறாக, இப்போது அடுத்து நிகழப்போவது அறியாத குழப்பத்தில் அவனுடைய முகம் சுண்டிப்போயிருந்தது. அனிதாவும் உள்ளுக்குள் கலங்கியிருந்தாலும், அதைக் காட்டிக்கொள்ளாமல், அவனை உத்வேகப்படுத்தும் நோக்கத்தோடு, “நல்லவேளையா சரியான

சமயத்துல சரியான இடத்துக்கு வந்து சேர்ந்துட்டோம்...” என்று உற்சாக தொனியில் சொன்னாள்.

ஆம் என்பதுபோலத் தலையாட்டினான் கிருஷ்ணன்.

அன்றிரவு கிருஷ்ணனுக்குத் துணையாகத் தங்க அனிதா தீர்மானித்து, ஒருவழியாகக் கிருஷ்ணனை சம்மதிக்கவும் செய்துவிட்டாள். பாத்ரூம் போய்வர ஒரு ஆண் துணையே உசிதமாக இருக்கும் என்று சொல்லிப் பார்த்தும் அவள் அதை ஏற்றுக்கொள்வதாக இல்லை. சில படுக்கைகளில் ஆண் நோயாளிகளுக்குத் துணையாகப் பெண்கள் இருப்பதையும், பெண் நோயாளிகளுக்குத் துணையாக ஆண்கள் இருப்பதையும் புன்முறுவலோடு சுட்டிக் காட்டினாள். மேலும், அடுத்த மூன்று நாட்களுக்குத் தன்னால் வர இயலாதென்பதை நினைவுபடுத்தினாள். வரும் சனி, ஞாயிறு தில்லியில் நடக்கும் ஒரு முக்கியமான அலுவலக ரீதியான சந்திப்புக்குத் தன் இயக்குனருடன் நாளை மதியமே அவள் செல்ல வேண்டி இருந்தது. அதனால் இன்று இரவு அவள் இருக்க விரும்புவதாகச் சொன்னாள். அப்போது அவனுடைய வலது கையை எடுத்து தன் இரு கைகளுக்குள்ளும் பொத்தி வைத்துக்கொண்டிருந்தாள் அனிதா. அவளுடைய கனிவும் கரிசனமும் கைகள் வழியாக ஊடுருவிக்கொண்டிருந்தன. ஒரு புதிய நம்பிக்கையோடு அவனுடைய விரல்கள் எவ்வித உதறலுமின்றி அவளுடைய கைகளுக்குள் அடைக்கலமாகியிருந்தன.

அடுத்து, அந்தத் தளத்தில் மருத்துவர்கள் அறை, செவிலியர்கள் அறை எங்கிருக்கின்றன என்பதையும், அந்த மருத்துவமனையில் எங்கு வெண்டிலேட்டர் அறை இருக்கிறதென்பதையும் பார்த்துவிட்டு வந்தாள் அனிதா. அவளுடைய தோற்றமும் அணுகுமுறையும் எவரையும் அவளுக்கு இணக்கமாக வெளிப்பட வைத்துவிடுகின்றன. அவள் கிருஷ்ணனிடம் திரும்பி வந்ததும் நடேஷும் சஃபியும் கிளம்பினார்கள். காலையில் சீக்கிரமே வந்துவிடுவதாக சஃபி சொன்னார்.

அனிதா, அவன் தலைமாட்டுக்கு அருகில் நாற்காலியை எடுத்துப்போட்டு அமர்ந்துகொண்டாள்.

“நீங்க தூங்குங்க அனிதா. தேவைப்பட்டா எழுப்புறேன்” என்றான் கிருஷ்ணன்.

"நீங்க எதப் பத்தியும் யோசிக்காம தூங்குங்க..." என்று அவனுடைய தலையைக் கோதியபடி சொன்னாள் அனிதா. கிருஷ்ணனின் கண்கள் கசிந்தன. அதை மறைப்பதற்காகத் திரும்பி ஒருக்களித்துப் படுத்துக்கொண்டான். அவனிடமிருந்து மெல்லிய குறட்டை வெளிப்படத் தொடங்கிய பின்னரே, அவன் தூங்கி விட்டதை உறுதி செய்துகொண்டு, கட்டிலுக்குப் பக்கத்தில் தரையில் ஒரு போர்வையை விரித்துப் படுத்துக்கொண்டாள். அந்த இரவு முழுவதும் அவள் விழிப்புடனும் அரைகுறைத் தூக்கமுமாகப் படுத்திருந்தாள். அவளையும் மீறிக் கண்ணயரும்போது, சட்டெனப் பதறி எழுந்து கிருஷ்ணனைப் பார்த்தாள். அவன் அயர்ந்து தூங்கிக்கொண்டிருப்பதையும் மூச்சு சீராக வருகிறதா என்பதையும் அவ்வப்போது பார்த்துப் பார்த்து நிம்மதி அடைந்தாள்.

10

நான்காம் நாள் இரவு

ஒரு மருத்துவமனைக் கட்டிலில், அடுத்து அவன் உடலில் என்ன நடக்கவிருக்கிறது எனத் தெரியாத ஒரு புதிரான சூழலில், அவன் படுத்திருப்பது இது இரண்டாவது முறை. முதல் முறை அப்படியான ஒரு நிலையை எதிர்கொண்டிருந்தபோது அவன் ஒரு சிறுவனாக இருந்தான். அந்தச் சிறு பிராயத்தில், அவனைப் பாதித்திருந்த நோயின் தீவிரம் பற்றி அவன் எதுவும் அறிந்திருக்கவில்லை. அவனுடைய 14ஆவது வயதில் காசநோய் முற்றிய நிலையில் அவன் அவர்களுடைய குடும்ப டாக்டரின் வீட்டு மாடியில் ஒரு தனி அறையில் தங்க வைக்கப்பட்டிருந்தான். தூத்துக்குடியில் அவனுடைய அப்பா சுங்க அதிகாரியாகப் பணியாற்றிய காலகட்டம் அது. முதலில் அவன் அட்மிட் செய்யப்பட்ட கிறிஸ்துவ மிஷனரி மருத்துவமனை அவனுடைய காசநோயின் முற்றிய நிலை அறிந்து அவனைக் கைவிட்ட நிலையில், அவனுடைய அப்பா குடும்ப டாக்டரை சந்தித்துப் பேசியிருக்கிறார். இங்கே விட்டுச் செல்லுங்கள். நம்மால் முடிந்ததை செய்து பார்ப்போம் என்று அவர் ஆறுதல் சொல்லியிருக்கிறார். காசநோயானது, உயிர்கொல்லி நோயாகவும், கடுமையான தொற்று நோயாகவும், சரியான சிகிச்சை முறை கண்டுபிடிக்கப்படாத ஒன்றாகவும் இருந்த காலம் அது. பிழைப்பது கஷ்டம் என்ற நிலைவரை சென்று, எப்படியோ அதிலிருந்து அவன் தப்பித்துக் கொண்டுவிட்டான். ஆனால் அவன் மரணத்தின் விளிம்புவரை சென்று மீண்ட கதை அவன் பின்னர் அறிந்ததுதான். நோய்க் காலத்தில் அதன் தீவிரம் பற்றி அவன் ஏதும் அறிந்திருக்கவில்லை.

கிருஷ்ணனுக்குக் காசநோய் வந்ததற்கு ஒரு குடும்ப வரலாறு இருப்பதையும் அவன் பின்னர்தான் அறிந்துகொண்டான்.

உடலும், மனதைப் போலவே, தனதான பூர்வீக வரலாறைக் கொண்டுதான் இயங்குகிறது. சில நுட்பமான பின்னங்களாலும் நுண்மைகளாலும் காலங்களின் தொடர்ச்சியோடும் பிணைந்தே அதன் இயக்கம் இருக்கிறது. அவன் கருவுற்ற காலத்தில் அவனுடைய அப்பாவுக்கு முதுகில் ஒரு சிலந்திக்கட்டி இருந்திருக்கிறது. பின்னர் அது அறுவைசிகிச்சை மூலம் நீக்கப்பட்டிருக்கிறது. அந்த சிலந்திக்கட்டியின் தொடர்ச்சிதான் அவனுடைய காசநோய். அதாவது, அவன் பிறந்தபோதே காசநோய்க் கிருமித் தொற்றுடனேயே பிறந்திருக்கிறான். அது அவன் உடலில் வெளிப்பட கொஞ்சம் தாமதமானதற்குக்கூட அவனுக்கு அளிக்கப்பட்ட வேறொரு சிகிச்சை காரணமாக இருந்திருக்கிறது.

கிருஷ்ணன் தன்னுடைய 10 மற்றும் 11 வயதுகளில் அப்பாவின் பூர்வீக கிராமமான கருங்குளத்தில் அவனுடைய அப்பாவின் தங்கையான அழகம்மாள் அத்தை வீட்டில் தங்கியிருந்து கடலாடியில் படித்தான். அவனுடைய அண்ணனும் அவனும் அங்கு இரண்டு ஆண்டுகள் விடப்பட்டனர். எதனால் ஏன் அப்படிச் செய்தார்கள் என்பது இதுவரை அவன் அறிந்திராத ஒன்று. கடலாடிக்கு, கருங்குளம் கண்மாய் வரப்பு மேட்டில் நடந்தபடியும் செல்லலாம். கிராமத்தின் ஊடே செல்லும் ஒரு சிறு வண்டிப் பாதை வழியாகவும் கடலாடிக்குள் நுழைந்துவிடலாம். பக்கம்தான். பத்து நிமிஷ நடை தூரம்தான்.

அவன் கருங்குளத்தில் தங்கியிருந்து ஐந்தாவது படித்த ஆரம்ப நாட்களில் அவனுக்கு மாலைக்கண் நோய் வந்தது. இருள் கவிய ஆரம்பித்ததும் பார்வை தெரியவில்லை. அந்தக் கிராமத்துக்கு மின்வசதி வராதிருந்த காலமது. இரவில் கண் தெரியாதிருப்பது இயல்பான ஒன்றுதான் என்பதுபோல அவன் இருந்தான். அதேசமயம், வீட்டில் மற்றவர்கள் சகஜமாகப் புழங்குவதையும் அவன் அறிந்திருந்தான். அவர்களுக்கு அது பழக்கமானதாக இருக்கும் என்றும் நினைத்துக்கொண்டான். இரவில் தனக்குப் பார்வை தெரியவில்லை என்பது பிறருக்குத் தெரிந்துவிடக் கூடாது என்ற கவலையும் இருந்தது. ஒருநாள் முன்னிரவில் அத்தை முன்வாசலில் அரிக்கன் விளக்கு வெளிச்சத்தில் இரவு சமையலுக்காக மீன் அரிந்து கழுவிக்கொண்டிருந்தார். வீட்டினுள் இருந்த அவனை நோக்கி, "கிருஷ்ணா இங்க வாப்பு" என்று

சி. மோகன் | 105

கூப்பிட்டார். அவன் "என்னத்தே..." என்று கேட்டபடி அங்கு போய் நின்றான். "இந்த சொம்புத் தண்ணிய அத்த கையில கொஞ்சம் கொஞ்சமா ஊத்துப்பு..." என்றார். அவன் குனிந்து தட்டித் தடவி அத்தையிடமிருந்து சொம்பை வாங்கிக்கொண்டான். அவர் இரு கைகளையும் தேய்த்துக் கழுவுவதற்கு வசதியாக வைத்துக்கொண்டு தண்ணீரை ஊற்றச் சொன்னார். அவனுக்கு அத்தையின் கைகள் தெரியவே இல்லை. அவர், "என்னப்பு பாக்கிற... ஊத்துப்பு" என்றார். அவன் உத்தேசமாகக் கீழே ஊற்றினான். "கையில ஊத்துப்பு" என்று எரிச்சலோடு மீண்டும் சொன்னார். "கண்ணு தெரியல அத்த..." என்று தேம்பியபடி சொன்னான் அவன். சட்டென்று எழுந்துகொண்ட அத்தை, "என்னப்பு சொல்ற... கண்ணு தெரியலையா..." என்று பதறினார்.

அதன் பிறகு, மறுநாள் காலையிலேயே அம்மா வழி பூர்வீகமான வேடகரிசல்குளத்திலிருக்கும் சின்ன மாமாவுக்குத் தகவல் போனது. அழகம்மாள் அத்தையின் கணவரும் அம்மாவின் மூத்த அண்ணனுமான பெரிய மாமா வத்திராயிருப்பில் தமிழ் பண்டிட்டாக அப்போது வேலை பார்த்தார். வார இறுதியில்தான் கருங்குளம் வருவார். கருங்குளத்துக்கும் வேடகரிசல்குளத்துக்கும் ஐந்து மைல் தூரம்தான். கிருஷ்ணனும் அவனுடைய அண்ணனும் கருங்குளத்தில் தங்கியிருந்து கடலாடியில் படித்தாலும் வெள்ளிக்கிழமை சாயந்தரம் பள்ளிக்கூடம் முடிந்ததும், கடலாடியில் அவருடைய அக்கா வீட்டில் தங்கிப் படித்த கோபால் மாமா, அண்ணன் பாலன், கிருஷ்ணன் என மூவரும் தங்களுடைய பள்ளிப் பையுடன் வேடகரிசல்குளத்திற்கு நடையைக் கட்டுவார்கள். பையில் நோட்டுப் புத்தகங்களோடு ஒரு டவுசர் சட்டையும் இருக்கும். ஒவ்வொரு வாரமும் அவன் ஆவலுடன் எதிர்பார்த்திருக்கும் பயணம் அது. அந்த வார இறுதி நாட்கள் தரும் உற்சாகத்திலேயே வாரத்தின் பிற ஐந்து நாட்களையும் அவன் கடந்துகொண்டிருந்தான்.

அவனையும் அவனுடைய அண்ணனையும் பக்கத்து ஊரான கடலாடியில் பள்ளிகளில் சேர்த்துவிட்டு, அவர்களைக் கருங்குளத்தில் தாத்தா வீட்டில் விட்டுவிட்டு அப்பா கிளம்பிப் போய்விட்டார். அண்ணன் உயர்நிலைப் பள்ளியில் எட்டாம் வகுப்பிலும் அவன் ஆரம்பப் பள்ளியில் ஐந்தாம் வகுப்பிலும் சேர்ந்தார்கள். கிருஷ்ணனின் ஆரம்பப் பள்ளி ஊருக்குள் கடைத்

தெருவிலேயே இருந்தது. அண்ணனின் உயர்நிலைப் பள்ளிக்கூடம் ஊருக்கு வெளியே இருந்தது. அண்ணனுக்குப் பள்ளிக்கூடம் திறந்த முதல் நாள் என்பதால், அன்று காலையிலேயே அண்ணனைக் கூட்டிக்கொண்டு தாத்தா பள்ளிக்குப் போய்விட்டார். அவனுக்கு ஆரம்பப் பள்ளி அடுத்த வாரம்தான் தொடங்குகிறது.

என்ன செய்வதென்று தெரியாமல் ஒன்பது வயதுக் கிருஷ்ணன் ஒரு போர்வையும் அதற்கு மேல் ஒரு சேலையும் விரிக்கப்பட்டிருந்த கயிற்றுக்கட்டிலில் தன்னை ஒரு அநாதையாக உணர்ந்தபடி உட்கார்ந்திருந்தான். தொட்டிலில் ஆறு மாதப் பெண்குழந்தை தூங்கிக்கொண்டிருந்தது. "பாப்பா அழுதா கொஞ்சம் தொட்டிலை ஆட்டி விடுப்பு. அத்த கம்மாய்க்குப் போய் நாலு முங்கு போட்டுட்டு, அப்படியே தண்ணி எடுத்துட்டு வந்திர்றேன்" என்றபடி குடத்தோடு ஒரு துண்டையும் எடுத்துத் தோளில் போட்டுக்கொண்டு அத்தை கிளம்பிப் போனார். அதற்காகவே காத்திருந்தது போலக் கிருஷ்ணனுக்கு அழுகை வெடித்துக் கிளம்பியது. அழுக அழுக அழுகை கூடிக்கொண்டே போனது. அப்பா ஏன் இப்படிச் செய்தார் என்றும் அம்மா இதற்கு எப்படி சம்மதித்தார் என்றும் நினைத்து நினைத்து கோபமும் ஆதங்கமுமாக அழுதபடி இருந்தான். எதிரிலிருந்த சுவரில் மாட்டப்பட்டிருந்த ஒரு சிறு தகரக் கண்ணாடி முன் போய் நின்று, அது கொஞ்சம் உயரத்தில் இருந்ததால், எக்கி எக்கி தன் அழும் முகத்தைப் பார்த்துப் பார்த்து அழுதான். அந்தச் சிறு கண்ணாடியை எடுத்துக்கொண்டு வந்து, கட்டிலில் தன் எதிரில் வைத்துக்கொண்டு, தேம்பித் தேம்பி அழுதான். பார்க்கப் பார்க்க அழுகை அதிகரித்தது.

கொஞ்சம் நாளில் இந்தப் புதிய வாழ்க்கை பழகிப்போய் விட்டாலும், மனதில் ஏக்கமும் கவலையும் அகலாமல் இருந்துகொண்டிருந்தன. அதற்கான மாற்றாக அமைந்தது, இந்த வார விடுமுறைப் பயணம். அவர்கள் போவது அம்மாவின் சொந்த ஊரான வேடகரிசல்குளம். சின்னக் குழந்தையிலிருந்து அம்மாவோடு வந்து புழங்கிய கிராமம். சொந்த ஊர் என்றால் அது அந்தக் கிராமம்தான். கடலாடியிலிருந்து ஒரு மணி நேர நடைப் பயணம். பயண வழி குதூகலமாக இருக்கும். இடையில் ஒரு ஆற்றையும் கடந்து செல்ல வேண்டும். பொதுவாக, மழைக் காலத்தில் அதில் நீரோட்டம் அவனுடைய முழங்காலுக்கு மேலாக

சி. மோகன் | 107

இருக்கும். பள்ளிப் பையைத் தலையில் வைத்துக்கொண்டு, கைகளால் பிடித்தபடி, ஆற்றை நடந்து கடப்பார்கள். அங்கு போவதும் அங்கு இருப்பதும் அவனுக்கு குஷியான விஷயம்.

அம்மாவை வளர்த்த அம்மாவின் பாட்டியான மருதாயிக் கிழவியும் அம்மாவின் சின்ன அண்ணனான சின்ன மாமாவும் மட்டுமல்ல, கிராமமே அவனைக் கொண்டாடும். அந்த இரண்டு நாட்களுக்காக சின்ன மாமா சாயல்குடியிலிருந்து தின்பண்டங்கள் வாங்கி வந்திருப்பார். அவனையொத்த சிறுவர்களோடு கண்மாயில் ஆட்டம் போடுவான். ஆரம்பத்தில் அவனையொத்த சிறுவர்கள் நீந்தி விளையாடுவதையும் அதில் போட்டிகள் வைத்து ஆரவாரமாய் குதூகலிப்பதையும் ஏக்கத்தோடு பார்த்துக்கொண்டிருந்தான். அவனுடைய ஏக்கத்தைக் கவனித்த சின்ன மாமாதான் அவனுக்கு ஒருநாள் நீச்சல் சொல்லிக் கொடுத்தார். இடுப்புயர நீர் மட்டத்தில் நின்றுகொண்டு, அவருடைய இரு கைகளையும் நீட்டியபடி வைத்துக்கொண்டு, அதன்மீது அவனைக் குப்புறப் படுக்க வைத்து அவனுடைய கைகளையும் கால்களையும் தண்ணீரில் கொஞ்சம் நேரம் அடிக்கச் சொன்னார். பிறகு, அந்த நிலையில் இருந்தபடி கைகளையும் கால்களையும் அவன் அடித்துக்கொண்டே இருக்க, நீரில் அவர் முன்னோக்கி நடந்தார். இன்னும் கொஞ்சம் ஆழத்துக்குச் சென்ற பிறகு, அவனைக் கைகளிலிருந்து தண்ணீரில் விட்டு விட்டு, அப்படியே அடிச்சுக்கிடே வா என்று அவனைப் பார்த்தபடியே பின்னோக்கி நடக்க ஆரம்பித்தார். அவன் திக்கித் திணறித் தடுமாறிக் கொஞ்சம் தண்ணீரும் குடித்து, தத்தக்கா புத்தக்கா என்று கைகளையும் கால்களையும் நீரில் அடித்து அடித்து, ஒரு வழியாகத் தண்ணீரில் நின்றுகொள்ளக்கூடிய இடத்துக்கு வந்து சேர்ந்து, நின்று நிதானித்து மூச்சு வாங்கினான். சின்ன மாமா சிரித்தபடியே "அவ்வளவுதாம்பா நீச்சல்" என்றார். அதன்பிறகு தானாகவே பழகிப் பழகி நண்பர்களோடு போட்டி வைத்துக் கொள்ளுமளவு கற்றுத் தேர்ந்தான். தண்ணீரில் முங்கியபடி நீந்துவது, மல்லாக்கப் படுத்துக்கொண்டு இளைப்பாறுவது, படுத்தபடியே நீந்திச் செல்வது என விதம் விதமாய் எல்லா வகையான நீச்சல்களும் கூடி வந்தன. காலையில் கண்மாயில் ஆட்டம் போடும்போது, பதனிக்கார அத்தையின் வருகையைக் கவனிப்பதிலும் ஒரு கண் இருந்துகொண்டிருக்கும். அவர் தூரத்தில் கண்மாய் மேட்டில் தட்டுப்பட்டதும் ஓடிப் போய் வயிறு நிறையப் பதநீர் குடிப்பான். மீண்டும் தண்ணீரில் வந்து விழுவான்.

சமயங்களில் சின்ன மாமா மாட்டு வண்டி கட்டி சாயல்குடிக்கு சாயந்தரம் சினிமா பார்க்கக் கூட்டிப் போவார். ஆனால் அவர் சினிமா கொட்டகைக்குள் வர மாட்டார். அவர்களை உள்ளே அனுப்பிவிட்டு, அவர் பஜாருக்குச் சென்று ஆக வேண்டிய காரியங்களைப் பார்ப்பார். படம் முடிந்து அவர்கள் வெளியில் வரும்போது, அவர்களை ஹோட்டலுக்கு அழைத்துப் போய் உணவு வாங்கிக் கொடுப்பார். சின்ன மாமா திருமணம் செய்துகொள்ளவில்லை. ஊரில் கோயிலும் பள்ளிக்கூடமும் கட்டினார். பின்னாளில் சுவாமி சித்பவானந்தாவின் ஆன்மீகச் சொற்பொழிவுகளைத் தேடி தேடிப் போய்க் கேட்டார். சித்பவானந்தா எழுதிய மற்றும் அவருடைய உரையாடல்கள் அடங்கிய நூல்களைப் பெற்று வாசித்தார். தபோவன வெளியீடான 'தர்ம சக்கரம்' இதழுக்கு சந்தா கட்டி வரவழைத்தார். அந்தக் கிராமத்து சின்னஞ்சிறு ஓட்டு வீட்டில் இராமகிருஷ்ணர், சாரதா அம்மையார், விவேகானந்தர் படங்கள் சட்டமிடப்பட்டு மாட்டப்பட்டன. அதிகாலையில் எழுந்து அவர் யோகாசனங்கள் செய்யும்போது, அவனும் கூடவே எழுந்துகொண்டு அதையெல்லாம் பார்த்துப் பார்த்துக் கற்றுக்கொண்டான். அவரும் அவன் கற்றுக்கொள்ளத் துணையாக இருந்தார். அவனுக்கு அதுவும் ஒரு விளையாட்டாகத்தான் இருந்தது என்றாலும் அவரைப் போலச் செய்து பார்ப்பதில் ஒரு பெருமையும் அவனுக்கு இருந்தது. அந்தச் சின்ன வயதில், அவன் மனதில் அவர் ஒரு லட்சிய மனிதராக வீற்றிருந்தார். "நீ விவேகானந்தர் போல வரணும்" என்று அவர் ஓரிரு முறை அவனிடம் சொல்லியிருக்கிறார். அந்தச் சின்ன வயதில் அதன் அர்த்தம் அவனுக்குத் தெரியா விட்டாலும், அவர் அவன்மீது ஏதோ நம்பிக்கை வைத்திருக்கிறார் என்று பெருமிதம் அடைந்திருக்கிறான்.

அந்தச் சின்ன மாமா ஒருநாள் திருப்பராய்த்துறை இராமகிருஷ்ண தபோவனத்தில் சாமியாராகப் போய்ச் சேர்ந்துவிட்டார். சின்ன மாமா, சாமி மாமா என்றானதும், வேடகரிசல்குளம் என்ற குக்கிராமத்தில் பிறந்து வளர்ந்து சிறு விவசாயியாக வாழ்ந்த பெரியசாமி என்பவர், பெயருக்கு ஏற்ப பெரிய சாமியாராகி சுவாமி சங்கரானந்தாவாக ஆனதும் பின்னாளில் இராமகிருஷ்ண தபோவனம் நடத்திய திருநெல்வேலி, சாரதா பெண்கள் கலைக் கல்லூரியின் தாளாளராகியதும் தனிப் பெரும் கதை.

இரண்டு நாள் வார விடுமுறைக் கொண்டாட்டங்கள் முடிந்து, மீண்டும் திங்கள்கிழமை காலை நடையைக் கட்டி

நேராகப் பள்ளிக்கூடம் வருவார்கள். இரண்டு வருடக் கடலாடிப் பள்ளிக்கூட வாழ்க்கையில் கிருஷ்ணன் முதல் வருடத்தை ஊருக்குள் இருந்த ஆரம்பப் பாடசாலையிலும் இரண்டாவது வருடமான ஆறாம் வகுப்பை ஊருக்குச் சற்று வெளியே இருந்த உயர்நிலைப் பள்ளியிலும் படித்தான். அப்போது அண்ணனோடு சேர்ந்து போவதும் வருவதுமாக இருந்தது. முதல் வருடத்தில் அவனைப் பள்ளியில் விட்டு விட்டுத் தன் பள்ளிக்கூடத்துக்குச் செல்வார் அண்ணன். அந்த முதல் வருட ஆரம்பப் பாடசாலை காலத்தில் அவனுக்குப் பிடித்தமானதாக இரண்டு விஷயங்கள் அமைந்திருந்தன. ஒன்று, சின்ன மாமா கடைத் தெருவிலுள்ள ஒரு சிறிய சாப்பாட்டுக் கடையில் கிருஷ்ணன் ஒரு நாளைக்கு எட்டணாவுக்குத் தின்பண்டங்கள் வாங்கிக்கொள்ள ஏற்பாடு செய்திருந்தார். அந்தக் கடையில் வசீகரமாக ஒரு அகன்ற தட்டில் அம்பாரமாய் வீற்றிருக்கும் பால்பன்னும், அதனருகே இன்னொரு தட்டில் அடுக்கப்பட்டிருக்கும் சுருள் பூரியும் அவனுக்கு மிகவும் பிடித்தமானவை. இரண்டுமே சீனிப் பாகில் ஊறியிருக்கும். ஒன்று நாலணா. அவன் பெரும்பாலும் பகல் இடைவேளையில் பால்பன் சாப்பிடுவான். மாலை பள்ளி முடிந்து வீட்டுக்குப் போகும்போது சுருள் பூரி வாங்கி சாப்பிட்டுக்கொண்டே போவான். மற்றொன்று, சந்தை நாளான வியாழக்கிழமை. கடலாடி சந்தை வெகு பிரசித்தம். தங்களுடைய பொருள்களை விற்பதற்காகவும், தங்களுக்குத் தேவையானவற்றை வாங்குவதற்காகவும் சுற்று வட்டாரக் கிராமங்களிலிருந்து வண்டி கட்டிக்கொண்டு வந்து பலரும் கூடுவார்கள். அன்று ஊரே ஜேஜே என்றிருக்கும். அவனுடைய ஆரம்பப் பாடசாலைக்குப் பக்கத்தில்தான் சந்தை நடக்கும் திடல் இருந்தது. அந்த நாளில், காலை வகுப்புகள் முடிந்த பின்னான மதிய இடைவேளையில் கடைத் தெருவில் கரிசல்குளத்துக்காரர்கள் யாராவது தென்படுகிறார்களா என்று கவனித்தபடி, யதேச்சையாகத் திரிவதுபோல் திரிவான். கிராமமே சொந்தம்தான் என்பதால் சித்தப்பா, பெரியப்பா, மாமா என்று யாராவது தட்டுப்படுவார்கள். அவனைப் பார்த்ததும் கடைக்குக் கூட்டிப் போய் பலகாரம் வாங்கித் தருவார்கள்.

மாலையானால் கிருஷ்ணனுக்குக் கண் தெரியவில்லை என்ற தகவல் சின்ன மாமாவுக்குக் கிடைத்ததும் மறுநாள் அதிகாலையிலேயே கிளம்பி வந்து, முதுகுளத்தூர் அரசு

மருத்துவமனைக்கு பஸ்ஸில் கூட்டிப் போனார். அங்கு சில மருந்து மாத்திரைகளைக் கொடுத்து ஒரு ஊசியும் போட்டு அனுப்பினார்கள். எல்லாம் சத்துக்குறைவைப் போக்குவதற்கானவை. கடலாடியில் ஹோமியோபதி மருத்துவராக இருந்த, ஒன்று விட்ட சொந்தமான சண்முகவேல் சித்தப்பாவிடம் ஒரு வாரத்துக்கு தினசரி சத்து ஊசி போட்டுக்கொண்டான். எல்லாமே சின்ன மாமா ஏற்பாடுதான். அடுத்த சில நாட்களிலேயே மாலைக்கண் நோய் குணமாகிவிட்டது. அதனையடுத்து, சுங்கத் துறை அதிகாரியாக இருந்த அப்பா, இரண்டு மீன் எண்ணெய் மாத்திரை பாட்டில்களோடு வந்து பார்த்தார். அந்த மீன் எண்ணெய் மாத்திரைகளை அவன் சில மாதங்கள் தொடர்ந்து சாப்பிட்டான். சிறு தங்கக் குமிழிபோல மின்னும் அந்தக் குழாய் மாத்திரைகளில் ஒன்றை ஒருநாள் பள்ளிக்கூடத்துக்கும் எடுத்துச் சென்றான். சக மாணவர்கள் அதை அதிசயம்போலப் பார்த்தார்கள். அவர்கள் அதை உருட்டியும் பிதுக்கியும் நசுக்கியும் விளையாடியதில் அது உடைந்து எண்ணெய் வெளியேறி மோசமான நாற்றம் அடித்தது. அதற்குப் பின் அதைச் சாப்பிடவே சங்கடமாக இருந்தது. ஆனாலும் அப்பா சொன்னதைத் தட்டக் கூடாது என தொடர்ந்து விழுங்கினான். இந்த மீன் எண்ணெய் மாத்திரைகளை அவன் தொடர்ந்து சில மாதங்கள் எடுத்துக்கொண்டதால் அவனுடைய நுரையீரலில் தங்கியிருந்த காசநோய்க் கிருமி மேலும் கொஞ்ச காலம் பதுங்கியிருந்திருக்கிறது. தூத்துக்குடியில் அவன் ஒன்பதாவது படிக்கும்போதுதான் அது வெளிப்பட்டு உக்கிரமடையத் தொடங்கியது.

ஒன்பதாவது படிக்கும் பதினான்கு வயதுச் சிறுவனுக்கு மரணத்தின் அர்த்தமும், இவ்வுலகில் இனி எப்போதைக்குமாக ஒருவரை இல்லாமல் ஆக்கிவிடும் அதன் தன்மையும், முற்றிலுமாக அறிந்துகொள்ள முடியாததாக இருக்கலாம். ஆனால் மரணத்தின் வெளி அவன் உணரக் கூடியதாக இருந்தது. மரணத்தின் பாதையில் சகஜமாக அவன் உலவித் திரிந்திருக்கிறான். அந்தப் பாதையின் இறுதி முனையில் அமைந்திருக்கும், அதன் உலகுக்கு இட்டுச் செல்லும் சில படிக்கட்டுகளில் கூட அவன் காலடி பதிந்துவிட்டிருக்கிறது. இன்னும் ஒன்றிரண்டு படிகள் இறங்கியிருந்தால் போதும்; அதன்பின் சல்லென வழுக்கிச் செல்லும் அதன் வசீகரப் பாதையில் அவன் கால் வைத்திருப்பான்.

1962-65களில் அவன் அப்பா தூத்துக்குடியில் சுங்கத்துறை அதிகாரியாகப் பணி புரிந்தபோது அவர்கள் காமாட்சி அம்மன் கோவில் தெருவில் குடி இருந்தார்கள். ஏழாம் வகுப்பிலிருந்து ஒன்பதாம் வகுப்பு வரை எஸ். ஏ. வி. உயர்நிலைப் பள்ளியில் படித்தான். அவன் வாழ்வு கிளை பரப்பிச் செழித்த வருடங்கள் அவை. அவன் படிப்பிலும் விளையாட்டிலும் சூட்டிகை. அக்கம் பக்கத்துத் தெருவிலுள்ள சிநேகிதர்களைச் சேர்த்துக்கொண்டு 'செவன் ஸ்டார்ஸ்' கபடி டீம், தெருப் பையன்களை ஒன்று சேர்த்து 'லிட்டில் ஃப்ளவர்ஸ் க்ளப்' உருவாக்கினான். அவனுடைய அண்ணன் கூட்டாளிகள் வெம்பித்திரிந்து பெற்றோரிடம் உதவாக்கரை பட்டம் வாங்க நேரிட்டது. பள்ளியில் ஜூனியர் எல்லோ ஹவுஸ் கேப்டன். அங்கு ஏழாம் வகுப்பு படிக்கும் போதுதான் சைக்கிள் விடப் பழகினான். அண்ணன் சொல்லித் தர அப்பாவின் சைக்கிளில் சில தெருக்கள் கடந்து போனவன், திரும்பி வரும்போது தனியாக ஓட்டி வந்தான். வீட்டு வாசலில் நின்றிருந்த அப்பா பெருமிதத்தோடு அவனைப் பார்த்துச் சிரித்தார்.

மூன்றாண்டுகளின் இறுதிக் கட்டத்தில்தான் அவன் உடல் நலமிழந்தான். காலையில் எழுந்ததும் இருமித் துப்பிய சளி மோசமாக வீசியது. மதியமானால் காய்ச்சல் அடித்தது. சாப்பாட்டுக்கு முன் உட்கார்ந்தவுடன் குமட்டியது. இரண்டு வாய் வைத்ததும் ஓடிப்போய் கொல்லையில் வாந்தியெடுத்தான். "சாப்பாட்டைப் பார்த்தவுடனே குமட்டினா உடம்பு எப்படி தேறும்" என்று அம்மா திட்டினார். இந்தப் படுத்தல்கள் எதுவும் அவன் உற்சாகத்துக்கு ஊறு விளைக்கவில்லை. அப்போதும் அவன் சனி, ஞாயிறுகளில் ஜோசப் திரையரங்குக்குப் பக்கத்திலுள்ள திடலுக்கு சூடாமணியோடு கபடி விளையாடப் போனான். சூடாமணி, அவர்கள் வசிக்கும் தெருவுக்கு அடுத்த தெருவில் வசித்தான். வசதியற்ற குடும்பம். படிப்பு, விளையாட்டு எதிலும் அவனுக்கு சாமர்த்தியம் போதாது. தூத்துக்குடியில் அவனுக்குத் தெரியாத இடமே கிடையாது என்பதுதான் அவனுடைய ஒரே திறமை. அந்நகரின் இண்டு இடுக்குகளை சூடாமணிதான் அவனுக்குக் காட்டிக் கொடுத்தான். அவன் வயதேயான சூடாமணி முனிசிபல் பள்ளிக்கூடத்தில் எட்டாவது படித்தான். பள்ளிக்கூடம் விட்டதும் வீட்டில் பையைப் போட்டுவிட்டு இவனைப் பார்க்க

வந்துவிடுவான். செஸ், கேரம், கபடி, கிரிக்கெட் என இவன் விளையாடும்போதெல்லாம் கூடவே இருப்பதில்தான் அவன் தன் அடையாளத்தைத் தக்கவைத்துக் கொண்டிருந்தான். கபடி விளையாடும்போது இவன் கழற்றிக் கொடுத்த சட்டையை மடியில் வைத்துக்கொண்டு உட்கார்ந்திருப்பான்.

கிருஷ்ணன் தன் உடல் நிலையைச் சாதாரணமாக எடுத்துக்கொண்டது போல, அவன் வீட்டாரும் பலவீனம் என்றே எடுத்துக்கொண்டனர். அச்சமயத்தில் கிராமத்திலிருந்து பெரிய மாமாவும் அத்தையும் வந்திருந்தார்கள். ஒருநாள் மாலை அவர்களோடு அவன் கடற்கரைக்குப் போனான். சிறிது நேரத்திலேயே கடற்காற்று அவன் உடலைத் துளைக்கத் தொடங்கியது. தாள முடியாத குளிரில் உடல் வெடவெடத்தது. அவன் நடுங்குவதையும், உடலில் சூடு இருப்பதையும் கவனித்த அத்தை உடனே வீட்டுக்குக் கிளம்பினார். கடல் காற்றிலிருந்து விலகி வந்ததும் அவன் உடல் ஆசுவாசம் அடைந்தது. அப்பா வீட்டுக்கு வந்திருக்கவில்லை. அவர்கள் குடும்பத்துக்கு வழக்கமாகப் பார்க்கும் டாக்டரிடம் அண்ணன் அழைத்துப் போனார். டாக்டர் காய்ச்சல், சளிக்கு ஊசி போட்டு மருந்து மாத்திரைகள் எழுதிக் கொடுத்தார். அவன் கடற்கரையிலிருந்த அந்த ஒருமுறைதான் மிகவும் கஷ்டப்பட்டுப் போனான். மற்றபடி, மதியம் பள்ளிக்கூடத்திலிருக்கும்போது மட்டும் உடல் லேசாக வாட்டம் கொள்வதையும், வெதுவெதுப்படைவதையும் உணர்ந்தான். அப்போது இந்தியாவுக்கும் இங்கிலாந்துக்குமிடையே கிரிக்கெட் தொடர் இந்தியாவில் நடந்துகொண்டிருந்தது. வானொலி வர்ணனை கேட்பதற்காகப் பெரிய வகுப்பு பையன்கள் சிலராவது லீவு போட்டுவிட்டு வீட்டில் இருப்பார்கள். எஸ்.எஸ்.எல்.சி. படிக்கும் நாராயணன் கிரிக்கெட் தொடரின்போது பள்ளிக்கூடம் வரமாட்டான். அவன் அதற்கான அனுமதியை வீட்டில் எப்படிப் பெறுகிறான் என்பது பெரும் புதிர். நாராயணன் பள்ளி கபடி டீமில் முக்கிய புள்ளி. உடும்புப்பிடி நாராயணன் என்று அவனுக்குச் செல்லப் பெயர். ஜூனியர் டீமில் கிருஷ்ணனுக்கிருந்த முக்கியத்துவம் பெரிய பையன்கள் பலரின் அன்பையும் நெருக்கத்தையும் அவனுக்குப் பெற்றுத் தந்திருந்தது. அவன் மதியம் வகுப்பு நடக்கும்போது இருமத் தொடங்கி, தனக்குக்

காய்ச்சல் அடிப்பதை ஆசிரியரிடம் சொல்லி அனுமதி பெற்று பள்ளியிலிருந்து இரண்டு தெரு தள்ளியிருந்த நாராயணன் வீட்டுக்கு ஓடுவான். அவசரத்துக்குப் பயன்படும் ஒரு சௌகரியமாகத்தான் உடல் நிலை அவனுக்கு அப்போது இருந்தது.

இந்த சமயத்தில்தான் ஒருநாள் மாலை, அப்பாவோடு ஏதோ ஒரு விஷயமாக வெளியே போனான். அவனும் அப்பாவும் இந்தியா காபி ஹவுஸில் டிபன் சாப்பிட்டுக் கொண்டிருந்தபோது, அப்பாவின் நண்பர் ஒருவர் அப்பாவைப் பார்த்துவிட்டு அவர்களுக்கு எதிரில் வந்து உட்கார்ந்தார். அவர் கிறிஸ்தவ மிஷனரி மருத்துவமனையில் டெக்னீஷியனாக இருப்பதைப் பின்னர் அப்பா சொல்ல அவன் தெரிந்துகொண்டான். கிருஷ்ணனைப் பார்த்துவிட்டு, "என்ன ஒரேடியா மெலிஞ்சிருக்கான்" என்று அவர் அப்பாவிடம் கேட்டார். "ஒரே இருமல், சளி, சரியாவும் சாப்பிடறதில்லை" என்றார் அப்பா. அப்பாவின் நண்பர் காபி குடித்தபடி அவனிடம் கேள்விகள் கேட்டார். காலையில் இருமித் துப்பும் சளி கெட்ட நாத்தம் அடிப்பதையும் மதியமானால் காய்ச்சல் வருவதையும் அவர் தெரிந்துகொண்டார். நாளைக்கே மிஷன் ஆஸ்பத்திரிக்குக் கூட்டி வரும்படியும் தாமதிக்க வேண்டாம் என்றும் சொன்னார். குரலில் கண்டிப்பும் அவசரமும் இருந்ததை அவனால் உணரமுடிந்தது.

அடுத்த நாள் காலை மிஷன் ஆஸ்பத்திரிக்கு அப்பாவோடு போனான். முதலில் எக்ஸ்ரே எடுத்தார்கள். அதன் பிறகு மூன்று படுக்கைகள் கொண்ட ஒரு அறையில் வாசலோரமாக இருந்த படுக்கையில் அவனைப் படுத்திருக்கும்படி சொன்னார்கள். அதன் பிறகு அப்பா, ஆபீஸ் போய்விட்டு சீக்கிரம் வந்துவிடுவதாகவும் இடையிடையே மாமா வந்து பார்த்துக்கொள்வார் என்றும் சொல்லிவிட்டுப் போனார். அவன் தலையசைத்தான். அதன்பின் ஒரு நர்ஸ் வந்து, என்ன பேர், என்ன படிக்கிறாய் என்றெல்லாம் கேட்டபடி ஒரு கோப்பையில் சளி துப்பச் சொல்லி எடுத்துக்கொண்டு போனார். திரும்ப வந்து முழங்கையின் மேல்பகுதியில் தெரிந்த வெளிர் பச்சை நரம்பில் ஊசி குத்தி ரத்தம் எடுத்துக்கொண்டு போனார். பக்கத்துப் படுக்கையில் இருந்த கிட்டத்தட்ட ஐம்பது வயதானவர், "என்ன தம்பி டி பி யா" என்றார். "இல்லை, சளி இருக்கு. ரொம்ப மெலிஞ்சுட்டே வர்ரேன். அதுதான்" என்றான் அவன்.

அவனுடைய அப்பா திரும்ப வந்தபோது அவன் தூங்கி விட்டிருந்தான். சாயந்தரமாக அவன் விழித்தபோது அப்பா, படுக்கைக்குப் பக்கத்தில் ஸ்டூலில் உட்கார்ந்திருந்தார். அவனுக்குப் பிடித்தமான சிகரெட் வாசனை அவரிடமிருந்து வந்தது. அப்பா அவனுக்கு ஓவல் போட்டுக் கொடுத்தார். வாந்தி எடுத்துவிடக் கூடாதே என்ற பயத்துடன் கொஞ்சம் கொஞ்சமாகக் குடித்து முடித்தான். அதன்பின் டாக்டரைப் பார்த்துவிட்டு வருவதாகச் சொல்லிவிட்டுப் போன அப்பா ரொம்ப நேரத்துக்கு வரவில்லை. இடையில் அந்த மாமா மட்டும் ஒருமுறை வந்து, "அப்பா இப்ப வந்திருவாங்க" என்று சொல்லிவிட்டுப் போனார். 4.30 மணி போல் போன அப்பா ஏழு மணிக்கு மேல்தான் வந்தார். அப்பா அவன் பக்கத்தில் உட்கார்ந்தபோது சிகரெட் வாசனை அடித்தது. காலையில் டாய்லெட் போகும்போது ஒன்று, பின் ஒவ்வொரு வேளை சாப்பாட்டுக்குப் பின்னும் ஒன்று என்றுதான் அப்பா சிகரெட் குடிப்பார். இடையில் சிகரெட் குடிப்பது அபூர்வம். இப்போது அவரிடமிருந்து வந்த சிகரெட் வாசனை அவனுக்குப் பிடிக்கவில்லை.

"இங்கே எல்லாம் பாத்தாச்சுப்பா. பெருசா ஒண்ணுமில்லைனு சொல்லிட்டாங்க... இனி நம்ம டாக்டரிடம் போய் பாத்துக்கலாம்" என்றார் அப்பா. அவன் கிளம்பினான். அப்பாவின் புது ஸ்கூட்டர் பக்கத்தில் அவன் நின்றபோது "டாக்ஸி வந்திருக்கு, அதுல போகலாம்" என்றார். டாக்ஸியில் அவன் உட்கார்ந்ததும், "மாமாட்ட சொல்லிட்டு வர்றேன்" என்று சொல்லிவிட்டுப் போனார் அப்பா. வரும்போது இருவரும் சேர்ந்து வந்தார்கள். மாமா குனிந்து அவனைப் பார்த்துச் சிரித்துக்கொண்டே வலது கையை நீட்டி அவனது கையைப் பிடித்துக் குலுக்கினார். அவன் வெட்கத்தால் குனிந்துகொண்டான். ஒருவர் அவன் கையைப் பிடித்துக் குலுக்குவது அதுதான் முதல் முறை. அந்தக் கணத்தில் என்றென்றைக்குமாக அவன் மனதில் அவர் இடம் பிடித்தார். அப்பா காருக்குள் உட்கார்ந்து கதவை மூடியதும் அந்த மாமா அவனைப் பார்த்துக் கையசைத்தார். அவனும் தலையை முன்னுக்குக் கொண்டு வந்து குனிந்திருந்த அவர் முகத்தைப் பார்த்துக் கையசைத்தான்.

டாக்ஸியில் போய்க்கொண்டிருந்தபோது காற்று புகத் தொடங்கியதும் அப்பா கண்ணாடிகளை மூடினார். டாக்டர் வீட்டு

மாடியில் அவனுக்கென்று ஒரு அறை ஒதுக்கியிருப்பதாகவும், அவனுக்கு உடம்பு நன்றாகக் குணமாகும் வரை அவன் சில நாட்கள் அங்குதான் இருக்க வேண்டுமென்றும் அப்பா சொன்னார். இதைச் சொல்ல அப்பா மிகவும் சிரமப்பட்டது அவனுக்கு ஆச்சரியம் தந்தது. அதற்கென்ன, சரிப்பா என்பதுபோல் தலையசைத்தான்.

அடுத்த இரண்டு மாதங்கள் அவன் அங்கு தங்கினான். தினசரி ஊசி, மருந்து, மாத்திரைகள், சிக்கன் எசென்ஸ் கலந்த பால், ஆட்டுக் கறி, ஈரல், மீன் என அபரிமிதமான ஊட்டச்சத்து உணவுகள் எல்லாம் ஒன்றுகூடி காச நோய்க்கு எதிராகப் போரிட்டன. அவன் நெஞ்சை அரித்திருந்த கபத்தைக் கரைத்து ஆளைக் கொழுகொழுவென ஆக்கின. அவன் அங்கிருந்தபோது விசாலமான அந்த அறையில் ஒரு தடுப்பு உருவாகியது. விபத்தில் கால் முறிந்த ஒருவர் அதில் சில நாட்கள் தங்கினார். அவன் அங்கிருந்த நாட்களில் மூன்று பேர் சில சில நாட்கள் அந்தத் தடுப்பு அறையில் தங்கினார்கள். வீட்டின் முன்பகுதியில் கிளினிக் வைத்துக்கொண்டு பின்பகுதியில் குடியிருந்த டாக்டரின் கிளினிக் இப்போது மருத்துவமனையாக விரிவடையத் தொடங்கியது.

அவன் வீட்டுக்குப் போனபோது மொட்டை மாடியில் அவனுக்கென்று ஒரு அறை உருவாகியிருந்தது. ஒருநாள் விட்டு ஒரு நாள் டாக்டரைப் பார்த்து ஊசி போட்டுக்கொள்வதற்காகப் படி இறங்கி ஏறுவதைத் தவிர அடுத்த இரண்டு மாதங்கள் அந்த அறையிலேயே அவன் இருப்பு அமைந்தது. வீட்டுக்கு வந்த பின்னர்தான் அவனைப் பார்க்க உறவினர்கள் வந்தார்கள். புதிதாகக் கல்யாணமாகியிருந்த சித்தப்பா, சித்தி வந்து சில நாட்கள் தங்கியிருந்தார்கள். அவர்கள் பகலில் பெரும்பாலும் அவன் அறையில்தான் இருந்தார்கள். அவன் செத்துப் பிழைத்த விஷயம் அவர்கள் சொல்லித்தான் அவனுக்குத் தெரிய வந்தது.

நோய் மிக மோசமாக முற்றிவிட்டிருப்பதால் இனி பிழைப்பது கஷ்டமென்றும், குறிப்பாக, டி.பி. நோயாளியைத் தங்க வைத்து சிகிச்சை அளிக்க இயலாதென்றும், வேண்டுமானால் டி.பி. ஆஸ்பத்திரிக்குக் கொண்டு போய்ப் பாருங்கள் என்றும் மிஷன் ஆஸ்பத்திரியில் சொல்லியிருக்கிறார்கள். என்ன செய்வதென்று திகைத்த அப்பா குடும்ப டாக்டரைப் பார்த்து விவரம் கூறியிருக்கிறார். என்னிடம் விட்டுவிட்டுப் போங்கள். நம்மால் முடிந்ததைச் செய்வோம். அதற்கு மேல் கடவுள் விட்ட வழி என்று மாடி அறையில் ஒரு படுக்கை போட்டு ஒரு நர்ஸையும் டாக்டர் ஏற்பாடு

செய்திருக்கிறார். என்னை டாக்டர் வீட்டு மாடியில் விட்டுவிட்டு வந்த அப்பா, அம்மாவிடம் சொன்னபோது கேவிக் கேவி அழுதாராம். அவ்வளவு வருட வாழ்க்கையில் அப்பா அழுததை அம்மா அன்றுதான் முதல் முறையாகப் பார்த்திருக்கிறார்.

இறந்து போயிருந்தால் தான் எப்படி இல்லாமல் போயிருந்திருப்போம் என்று அவன் யோசிக்க ஆரம்பித்தான். எப்போதைக்குமாக உலகில் ஒருவர் இல்லாமல் போய் விடுவதென்பது அவனால் புரிந்துகொள்ள முடியாததாகவும் அச்சுறுத்துவதாகவும் இருந்தது. அவன் விரைவில் குணமடையவும் நோய் மீண்டும் தாக்காமலிருக்கவும் கடல் இல்லாத ஊருக்குப் போவது நல்லது என்று அவனுடைய அப்பா மதுரைக்கு மாற்றல் வாங்கிக்கொண்டார்.

சிறு வயதில் அவனுக்கு வந்த காசநோயின் தீவிரத்தையும் அதன் உயிர் கொல்லும் தன்மையையும் அறிந்திருக்காததால் அவனுக்கு எவ்வித மன நெருக்கடியையும் அது அப்போது ஏற்படுத்தியிருக்கவில்லை. விளையாட்டாக அதைக் கடந்துவிட்டான். ஆனால், அதற்கு முன் அவனை அச்சுறுத்திக் கலவரப்படுத்திய நோயாக இருந்தது, சில்லுமூக்கு உடைந்து ரத்தம் கொட்டுவதுதான். அவ்வப்போது சில்லு மூக்கு உடைந்து ரத்தம் குபு குபுவென்று மூக்கிலிருந்து கொட்ட ஆரம்பிக்கும். அது அவனுக்குப் பெரும் பீதியை ஏற்படுத்தியிருந்தது. அது எப்போது நிகழுமென்று அறிய முடியாதபடி எப்போதாவது நிகழ்ந்துகொண்டிருந்தது. அதுதான் அவனைக் கலவரப்படுத்திய இனம் புரியா முதல் நோய். அச்சமயத்தில் அம்மாவும் பதறிப் போவார். அம்மா, சில்லு மூக்கு உடைவது நின்றுபோக, திருச்செந்தூர் முருகனுக்கு கிருஷ்ணனை வேல் எடுத்துவந்து சாத்த வைப்பதாக வேண்டிக்கொண்டார். அவர் வேண்டிய வேளையோ என்னவோ, அது நேர்வது குறைந்து அடியோடு நின்றுவிட்டது. ஆனால் அதனை அடுத்துதான் காசநோய் பீடித்திருப்பது தெரியவந்து அவன் சிகிச்சைக்கு உட்பட்டது. ஆனால் அது, அம்மா வேண்டிக்கொண்ட நேர்த்திக்கடனை அவனைச் செய்யவிடாமல் செய்துவிட்டது. சில நாட்கள் விரதமிருந்து, திருச்செந்தூருக்கு ஏழு கி.மீ. தொலைவில் உள்ள ஆத்தூரிலிருந்து, வைகாசி விசாகத்தன்று வேல் எடுத்துச் செல்ல வேண்டும். அவனுடைய சின்ன வயதில் ஒருமுறை, ஏதோ ஒரு

சி. மோகன் | 117

நேர்த்திக்காக சின்ன மாமா வேல் எடுத்தார். ஊரிலிருந்து வண்டி கட்டி அவர்கள் குடும்பம் சென்றது. அவனுக்குக் காசநோய் பீடித்ததுகூட நேர்த்திக்கடனை செலுத்தாததால்தான் என்று அம்மா நம்பவும் கவலைப்படவும் செய்தார். கிருஷ்ணனின் உடல்நிலை நன்றாகத் தேறிய பிறகு பார்த்துக்கொள்ளலாம் என்று அப்பா உறுதியாக இருந்துவிட்டார். எது எப்படியோ அந்த நேர்த்திக்கடன் மட்டும் கடைசிவரை நிறைவேற்றப்படவில்லை. அம்மாவுக்கும் அது ஒரு தீராக் குறையாகவே கடைசிவரை இருந்தது.

இப்போது, இரண்டாவது முறையாக, மரணம் அவனை நெருங்கிக்கொண்டிருக்கிறது. எந்த நேரமும் அது நிகழலாம். நிகழாமலும் போகலாம். இப்போது அவனுடைய கை கால்களைத் தாக்கியிருக்கும் இந்த நரம்பு மண்டல நோய் இன்னும் மூன்று நான்கு நாட்களுக்குள், அவனுடைய உயிருக்கு அச்சுறுத்தல் தரும் வகையில் அவனுடைய உள்ளுறுப்புகளை எந்த நேரத்திலும் தாக்கலாம். வாழ்வுக்கும் மரணத்துக்கும் இடையே ஒரு கண்ணாமூச்சி ஆட்டம் தொடங்கியிருக்கிறது. இந்த 44ஆவது வயதில் அவன் இப்படியான ஒரு புதிரான இக்கட்டில் இருந்துகொண்டிருப்பது பற்றிய ஏதேதோ யோசனைகளோடு தூங்கும் முயற்சியில் இருந்துகொண்டிருந்தான்.

கீழே தரையில் ஜமக்காளத்தில் அனிதா தூங்கிக்கொண்டிருந்தார். ஒருவேளை அனிதாவின் வீட்டில் தங்கும் முடிவை அன்று அவன் எடுத்திருக்காவிட்டால், இப்போது அவன் எங்கு இருப்பான் என்பது பற்றி யோசித்துப் பார்த்தான். எதுவும் நிச்சயமாகத் தெரியவில்லை. அன்று அவன் ஒரு சரியான முடிவை எடுத்திருக்கிறான் என்பதில் சந்தேகமில்லை. அதேசமயம், அனிதாவுக்கு மிகுந்த சிரமத்தைத் தந்துவிட்டோமோ என்ற கவலையும் தோன்றாமல் இல்லை. அனிதா ஏன் இப்படித் தன்னை சிரமப்படுத்திக்கொள்ள வேண்டும் என வருந்தினான். அதேசமயம், தன்னைப் பராமரிக்க ஒரு அருமையான பெண் துணை கிடைத்திருப்பதில் மனம் நெகிழ்ந்தான். கண்கள் கசிந்துருகின.

11
ஐந்தாம் நாள் காலை

காலையில் வார்டு முழு விழிப்பில் இயங்கிக்கொண்டிருந்தது. எல்லாமே உரிய கவனத்துடனும் பராமரிப்புகளுடனும் கண்காணிப்புகளுடனும் சுறுசுறுப்பாக நடந்துகொண்டிருந்தன. ஒரு மிகப் பெரிய சுகாதாரக் கட்டமைப்பின் சகல அம்சங்களும் ஒன்றோடொன்று வலுவாகப் பிணைப்புற்று ஒரு மகத்தான சேவையை வழங்கிக்கொண்டிருந்தன. பகலில் அதன் இயக்கம் முழு ஆற்றலுடன் இருப்பதாகத் தோன்றியது. அது கிருஷ்ணனுக்கு மிகுந்த தெம்பூட்டியது. இரவின் இருள்தான் கொஞ்சம் கலவரப்படுத்துவதாக இருந்தது. மேலும், நோய்த் தாக்குதலும் சத்தம் போடாமல் பதுங்கியிருந்து இரவிலேயே நிகழ்வதாக அவனுக்கு ஒரு எண்ணம் இருந்தது.

சஃபி, காலை ஏழு மணிக்கெல்லாம் வந்துவிட்டிருந்தார். அனிதா கிளம்புவதற்கு முன் வெளியில் சென்று, காஃபியும் காலை உணவும் வாங்கி வந்திருந்தார். ஆனால், அதற்கு முன்னதாகவே, மருத்துவமனை சிப்பந்தி, வண்டியில் ரொட்டியும் பட்டரும் கொண்டுவந்து கொடுத்திருந்தார். அனிதா ரொட்டியில் பட்டர் தடவிக் கொடுத்தாள். அது கிருஷ்ணனுக்கு மிகவும் பிடித்திருந்தது மட்டுமல்ல, சாப்பிடுவதற்கும் வசதியாக இருந்தது. விரல்களால் எடுத்துச் சாப்பிட இயலாத நிலையில் ஸ்பூனால் எடுத்துச் சாப்பிடும் உணவுகளை விடவும், கைகளில் பிடித்துக்கொண்டு கடித்துச் சாப்பிடுவது சுலபமாக இருந்தது.

உளவியலில் முதுகலைப் பட்டம் பெற்றிருந்த சஃபி, அப்போது அதற்குரிய வேலை ஏதும் கிடைக்காத நிலையில், அவருடைய கலை இலக்கிய ஆர்வமும் தொடர்பும் காரணமாக, கூத்துப்பட்டறையில் பேச்சு பரிசோதனைக்கூட

ஆய்வு ஒருங்கிணைப்பாளராக வட்டார வழக்குச் சொற்களைச் சேகரிக்கும் பணியில் இருந்தார். மருத்துவமனையில்கூட, கிருஷ்ணன் தூங்கும் நேரங்களில் மட்டுமல்லாது வாய்ப்பு கிடைக்கும் போதெல்லாம், வெவ்வேறு பகுதிகளிலிருந்து வந்து சேர்ந்திருக்கும் பிற நோயாளிகளிடமும் அவர்களுக்குத் துணையாக இருப்பவர்களிடமும் பேச்சுக் கொடுத்துக்கொண்டிருந்தார். அதன் மூலம் சஃபி கிருஷ்ணனுக்குத் துணையாகவும் இருந்தார்; தன் பணியையும் விடாது மேற்கொண்டிருந்தார். கிருஷ்ணன் அச்சகம் நடத்திய காலத்திலிருந்து அவனுக்கு சஃபியோடு பழக்கம். மனம் நெருக்கமாக உணர்ந்த நட்பு.

அனிதா, ஃப்ளாஸ்கிலிருந்து டம்ளரில் கிருஷ்ணனுக்கு காபி ஊற்றிக் கொடுத்தாள். அனிதா பிரியத் தயங்குவது போலிருந்தது. "நீங்க நிம்மதியா போய் மீட்டிங்கை சக்ஸஸ்ஃபுல்லா முடிச்சிட்டு வாங்க... அடுத்த சில நாட்களுக்கு யார் யார் என்னைப் பாத்துக்கணும்கிறதுக்கு நடேஷ் பக்கா ஷெட்யூல் போட்டிருக்காரு... இருக்கவே இருக்காரு சஃபி... ஒரு பிரச்சனையுமில்லை..." என்று அனிதாவிடம், படுக்கையில் உட்கார்ந்து காபியைக் குடித்தபடி, கிருஷ்ணன் மெல்லிய புன்னகையுடன் சொன்னான்.

அவனுடைய தோளில் கை வைத்து, "திங்கக்கிழமை சாயந்தரம் வர்றேன்... கவனமா இருங்க..." என்றாள். சிறு மௌனத்துக்குப் பின், "இந்த மீட்டிங் முடிஞ்சு வந்துட்டா அப்புறம் ஃப்ரீ தான். பத்து நாள் லீவ் போட்டுட்டு உங்க கூடவே இருக்கலாம்னு இருக்கேன்..." என்றாள். அப்போது அவளுடைய கண்களின் ஓரத்தில் ஈரம் தங்கியிருந்தது. அவன் அதுவரை அறிந்திராத அனிதாவாக அப்போது அவள் கிருஷ்ணனுக்குத் தெரிந்தாள். போகும்போது, சற்று விலகியிருந்த சஃபியிடமும் ஏதோ பேசிவிட்டுச் சென்றாள்.

இன்று நோய்த் தாக்குதல் ஏற்பட்டு, ஐந்தாவது நாள். இதுவரை டாக்டர் எச்சரித்திருந்த மூச்சுத் திணறலுக்கான அறிகுறி ஏதுமில்லை. சுவாசம் இயல்பாகத்தான் இருந்துகொண்டிருந்தது. ஆழமாக மூச்சை இழுத்து வெளியில் விட்டான். இன்னும் இரண்டு மூன்று நாட்கள் நோய்த் தாக்குதல் காலமாக இருக்கிறது. எதுவும் நடக்கலாம், நடக்காமலும் போகலாம். நடப்பதை அதன் போக்கில் எதிர்கொண்டுதான் ஆக வேண்டும். வாழ்க்கையை அதன் போக்கில்

எதிர்கொள்ளும் ஒரு விட்டேத்தியான மனம் அவனுக்குள் இருந்து அவனை வழி நடத்துவதாகத்தான் அவன் நம்பிக்கொண்டிருந்தான். உயிருக்கே நெருக்கடி எனும்போதும் அது சாத்தியமா என்று தெரியவில்லை.

நேற்று இரவு கிளம்பிப் போவதற்கு முன், நடேஷ் சொன்னதுதான் இடைஇடையே அவனைக் கலக்கமடையச் செய்துகொண்டிருந்தது. அனிதா சென்றதும் அது மீண்டும் மேலெழுந்து கலவரப்படுத்தியது. "நீங்க ஹாஸ்பிடல்ல அட்மிட் ஆகியிருக்கிறதை உங்க வீட்டில போய் சொல்லிடட்டுமா" என்று அப்போது நடேஷ் கேட்டான். கிருஷ்ணன் சட்டெனப் பதறிவிட்டான். "வேணாம் நடேஷ்... பசங்க வந்து பாத்தாங்கன்னா நான் உடைஞ்சி போயிடுவேன்... இப்ப வரைக்கும் நடக்கிறது நடக்கட்டும்னு தைரியமாதான் இருக்கேன். ஆனா... அவங்களப் பாக்கிற தெம்பு இப்ப சுத்தமா எனக்கில்ல நடேஷ்... தயவுசெய்து அப்படியேதும் செஞ்சுடாதீங்க..." என்றான் கிருஷ்ணன்.

"இல்ல, நாளப்பின்ன எதுவும் ஆயிடுச்சுன்னா... முதல்லயே ஏன் சொல்லலைனு கேட்டுடக் கூடாதில்ல... அதான்..." என்றான்.

"அதெல்லாம் ஒண்ணும் வேண்டாம்... எதாவது ஆயிடுச்சுன்னா அப்ப சொல்லுங்க போதும்... பிழைச்சு வெளிய வந்துட்டேன்னா நானே போய் ஒருநாள் பாத்துக்கிறேன்" என்று கொஞ்சம் கண்டிப்பான குரலில் சொன்னான் கிருஷ்ணன்.

"ஒகே... முத்துதான் அவரு வீட்டுக்குச் சொல்ல வேண்டாமானு கேட்டான். அதான் கேட்டேன்... உங்க இஷ்டம்தான் முக்கியம்..." என்றான் நடேஷ்.

ஆனாலும் நடேஷ் போன பிறகும், அது கிருஷ்ணனின் மனதில் குமைந்தபடி இருந்தது. யாராவது ஆர்வக் கோளாறில் அவனுடைய வீட்டில் சொல்லிவிடுவார்களோ என்ற எண்ணம் அவனை வாட்டி எடுத்தது.

ஒரு நடுத்தர வயது டாக்டருடன், ஒரு இளம் பெண் மருத்துவரும் ஒரு நர்சும் வார்டிற்குள் நுழைந்து நேராக அவனைப் பார்க்க வந்தார்கள். "குட் மார்னிங் டாக்டர்" என்று தன்னை சகஜமாக வெளிப்படுத்திக்கொள்ளும் வகையில் சொன்னான் கிருஷ்ணன்.

ஆனால் குரல் சங்கோஜத்துடனேயே வெளிப்பட்டது. அவர் சிறு புன்முறுவலோடு தலையசைத்தார். அவனுடைய சேர்க்கைக்கான நோய் விவரம் மற்றும் சிகிச்சை விவரம் அடங்கிய மருத்துவக் குறிப்பை எடுத்துப் பார்த்தபடியே, "இன்னைக்கு எத்தனாவது நாள்" என்று கேட்டார்.

"அஞ்சாவது நாள் டாக்டர்."

"மூச்சை நல்லா உள்ளே இழுத்து தம் கட்டிக்கிட்டு ஒன், டூ, த்ரீனு எவ்வளவு முடியுதோ சொல்லுங்க..." என்றார். அவன் வேக வேகமாகச் சொல்லத் தொடங்கினான். அவனைத் தடுத்து நிறுத்தி நிதானமாகச் சொல்லும்படி சொன்னதோடு, எப்படிச் சொல்ல வேண்டுமென சொல்லியும் காண்பித்தார். அவன் அதேபோல் சொன்னான். இருபது வரை சிரமமில்லாமல் சொல்ல முடிந்தது. புன்முறுவலோடு போதும் என்று சொன்ன டாக்டர், "சிக்ஸ்டீன், செவெண்டீன் சொல்ல முடிஞ்சாலே நார்மல்தான். இதுவரை மூச்சுக்குழாயை அஃபெக்ட் பண்ணலை... அடுத்த ரெண்டு மூணு நாள் நாம ரொம்ப கவனமா இருக்கணும்... எதுனாலும் உடனே கூப்பிடுங்க... ஆர்டிஸ்ட் நெடுஞ்செழியன் உங்களைப் பத்தி ரொம்ப பெருமையா சொன்னார்..." என்று சொல்லிவிட்டுத் தோளில் தட்டிக் கொடுத்தபடி, அவனுக்கு எதிரில் சேரில் உட்கார்ந்துகொண்டார். அவன் வயதுதான் அவருக்கு இருக்கும். ஆனால் எவ்வளவு தீர்க்கமாக அவரால் நடந்துகொள்ள முடிகிறது. வெற்றி தரும் தன்னம்பிக்கையன்றி வேறென்ன.

அவனைத் தாக்கியிருக்கும் நோய் பற்றி அவனுக்கு டாக்டர் விளக்கினார். அவர் பேசியதிலிருந்து அவன் தெரிந்துகொண்டது இதுதான்: "இந்த நோய் நம்மூரில் அம்மை போடுகிற மாதிரி, ஐரோப்பாவில் ஒரு காலத்தில் மிகவும் பரவலாக வெளிப்பட்ட ஒரு நோய். ஆனால், இது தொற்று நோய் இல்லை. ஐரோப்பாவில் உணவு மேசை, தட்டு கரண்டி, நாற்காலி, கட்டில், கழிப்பறைக் கோப்பைகள் ஆகிய எல்லாம் இந்த நோய் பாதிப்பின் காரணமாக உருவானவை என்று சொல்லலாம்."

டாக்டர் அவனிடம் சகஜமாகப் பேசியது, அவனை இந்த நாட்களில் வாட்டிக்கொண்டிருந்த கேள்வியைத் தயக்கமின்றிக் கேட்க வைத்தது: "இது எதனால வருது டாக்டர்?" என்று தணிந்த குரலில் கேட்டான்.

“இதுதான் காரணம்னு திட்டவட்டமா ஒன்னைச் சொல்லிட முடியாது. காற்று, உணவு, நீர் போன்றவற்றிலிருந்து உடலுக்குள் செல்லும் விஷத்தின் சிறு துளி உடலில் தங்கியிருந்து, அது பின்னொரு சமயத்தில் நிகழ்த்தும் தாக்குதல் என்று பொதுவாகச் சொல்லலாம்...” என்றார். தொடர்ந்து, “இப்போதைக்கு இதன் தாக்குதல் உங்க கை கால்களோட மட்டும் இருக்கு... உடலின் உள்பகுதிகளைத் தாக்கினால்தான் அபாயம்... பொதுவா, ஏழு நாளைக்கு இதன் தாக்குதல் இருக்கும். தாக்குதலின் வீர்யத்தைப் பொறுத்து பாதிப்பு இருக்கும்... அதுக்கப்புறம் உயிர் அபாயம் இல்லை. அடுத்த ஏழு நாட்களில் அது இறங்கத் தொடங்கும். தாக்குதல் ஏற்படுத்திய பாதிப்புகளிலிருந்து மீள்வதுதான் அதுக்கப்புறம் நாம செய்ய வேண்டியது. இந்த நோய்க்கு ட்ரீட்மெண்ட் எதுவுமில்லை. ஆனால் அபாய கட்டத்துக்குச் சென்றால் உடனடியா வெண்டிலேட்டர் சப்போர்ட் தேவைப்படும்... இன்னும் ரெண்டு மூனு நாள்தான்... கவனமா இருங்க...” என்றபடி எழுந்துகொண்டார்.

பதினொரு மணியளவில் ஓவியர் நெடுஞ்செழியன் பார்க்க வந்தார். அவருடன் செண்பகவள்ளி என்ற ஐம்பத்தைந்து வயது மதிக்கத்தகுந்த செவிலியர் கண்காணிப்பாளரும் வந்தார். முழுக்கை வெள்ளை கோட்டும் வெள்ளை நர்ஸ் தொப்பியும் அணிந்திருந்த அவரின் தோற்றம் மிடுக்காக இருந்தது. அவரை அறிமுகப்படுத்திய செழியன், “இவங்க பையன் ஒரு ஆர்டிஸ்ட்தான். இவங்க அடிக்கடி வந்து உங்களைப் பாத்துப்பாங்க... கவலைப்படாம இருங்க...” என்றார். மேலும், இந்த வார்டு பொறுப்பிலிருக்கும் முதுநிலை மருத்துவ மாணவர்கள் மற்றும் இன்று காலையில் அவனைப் பார்த்த நியூராலஜிஸ்ட் ஆகியோரிடமும் பேசியிருப்பதாகச் சொன்னார். “எந்த எமெர்ஜென்ஸினாலும் கவனமா பாத்துப்பாங்க... தைரியமா இருங்க” என்றார். தீபாவளிக்காகக் குடும்பத்துடன் இரவு கும்பகோணம் போவதாகவும் புதன்கிழமைதான் ஹாஸ்பிடல் வருவேன் என்றும் சொன்னார். “ஒண்ணும் பிரச்சனையில்லை செழியன்... போயிட்டு வாங்க... நண்பர்கள் நல்லா பாத்துக்கிறாங்க...” என்றான் கிருஷ்ணன்.

அன்று பகல் முழுவதும் பெரும்பாலும் உறக்கத்தில்தான் இருந்தான். திங்கள்கிழமை காலை அனிதா வீட்டுக்குப் போய்ச் சேர்ந்ததிலிருந்து இந்த நான்கு நாட்களும் இரவில் மட்டுமல்ல,

பகலிலும் தூங்கிக்கொண்டே இருந்திருக்கிறான். அவனுக்கு எந்த நேரத்திலும் எவ்வளவு நேரம் வேண்டுமானாலும் தூங்க முடிவது ஒரு வரப்பிரசாதம்தான். ஆனால் இந்த நான்கு நாட்களாய் அவன் தூங்கிக் கிடந்ததற்கு உடலின் நோய்மையும், பல நாட்களின் தூக்க பாக்கிகளும்தான் காரணமாக இருக்கும் என்று நினைத்துக்கொண்டான்.

நாளை மறுநாள் தீபாவளி. அதுதான் நோய்த் தாக்குதல் காலத்தின் கடைசி நாள். தீபாவளியைக் கடந்துவிட்டால் போதும். ஆனால் தீபாவளியை முன்னிட்டு சிலர் விடுமுறையில் செல்லத் தொடங்கியிருந்ததால் மருத்துவர்கள், முதுநிலை மருத்துவ மாணவர்கள், செவிலியர்கள், டெக்னீசியன்கள், சுகாதாரப் பணியாளர்கள் என்ற ஒரு மிகப் பெரிய பாதுகாப்பு மற்றும் பராமரிப்பு சார்ந்த கட்டுக்கோப்பான வலைப் பின்னலில் சிறு தொய்வு ஏற்பட்டிருப்பதுபோலத் தோன்றியது. காலையில் இருந்த மருத்துவமனையின் இயல்பான நடவடிக்கைகள் கொஞ்சம் கொஞ்சமாக சோபை இழந்து வருவதுபோலவும் தோன்றியது. இது பற்றிய முணுமுணுப்பும் வார்டுக்குள் பரவிக்கொண்டிருப்பதை சஃபி சொன்னார். அவர்களும் குடும்பத்தோடு பண்டிகையைக் கொண்டாடிக் களிக்க வேண்டும்தானே என்பதுதான் கிருஷ்ணனின் உடனடி எண்ணமாக இருந்தது. அதேசமயம், அவனுக்கு ஒருவேளை அந்த விபரீதத் தாக்குதல் நேர்ந்தால் அது உடனடிக் கவனிப்புக்கு உட்பட வேண்டிய ஒன்று என்பதால் இந்த நிலைமை அவனுக்குக் கொஞ்சம் கலக்கத்தையும் தந்திருந்தது. கவலையில்லாதவன் போலக் காட்டிக்கொண்டாலும், எதையும் ஏற்றுக்கொள்ளும் மனோபாவம் அவனுக்கு வாய்த்திருப்பதாக அவன் நம்பிக்கொண்டிருந்தாலும் கவலை, ஒரு கரையான் புற்றென வளர்ந்து, அவனை உள்ளுக்குள் அரித்துக் கொண்டுதான் இருந்தது.

அதேசமயம், அவனைப் பார்த்துக்கொள்ள எவ்வளவோ நண்பர்கள் இருப்பதை நினைக்க நிம்மதியாகவும் கொஞ்சம் பெருமிதமாகவும்கூட இருந்தது. இவ்வளவு அன்புக்கும் கவனிப்புக்கும் உரியவனாக இந்த வாழ்க்கை அமைந்திருப்பதற்காக மனதுக்குள் திருப்திப்பட்டுக் கொண்டான்.

12

ஐந்தாம் நாள் இரவு

பாபு கட்டிலுக்குப் பக்கத்தில் ஒரு நாற்காலியில் அமர்ந்து, ஒரு ஆங்கிலப் புத்தகத்தைப் படித்துக்கொண்டிருந்தார். அது என்ன புத்தகம் என்று வாங்கிப் பார்க்கவோ கேட்கவோகூட கிருஷ்ணனுக்குத் தோன்றவில்லை. அன்று மாலை அவனைப் பார்க்க வந்திருந்த ராஜன், இன்று இரவு பாபு வந்து பார்த்துக்கொள்வார் என்று சொல்லியிருந்தார். பாபு, ராஜனின் தம்பி. ராஜனின் இரு தம்பிகளுமே ராஜனோடுதான் தங்கியிருந்து சிறிய வேலைகளுக்குச் சென்றுகொண்டிருந்தார்கள். ராஜன் வீட்டு விருந்துகளில் கிருஷ்ணனுக்குப் பெரும்பாலும் அழைப்பு இருந்தது. அவ்வகையில் அவருடைய குடும்பத்தினரோடும் அவனுக்கு நெருக்கம் இருந்தது.

அன்று மாலையே பலர் வந்து பார்த்துப் போனார்கள். "கடைசியா ஒரு தடவை அவரைப் பாக்க விரும்புறவங்க பாத்துக்கங்க" என்ற ரீதியில் நடேஷ் ஒரு தகவலைப் பரவவிட்டிருப்பது தெரிந்தது.

"முழிச்சிருக்கணும்னு அவசியமில்லை பாபு. தூக்கம் வந்தா தூங்குங்க... தேவைப்பட்டா நான் எழுப்புறேன்" என்றான் கிருஷ்ணன். பாபு தலையை ஆட்டியபடி, வாசிப்பைத் தொடர்ந்தார். நோய்த் தாக்குதல் காலம் முடியும்வரை 'பெட் ரெஸ்ட்'இல் இருக்கச் சொல்லியிருப்பதால் கிருஷ்ணன் படுத்தபடியே இருந்தான். அவர்கள் காலையில் போடும் ஸ்டீராய்டு ஊசி மற்றும் மாத்திரைகள் அவனுடைய நைந்து போயிருந்த உடலுக்குத் தெம்பூட்டியதோடு, அவனை எந்நேரமும் தூங்கவும் வைத்துக்கொண்டிருந்தன.

படுத்திருந்தபடி, மனதுக்குள் ஒன், டூ, த்ரீ சொல்லிப் பார்த்தான். இருபதை மிகச் சாதாரணமாகக் கடக்க முடிந்தது. ஆக, இதுவரையும் அபாயத் தாக்குதலின் சிறு தடயமும் இல்லை. காலையில் வந்த டாக்டர், இந்த நோய் உருவாவதற்கான

ஒரு காரணமாகச் சொன்னது, நினைவுக்கு வந்தது. அதன் தொடர்ச்சியாக, நான்கைந்து வருஷங்களுக்கு முன்பு, கிருஷ்ணன் அச்சகம் ஒன்றை நடத்திய காலத்தில், ஒருமுறை கவிஞர் தருமு சிவராம் சொன்னது பளிச்சென ஞாபகத்துக்கு வந்தது. அச்சமயத்தில் ஒருநாள் காலையில் அவன் அச்சகத்தைத் திறந்து வைத்துவிட்டு அவனுடைய இருக்கையில் உட்கார்ந்து, முந்தைய நாள் அச்சுக் கோக்கப்பட்டவற்றின் மெய்ப்பினைப் பார்க்கத் தொடங்கியபோது, சிவராம் உள்ளே வந்தார். காலை எட்டரை மணியிருக்கும். ஒன்பது மணியளவில்தான் அச்சகப் பணியாளர்கள் வருவார்கள்.

பக்கத்திலிருந்த இருக்கையில் உட்கார்ந்தபடி, "நீதான் எப்பவும் பிரஸ்ஸை திறக்குறீயா?" என்றார் சிவராம்.

"ஆமா... ஏன் கேக்குறீங்க..."

"பிரஸ்ஸைத் திறந்த பிறகு, கொஞ்ச நேரம் வெளிய இரு... அடைஞ்சு கிடந்த காத்து வெளிய போகட்டும்... அதுக்கப்புறம் உள்ள வந்து உக்காரு... ஏன்னா இந்த லெட் ரெம்ப பாய்சனிங்... மூடிய அறைக்குள்ள காத்தில இந்த லெட்டோட பாய்சன் கலந்திருக்கும்... திறந்தவுடன வெளியேறும் காத்தை நீ சுவாசிக்கும்போது அந்த பாய்சன் உனக்குள்ள போகும்... நாள்பட நாள்பட அது ரெம்ப டேஞ்சர்... ஜாக்கிரதை..." என்றார்.

சரி என்பதுபோலத் தலையாட்டினானே தவிர, அதை அவன் கொஞ்சமும் பொருட்படுத்தவில்லை. எப்போதும்போல் திறந்ததும் உள்ளே நுழைந்து, தன் இருக்கையில் அமர்ந்து வேலையைத் தொடங்குவதை அவன் மாற்றிக்கொள்ளவே இல்லை.

கிருஷ்ணன் நடத்தியது, ஈய அச்செழுத்துகளால் வார்த்தைகள் கோக்கப்பட்டு அச்சடிக்கப்படும் லெட்டர் பிரஸ். அந்த ஈயம் விஷத் தன்மை கொண்டது என்பதை அவன் அப்போது அறிந்திருக்கவில்லை என்பது மட்டுமல்ல. அதை சிவராம் முன்னரே எச்சரித்தும் தான் பொருட்படுத்தாததை நினைத்து இப்போது வருந்தினான். தன்னுடைய இப்போதைய நிலை அந்த ஈய விஷத்தின் நாள்பட்ட விளைவுதான் என அனுமானிக்க முடிந்தது. சிவராமுதான் எவ்வளவு விஷயங்களை அறிந்தவராகவும், நண்பர்கள் மீது அக்கறைப்படுபவராகவும் இருந்திருக்கிறார் என்று வியந்துகொண்டான்.

பகல் முழுவதும் தூங்கிக் கிடந்ததாலோ என்னவோ அந்த இரவில் அவனுக்குத் தூக்கம் பிடிக்கவில்லை. ஒருவேளை தூங்குவதற்கு அஞ்சியும் அவன் விழித்திருந்திருக்கக் கூடும். இரவில்தான் நோயின் புதுப் புதுத் தாக்குதல் நிகழ்கிறது என்ற அவனுடைய அனுமானம் அவனைத் தூங்க விடாமல் தடுத்துக் கொண்டிருக்கலாம்.

ஏதேதோ தொடர்பற்ற நினைவுகளோடு தத்தளித்துக் கொண்டிருந்த அவனுக்கு, தன்னுடைய குறி ஏதும் பாதிப்புக்கு உள்ளாகியிருக்குமோ என்ற சந்தேகம் திடீரெனத் தட்டியது. அவன் உடலைக் காமத்தில் முறுக்கேற்றி, சுய இன்பத்தில் ஈடுபட்டு, விந்தை வெளியேற்றி ஒரு வாரத்தைக் கடந்துவிட்டது. வாரத்துக்கு ஒரு முறையேனும் அதை நிகழ்த்த அவன் தவறியதில்லை. சமயங்களில் இரண்டு முறை. அது தவிர்க்க முடியாத உடலின் தேவையாக இருந்தது. பெண்ணுடனான உடலுறவு நிகழ்ந்து இரண்டு வருஷங்களுக்கு மேலாகிவிட்டது. பெண்ணோடான உறவுக் காலத்திலும்கூட, சுய இன்பப் பழக்கமும் தொடர்ந்து கொண்டுதானிருந்தது. உண்மையில் மெய்க் கலவியை விடவும் புனைவுக் கலவியிலேயே, தான் பரவசக் களிப்பினை அதிகம் துய்ப்பதாக அவன் உணர்ந்தான். மெய்க் கலவியில் நிகழும் செயல் வேகத்தில் களிப்பின் எல்லைகள் பூரணமாகத் துய்த்துணரக் கூடியதாக இல்லை. மேலும், பழக்கம் அழைத்துச் செல்லும் பாதையிலேயே அது நிகழ்கிறது. அது பழக்கப்பட்ட பாதையில் தொடங்கி பழக்கப்பட்ட பாதையிலேயே பயணித்து நிறைவும் அடைந்துவிடுகிறது. கலவிக்குப் பின்னான நினைவுகளில் சுரக்கும் இன்ப ஊற்று கலவித் தருணத்தை விடவும் சிலிர்ப்பூட்டுவதாக இருக்கிறது. புனைவுக் கலவியில் எண்ணற்ற பாதைகள் விரிந்து விரிந்து செல்கின்றன. கற்பனையின் சிறகுகள் சிலிர்த்து சிலிர்த்து சிறகடிக்கின்றன. குறிப்பாக, மெய்க் கலவியில் உரையாடல்களே அமைவதில்லை. அதை அவன் மேற்கொள்ளப் பெரிதும் விரும்பினாலும், பழக்கத்தின் பாதையிலிருந்து விலகக் கொஞ்சமும் முடிவதில்லை. அப்படி விலகுவதும், புதிதாய் ஒன்றை மேற்கொள்வதும் சந்தேகத்திற்கு இடமளிக்கக் கூடும் என்ற எண்ணமும் ஒரு காரணமாக இருக்கலாம். புனைவுக் கலவியின் கற்பனையில் நிகழும் பரஸ்பர உரையாடல்கள் கிளர்த்தும் வேட்கை

சி. மோகன் | 127

அற்புத விந்தைகள் புரிகின்றன. வார்த்தைகள் எவ்விதப் பூச்சுகளும் பாவனைகளும் பாசாங்குகளும் இன்றி நிர்வாணத்தின் பூரண அழகில் பொலிகின்றன.

எனினும் மெய்க் கலவியில் கலவிக்குப் பின்னர் குடியமரும் நிறைவு, புனைவுக் கலவிக்குப் பின் கூடி வருவதில்லை என்பது அவனுக்கு எப்போதும் ஆச்சரியமூட்டும் ஒரு விஷயமாகவே இருக்கிறது. புனைவுக் கலவிக்குப் பின், ஒரு குற்றவுணர்வு வந்து கவிவதை அவனால் தவிர்க்கவே முடியவில்லை. இதில் குற்றவுணர்வு கொள்ள ஏதுமில்லை. வெகு இயல்பான, அத்தியாவசியமான, தவிர்க்கக் கூடாத ஒரு செயல்தான் அது என்பதையும் அவன் அறிந்திருந்தான்; என்றாலும் அந்தக் குற்றவுணர்வு தன்னியல்பாக வந்து படர்ந்து சங்கடத்தில் ஆழ்த்துவதும் நிகழ்ந்து கொண்டுதானிருந்தது. அவனறியாது அவனுள் வேரூன்றியிருக்கும் ஒழுக்கநெறி பற்றிய எண்ணற்ற தளைகளில் சிக்குண்டு கிடக்கும் மனதின் சிடுக்குதான் அது. ஆனால், அதே மனம்தான் தன்னிச்சையான வேட்கையில் சிறகிசைத்தும் பறக்கிறது. மனம் இப்படி தத்தளித்துத் தடுமாறுவதை அவனால் சகித்துக்கொள்ள முடியவில்லை. இயல்புணர்ச்சிகளைக் கொண்டாடிக் களிப்பதில் குற்றவுணர்வு வந்து குடியமர்வது குறித்து அவன் அவமானமாக உணர்ந்தான்.

இப்போது உடல் தன்னிச்சையான வேட்கை ஏதும் கொண்டிருக்க வில்லை. இதுவே அவன் கவலை கொள்ளவும் காரணமாக இருந்தது. பொதுவாக, அவனுடைய புனைவுக் கலவிக்குத் துணையாக இருப்பது, அவன் உருவாக்கும் கற்பனைக் கதைகள்தான். அவன் மனம் விரித்துக்கொண்ட காமப் புனைவுகள்தான் அவனுடைய புனைவுக் கலவியை வழிநடத்திச் சென்றன. இப்புனைவுகளில் உரையாடல்கள் காமத்தின் உச்ச நிலையில் பொங்கிப் பிரவாகம் கொள்ளும்.

அவனைச் சட்டென உள்ளிழுத்துக்கொண்டு அபரிமிதமாகக் கிளர்ச்சியூட்டக் கூடியதாக அமைந்த, சமீபத்தில் அவன் மனம் உருவாக்கிய ஒரு புதிய காமப் புனைவை வலிந்து நினைத்து அதனை விரித்துச் செல்ல பிரயத்தனப்பட்டான். மனம் உத்வேகம் கொள்ளவில்லை. குறியும் சோம்பி இருந்தது. நோய்த் தாக்குதல் அவனுடைய குறியையும் பாதித்திருக்கிறதோ என்ற அச்சம்

மேலெழுந்தது. உடலும் மனமும் இற்றுப்போயிருக்கும் இந்நிலையில் காமம் கிளர்ந்தெழ மறுக்கிறதென்ற சமாதானமும் கூடவே தோன்றி சற்று அமைதி அடைந்தான்.

எல்லா உயிரினங்களுக்குமே காமம் ஒரு இயல்பான பசியாக இருக்கிறது. அது மட்டுமல்ல, விலங்குகளும் பறவைகளும்கூட சுய இன்பம் கொள்கின்றன என்பதை அவன் எதிலோ எப்போதோ வாசித்து அறிந்திருக்கிறான். அது குறித்து அவை நிச்சயம் எவ்விதக் குற்ற உணர்வுக்கும் ஆளாகி அவஸ்தைப்பட்டுக் கொண்டிருக்கப் போவதில்லை என்றும் நினைத்துக்கொண்டிருக்கிறான். எனில், மனிதன் மட்டும்தான் அதை மூளையில் ஏற்றிக்கொண்டு அவதிப்படுகிறான். அப்படியான அவஸ்தைகளுக்குக் கிருஷ்ணனும் ஆட்பட்டவன்தான்.

எனினும், காமம் கிருஷ்ணனை அழைத்துச் சென்ற பாதையில்தான் அவன் சில மேன்மைகளைக் கண்டடைந்தான். காம எழுத்துகளில் அவனுக்கு ஏற்பட்டிருந்த சிறுவயது மோகம்தான் வாசிப்பில் புதிய திசைகளுக்கு அவனை இட்டுச் சென்றது. மொழிபெயர்ப்புப் படைப்புகளில் சகஜமாக வெளிப்பட்ட பாலியல் நிகழ்வுகள் இளம் வயதுக் கிளர்ச்சிக்குத் துணையாக இருந்து, மொழிபெயர்ப்புச் சிறுகதைகளையும் நாவல்களையும் தேடியும் விரும்பியும் வாசிக்க வைத்தன. மாப்பசான், எமிலி ஜோலா, ஆல்பெர்டோ மொராவியா என ஆரம்பித்து புனைவுலகின் சிகரங்களுக்குப் படிப்படியாக இட்டுச் சென்றது. காதலையும் காமத்தையும் மொக்கு அரும்புவதைப் போலவும் மலர்வதைப் போலவும், மனித மன உணர்வுகளின் இயல்பான சலனங்களின் வழியாக, இந்த மொழிபெயர்ப்புகள் அவனுக்குச் சொல்லின. அதேசமயம், அவை வாழ்வின் அடர்த்தியோடு, வாழ்வின் அடிப்படை அம்சங்களில் ஒன்றாக வெகு இயல்பாக வெளிப்பட்டிருந்தன. இத்தேடல்தான் பரந்து விரிந்து, மனித வாழ்வின் அடிப்படைப் பிரச்சனைகளையும் மனித மனங்களின் நுண்ணுணர்வுகளையும் அணுகும், பெறுமதியான பிரமாண்டமான ஒரு படைப்புலகத்தின் பல வாசல்களுக்குள்ளும் அவனை அழைத்துச் சென்றது. இத்தகைய வாசிப்புகள், அவனுடைய உருவாக்கத்தில் பெரும் பங்கு வகித்திருக்கின்றன என்று அவன் நம்பினான்.

இந்தியத் திரைப்பட மேதைகளில் ஒருவரான சத்யஜித் ரே ஒரு சந்தர்ப்பத்தில் சொன்னது, அவனளவில் நிச்சயம் உண்மையாகி யிருக்கிறது. இந்தியா சுதந்திரம் அடைந்த ஆண்டிலேயே சக சினிமா ஆர்வலர்களோடு இணைந்து அவர் 'கல்கத்தா ஃபிலிம் சொஸைட்டி' தொடங்கியபோது, ஒரு விமர்சனம் எழுந்தது. அதாவது, திரைப்பட சங்கங்களில் திரையிடப்படும் உலகத் திரைப்படங்கள் தணிக்கைக்கு உட்படுவதில்லை என்பதால், அவற்றில் சகஜமாக வெளிப்பட்ட பாலியல் வெளிப்பாடுகள் பார்வையாளர்களுக்கு ஒரு ஈர்ப்பாகவும் தூண்டுதலாகவும் அமைந்தன. அப்போது, இப்படங்களை இதற்காகத்தான் பார்க்க வருகிறார்களே தவிர, கலை ஆர்வமோ ரசனையோ காரணமில்லை என்றார்கள் சிலர். அதற்குப் பதிலளித்த ரே, முதலில் அவர்கள் பார்க்க வருவதற்கு இதுவே காரணமாக இருக்கலாம். ஆனால் மிகச் சிறந்த திரைப்படங்களை அவர்கள் தொடர்ந்து பார்க்கும்போது, அது நிச்சயம் அவர்களை மேம்படுத்தும் அனுபவமாக மாறும் என்பதில் சந்தேகமில்லை என்றார். வாசிப்பும் இப்படித்தான் வாழ்வின் வெவ்வேறு பிராந்தியங்களுக்கு அவனை இளம் வயதிலேயே அழைத்துச் சென்றிருக்கிறது.

எவ்வித யோசனைகளும் சலனங்களுமின்றி அமைதியாகப் படுத்திருக்க விரும்பிய அதே மனம்தான் ஏதேதோ யோசனைகளோடும் நினைவுகளோடும் சுழித்தோடிக்கொண்டிருந்தது. கண் மூடிய விழிப்புடன் படுத்திருந்த கிருஷ்ணன் அப்படியே தூங்கியும் போனான்.

மரப்பலகைகளாலான படிக்கட்டுகளில் அவன் மிகவும் சிரமப்பட்டு ஏறிக்கொண்டிருக்கிறான். படிகள் சிதிலமடைந்து இருக்கின்றன. மிக மிகக் கவனமாகப் பார்த்துப் பார்த்து அடி எடுத்து வைக்க வேண்டும். சின்ன அஜாக்கிரதைகூடப் பெரும் விபத்துக்கு இட்டுச் சென்றுவிடும். மேலும், படிக்கட்டுகள் கைப்பிடிகளற்று, செங்குத்தாகச் சென்றன. பாதையின் அபாயத்தை உணர்ந்து, ஒவ்வொரு அடியையும் அவன் மிகவும் கவனமாக எடுத்து வைத்துக் கொண்டிருக்கிறான். சிறு பிசகும் அவனைக் குப்புறத் தள்ளிவிடுவது நிச்சயம். அவன் ஏன் அதில் ஏறிக்கொண்டிருக்கிறான் என்பதும் எங்கு சென்றுகொண்டிருக்கிறான் என்பதும் அப்படிச் செல்ல வேண்டிய அவசியம் என்ன என்பதும் அவனுக்கு நிச்சயமாகத் தெரியவில்லை. ஆனால் அதில் அவன் ஏறிச் சென்று ஏதோ ஓர்

இடத்தை அடைய வேண்டிய அவசியமும் கட்டாயமும் அவனுக்கு அவனறியாமலேயே விதிக்கப்பட்டு இருப்பதாகத் தோன்றியது. நெடுங்காலமாக அவன் அதில் ஏறிச் சென்றுகொண்டிருப்பதாகவும் சலிப்புடன் உணர்ந்தான். கால்கள் கடுத்து தள்ளாடின. பாதங்கள் வீங்கிவிட்டிருந்தன. சற்று உட்கார்ந்து, இளைப்பாறிவிட்டுத் தொடரலாம் என்று தோன்றியது. அவன் வந்த வழியில் அங்கங்கே படிக்கட்டின் ஓரத்தில் சில முதியவர்கள் மட்டுமல்ல, நடுத்தர வயதினரும் இளம் வயதினரும் கூட அமர்ந்து ஓய்வெடுத்துக் கொண்டிருந்ததை அவன் பார்த்திருந்தான். அவர்களோடு அவன் பேச முற்பட்டபோது, அவர்களில் எவர் ஒருவர் பேசிய மொழியும் அவனுக்கு சுத்தமாகப் புரியவில்லை. அவர்களுடைய சைகைகளிலும் முக பாவங்களிலும் அவர்களால் மேற்கொண்டு நடையைத் தொடர முடியாத இயலாமை வெளிப்பட்டது. இளைப்பாறுவதற்காக அமர்ந்துவிட்டால் அதன் பின் நடையைத் தொடர்வது வெகு சிரமம் என்று உறுதியாகத் தோன்றியது. இளைப்பாறுதலின் சுகத்தில் பயணத்தைத் துண்டித்துவிடும் அபாயம் இருப்பது புரிந்தது. மேலும், அப்படியான இளைப்பாறுதல் அவனுக்கு அனுமதிக்கப்பட்டிருக்கிறதா என்றும் நிச்சயமாகத் தெரியவில்லை. அவன் வரும் வழியில் அவ்வப்போது நின்று, நிமிர்ந்து பார்த்திருக்கிறான். படிக்கட்டுகள் முடியும் இடம் ஒருபோதும் கண்ணுக்குத் தெரிந்ததில்லை. இன்னும் போக வேண்டிய தூரம் பற்றி எவ்வித நிச்சயமும் இல்லாதிருந்தது. அது மிகுந்த மனச் சோர்வையும் சலிப்பையும் தந்தது. ஆனாலும் அவன் நடையைத் தொடர்ந்துதான் ஆக வேண்டும். தொடர்ந்தான்.

பச்சைப் பட்டுப் பாவாடையும் சட்டையும் அணிந்திருந்த ஒரு எட்டு வயதுச் சிறுமி குதூகலமாய் துள்ளல் நடையுடன் தாவித் தாவி அவனைக் கடந்து செல்கிறாள். அவன் ஒரு கணம் நின்று அவள் துள்ளிச் செல்லும் அழகைப் பார்த்தான். அவள் திரும்பி அவனைப் பார்த்து, ஒரு தேவமலரைப் போல வசீகரமாகப் புன்னகைத்தாள். அவன் நிற்குமிடத்துக்கு இரண்டு படிக்கட்டுகளுக்கு மேலாக நின்றுகொண்டிருந்த சிறுமி, தன் கை விரல்கள் அசைத்து அவனை அழைத்தாள். தேவமலர் தன் இதழ்கள் விரித்துக் கூப்பிடுவது போலிருந்தது. அதன் ஒரு இதழை லேசாகத் தொட்டுக்கொண்டு நகர முடிந்தால் தன் பயணம் தடையின்றி நிகழ்ந்தேறும் என்ற இறுதி நம்பிக்கை துளிர்த்தது. அவன் நம்பிக்கையோடு அடுத்த

சி. மோகன்

அடி எடுத்து வைத்தான். அப்போது சிறுமி இன்னுமொரு படி மேலேறியிருந்தாள். அவனால் சிறுமியுடைய விரல்களைத் தொட முடியாதபடி, அவன் ஒரு எட்டு வைப்பதும் சிறுமி ஒரு படி மேலேறி நிற்பதுமென மேலும் சில படிகளை அவன் கடந்தான். ஆனால் இந்த விளையாட்டும் அவனை சீக்கிரமாகவே களைப்படையச் செய்தது. அவன் நின்றுவிட்டிருந்தான். அவனுடைய கண்கள் இருள்வது போலிருந்தது. அவன் ஏதோ ஒரு உந்துதலில் சிறுமியின் விரல்களைப் பற்றிவிட ஒரு தாவு தாவினான். அடுத்த கணம், அவன் தாவி நின்ற படிக்கட்டு பலத்த சத்தத்துடன் முறிந்தது. பெருத்த அலறலுடன் அவன் உடல் வேக வேகமாக இறங்கிக்கொண்டிருந்தது. எந்த நேரமும் அவன் தலை தரையில் மோதிச் சிதறலாம்.

அவன் பெரும் அதிர்ச்சியுடன் எழுந்து மருத்துவமனைக் கட்டிலில் உட்கார்ந்திருந்தான். ஒரு கணம் தான் எங்கிருக்கிறோம் என்று தெரியாமல் மலங்க மலங்க விழித்துக்கொண்டிருந்தான்.

"என்ன கிருஷ்ணன், ஏதும் பிரச்சனையா" என்று இருக்கையிலிருந்து எழுந்து வந்த பாபு பரிவுடன் கேட்டார்.

சுய நினைவுக்கு வந்தவனாகக் கிருஷ்ணன், "ஒண்ணுமில்ல பாபு... ஒரு பயங்கரமான கனவு..." என்றவன், "நீங்க இன்னும் தூங்கலையா... கொஞ்சம் தூங்குங்க பாபு... நான் தேவைப்பட்டா எழுப்புறேன்..." என்றான்.

"பரவாயில்ல... நீங்க எதுவும் யோசிக்காம அமைதியா தூங்குங்க..." என்றார் பாபு.

அவருடைய அக்கறையும் பரிவும் கிருஷ்ணனின் கண்களைக் கசியச் செய்தன. அதுநாள்வரை அவரைப் பற்றி உயர்வான எண்ணம் ஏதும் அவன் கொண்டிருக்கவில்லை என்பதை நினைக்க வெட்கமாக இருந்தது. மனிதர்களை மதிக்கவும் உறவாடவும் நாம் கொண்டிருக்கும் கற்பிதங்கள் எவ்வளவு அற்பமானவை என்று தோன்றியது. இந்தப் பிணிக்கால நாட்களில் அவன் அவ்வப்போது நெகிழ்ந்து, அவனறியாது கண்கள் கசிந்த தருணங்கள் வாழ்க்கை பற்றியும் மனிதர்கள் பற்றியும் உறவுகள் பற்றியும் அவனுக்குப் புது வெளிச்சம் தந்துகொண்டிருந்தன. அவன் கற்பிதமாகச் சூடியிருந்த

அறிவின் அகந்தை அழிந்துகொண்டிருந்தது. இந்த மனநிலையை என்றென்றைக்குமாகப் பேணிப் பாதுகாக்க வேண்டும் என்று நினைத்துக்கொண்டான்.

பாபுவின் முகம் பார்க்க இயலாது, அப்படியே ஒருக்களித்துச் சாய்ந்து திரும்பிப் படுத்துக்கொண்டான்.

13
ஆறாம் நாள் காலை

மழை தூறிக்கொண்டிருக்கும் ஓசை கேட்டது. நாளை தீபாவளி. தீபாவளி சமயத்தில் இடை இடையே மழை பெய்வதென்பது, சிறு வயது முதலே அவன் பார்த்து வருவதுதான். வெளியே வானம் மூட்டமிட்டிருப்பதை வார்டின் இருள் மேவிய மங்கிய வெளிச்சம் காட்டிக்கொண்டிருந்தது. எந்த சமயத்திலும் நிகழக்கூடும் என ஓர் அபாயமாக அச்சுறுத்திக்கொண்டிருந்த, உள் அங்கங்களின் பாதிப்பு இதுவரை நிகழவில்லை என்பதால், நிகழ்ந்துவிட்டிருந்த வெளி அங்கங்களின் பாதிப்பு இப்போது பெரும் கவலைக்குரியதாக இல்லாமல் போயிருந்தது.

அவன் எழுந்து போய் சிறுநீர் கழித்துவிட்டு வந்து, பின்பக்க வராந்தாவிற்குச் சென்று, தூறலைப் பார்த்துக்கொண்டிருந்தான். மெல்லிய குளிர் காற்று இதமாய் இருந்தது. வெளியே மரங்கள் மழையில் நனைந்து, அதன் மீது படர்ந்திருந்த மாசுகளையெல்லாம் களைந்து, பசேலென்று இருந்ததை மகிழ்வுடன் பார்த்தான். இதமான காற்றில் கிளைகள் அசைந்தாடி ஆனந்தம் கொண்டிருந்தன. அந்த வராந்தாவின் மூலையில் அட்டைப் பெட்டிகளின் குவியலுக்கிடையே ஒண்டிப் படுத்திருந்த அந்த சாம்பல் நிறப் பூனை, நனைந்து நடுங்கிக்கொண்டிருந்தது. அது உடல்நலம் குன்றியிருப்பது போலிருந்தது. இப்பவும் சாரலடிக்கும் அந்த இடத்தில் அது ஏன் நடுங்கிக்கொண்டிருக்கிறது, எங்காவது போய் பத்திரமாகப் பதுங்கியிருக்கலாமே என்று கிருஷ்ணனுக்குத் தோன்றியது.

காலையில் உணவு வண்டியைத் தள்ளிக்கொண்டு வந்து ரொட்டியும் பட்டரும் பாலும் அளிக்கும் பெண் ஊழியரிடம், "வெளிய ஒரு பூனை மழையில நனைஞ்சு நடுங்கிக்கிட்டிருக்குமா... அதைக் கொஞ்சம் பாருங்களேன்..." என்றான்.

“அதுக்கு என்ன நோக்காடோ தெரியலை சார்... மூணு நாளா வைக்கிற எதையுமே சாப்பிட மாட்டேங்குது... இவ்வளவு பெரிய ஹாஸ்பிட்டல்ல அதுக்கு ஒரு வைத்தியம் பாக்க வக்கில்ல...” என்று சலித்துக்கொண்டார்.

கிருஷ்ணனுக்கும் அதற்கு மேல் என்ன பேசுவதென்று தெரியவில்லை. அமைதியாகிவிட்டான். ஆனால், அந்தப் பூனை பிழைத்துக்கொண்டால் அவனும் பிழைத்துக்கொண்டு விடுவான் என்ற ஓர் எண்ணம் ஏனோ அப்போது அவன் மனதில் தோன்றியது. அவனுடைய இந்த அசட்டு எண்ணத்தையும் நம்பிக்கையையும் நினைத்து மனம் வெட்கிச் சிரித்தது. லேசாக முறுவலித்துக்கொண்டான்.

மருத்துவமனை கேண்டீன் காபி ரெம்ப சுமாராக இருந்தது என்பதால் காலை எட்டு மணியளவில் சஃபி, அவர் தங்கியிருந்த மயிலாப்பூரிலிருந்து ஃபிளாஸ்கில் காபி வாங்கி வந்திருந்தார். அவர் ஊற்றிக் கொடுத்த காபி அருமையான சுவையுடன் இருந்தது. “அற்புதம் சஃபி” என்றான் கிருஷ்ணன்.

இரண்டு நாட்களாக அவன் புகை பிடித்திருக்கவில்லை. உடல்நிலையும் மருந்து மாத்திரைகளும் மருத்துவமனைச் சூழலும் சதா தூங்கிக்கொண்டிருந்ததும் அந்த எண்ணத்தையே ஏற்படுத்தியிருக்கவில்லை. ஆனால் இப்போது இந்த காபி அந்த ஆசையைத் தூண்டியது. மேலும், நேற்று அவன் மலமும் கழித்திருக்கவில்லை. மருத்துவமனைக் கழிப்பறைகளில் சிகரெட், பீடி புகைக்கப்படுவதை அங்கு நிலவிய துர்நாற்றம் மட்டுமல்லாது கிடந்த சிகரெட் பீடித் துண்டுகளும் வெளிப்படுத்தின. சஃபியிடம் ஒரு சிகரெட் வாங்கிக்கொண்டு, கழிப்பறை சென்று சிகரெட் புகைத்தவாறே, மலம் கழிக்க முயற்சிக்கலாம் என்று தோன்றியது.

“சஃபி டாய்லெட் போகலாம்னு தோணுது... உங்ககிட்ட சிகரெட் இருக்கா...” என்று கேட்டான்.

“இருக்கு... வாங்க போகலாம்” என்றார் சஃபி.

இருவரும் பாத்ரூம் நோக்கி நகர்ந்தார்கள். மெதுமெதுவாக அவன் நடப்பதற்கு ஏற்ப, கூடவே மெதுவாக நடந்து வந்தார் சஃபி. அவனால் சமதளத்தில் பாதங்களைத் தரையில் தேய்த்துத் தேய்த்து, கொஞ்சம் கோணல் மாணலாக என்றாலும் நடந்துவிட

முடிகிறது. ஆனால் சிறு படி எதிர்ப்பட்டாலும் அதைத் தாண்ட முடியாது. ஒரு குன்று எதிர் வந்து நிற்பதைப் போல மலைப்பு தோன்றும். அப்போது ஒரு துணையின்றி அதைக் கடக்க முடியாது. சமதளத்திலும் கூட, யாருடைய தோளிலாவது கை வைத்து நடந்தால் இன்னும் கொஞ்சம் பாதுகாப்பாகவும் சௌகரியமாகவும் உணர முடியும்தான். ஆனாலும் அவன் அதைத் தவிர்க்கவே விரும்பினான்.

கழிவறை வந்ததும், சஃபியிடமிருந்து ஒரு சிகரெட்டையும் தீப்பெட்டியையும் வாங்கி சட்டைப் பையில் போட்டுக்கொண்டு, சஃபியிடம், “நீங்க இங்கயே இருங்க... கதவை வெறுமனே சாத்தி வச்சுட்டு போறேன். ஏதும் தேவைனா கூப்பிடறேன்” என்றான் கிருஷ்ணன். சரி என்பதுபோல் தலையாட்டினார் சஃபி.

கழிப்பறை, படிக்கட்டு ஏதுமில்லாமல் சமதளத்தில் இருந்ததால் உள்ளே நுழைந்து கதவைத் தள்ளி சாத்திவிட்டு, தண்ணீர்க் குழாய் கம்பியைப் பிடித்துக்கொண்டபடியே மெல்ல மெல்லக் குனிந்து ஒரு மாதிரி குந்தி இருந்துகொண்டான். பாக்கெட்டிலிருந்து சிகரெட்டையும் தீப்பெட்டியையும் சிறு நடுக்கத்துடனேயே எடுத்து, விரல்களின் உதறல்களுக்கிடையேயும் மிகக் கவனமாகப் பற்ற வைத்துக்கொண்டான். சிகரெட்டை ஆசுவாசமாய் இழுத்து முடித்தபோது, ஓரளவு திருப்திகரமாக மலமும் கழித்து விட்டிருந்த நிறைவு ஏற்பட்டது. வாளியிலிருந்து தண்ணீர் எடுத்து, சிந்தியும் சிதறியும் கழுவி முடித்தான். இரண்டு நாட்களுக்குப் பிறகு, சிகரெட் பிடித்ததாலோ என்னவோ லேசான கிறுகிறுப்பை உணர்ந்தான். குழாய்க் கம்பியை இறுகப் பற்றிக்கொண்டு உந்தி எழ முயற்சித்தபோது, ஈரத் தரை வழுக்கியோ, உடலில் படர்ந்திருந்த கிறுகிறுப்பினாலோ, கவனப் பிசகாலோ சட்டெனக் கால் மடங்கி அப்படியே ஈரத் தரையில் தொப்பென்று உட்கார்ந்துவிட்டான். மீண்டும் குழாய்க் கம்பியைப் பற்றினான். எவ்வளவோ சிரமப்பட்டு உந்திப் பார்த்தும் உடல் கொஞ்சமும் அசைய மறுத்தது. உட்கார்ந்தபடியே கதவைத் தள்ளித் திறந்து, “சஃபி சஃபி” என்று கடும் பதற்றத்துடன் கூப்பிட்டான். சஃபியும் உடனடியாக வந்து, அவன் உட்கார்ந்திருந்த கோலத்தைப் பார்த்து, கை கொடுத்து தூக்கப் பார்த்தார். அவன் உடல் எழவில்லை. அவரும் உள்ளே நுழைந்து, அவருடைய இரண்டு கைகளையும் அவனுடைய

இரண்டு கைகளுக்கூடாகக் கொடுத்துத் தூக்க முற்பட்டார். அவனும் அதேசமயம் குழாய்க் கம்பியைப் பிடித்துக்கொண்டு எக்கினான். கடும் போராட்டத்துக்குப் பின் உடல் எழுந்துகொண்டது. சஃபியின் தோளைத் தாங்கிப் பிடித்தவாறு வெளியில் வந்தான். கைலி முன்னும் பின்னும் ஈரமாகியிருந்த சங்கடத்துடன் தலை குனிந்தபடியே தன் படுக்கைக்கு வந்து சேர்ந்தான். கால், கை பாதிப்பு மேலும் மோசமாகியிருப்பதாகத் தோன்றி கவலையைக் கூட்டியது.

காலை உணவுக்குப் பின், மாத்திரைகளையும் விழுங்கிவிட்டு, படுக்கையில் உட்கார்ந்துகொண்டிருந்தபோது, 'புதிய பார்வை' அடுத்த இதழுக்கு எழுத வேண்டியதைப் பற்றிக் கேட்டார் சஃபி. அச்சமயத்தில் அவன் மாதமிருமுறை வெளிவந்த அந்த இதழில் 'நடைவழிக் குறிப்புகள்' என்ற தொடரை எழுதிக்கொண்டிருந்தான். தமிழ்ச் சமூகத்தில் பிறந்தோ, வாழ்ந்தோ தம் காலத்துக்கும் வாழ்வுக்கும் சமூகம், அரசியல், கலை, இலக்கியம், கலாசாரம், சிந்தனை ஆகிய தளங்களில் வளமான பங்களிப்புகள் செய்தும் உரிய கவனிப்பைப் பெறாது போய்விட்ட சில இலட்சிய மனங்கள் பற்றிய கட்டுரைத் தொடர் அது. தங்கள் துறை சார்ந்த பணிகளுக்குத் தம் வாழ்வை முழு முற்றாக ஒப்புக்கொடுத்து, அயராது பணியாற்றி, அத்துறைகளை வளப்படுத்திய ஆளுமையாளர்கள் பற்றி மாதமிரு முறை எழுதிக் கொடுத்துக்கொண்டிருந்தான்.

பொதுவாக, எந்தவொரு வகையான வரலாற்றுப் பதிவிலும் நாம் சீரிய முயற்சிகள் கொண்டிருக்கவில்லை. இது குறித்து அசட்டையான மனோபாவமே கொண்டிருக்கிறோம். மிகச் சமீபத்தில் வாழ்ந்து மறைந்த முக்கியமான ஆளுமையாளர் பற்றிக்கூட, ஓர் அறிமுகப்படுத்தலுக்குத் தேவையான அளவுகூட, தகவல்கள் சேகரிப்பது சிரமம். இச்சிரமத்தை எதிர்கொண்டு எழுதிக்கொண்டிருந்த தொடர் அது. வரும் நவம்பர் 16ஆம் தேதி இதழுக்கு 10, 11 தேதி வாக்கில் கொடுத்தாக வேண்டும். ஆனால் அடுத்த இதழுக்கு யாரைப் பற்றி எழுதுவது என்றுகூட அவன் இன்னும் முடிவு செய்திருக்கவில்லை. போதுமான குறிப்புகள் சேகரித்து, அடுத்த இரண்டு நாள்களுக்குள் எழுதிக் கொடுப்பது இந்நிலையில் சாத்தியமில்லை.

“இல்ல சஃபி. இப்போதைக்கு ஒரு பிரேக் விட்டுட்டு வசதிப்பட்டா அப்புறம் எழுதிக்கலாம்” என்றான் கிருஷ்ணன்.

“வேணும்னா நீங்க சொல்லுங்க, நான் எழுதறேன்... கொண்டு போய்க் கொடுத்துடலாம்” என்றார் சஃபி.

“இல்ல சஃபி, குறிப்பு ஏதும் இன்னும் எடுக்கலை...” என்றான் கிருஷ்ணன். தன்னை உற்சாகப்படுத்துவதற்கான ஒரு உபாயமாக சஃபி அதைக் கருதினார் என்று கிருஷ்ணனுக்குப் புரிந்தது. மனதை லகுவாக்க எவ்வளவு சமாதானங்கள் தேவைப்படுகின்றன.

மாலை ஐந்து மணியளவில் அனிதாவின் வீட்டில் பணியாற்றும் ஜோதி, அவருடைய மகள் கிருத்திகாவுடன் வந்தார். இதை அவன் கொஞ்சமும் எதிர்பார்க்கவில்லை. கிருத்திகாவை அவன் அப்போதுதான் முதல் முறையாகப் பார்க்கிறான். அபூர்வமான அழகாகத் தெரிந்தாள். கனவில் வந்த சிறுமியின் சாயல் அவளுக்கு இருப்பதுபோல் பட்டது. சிறு குறையுமில்லாமல் ஜோதி அவளைச் சீராட்டி வளர்க்கிறார் என்பது பளிச்சென்று தெரிந்தது. அவளைப் பார்த்து, “உட்காருப்பா...” என்றான். அவள் கட்டிலின் ஓரத்தில் உட்கார்ந்தாள்.

மகளை அறிமுகப்படுத்திவிட்டு, “இப்ப எப்படி சார் இருக்கு...” என்றபடியே “தீபாவளிப் பலகாரம் சார்” என்று ஒரு துணிப்பையை நீட்டினார். கிருஷ்ணன் வாங்கிப் பக்கத்தில் வைத்தான். தொடர்ந்து, கட்டைப்பையிலிருந்து ஜோதி ஒரு பிளாஸ்டிக் பையை எடுத்து அவனிடம் நீட்டியபடி, “புது டிரஸ்... அக்கா ஊருக்குப் போறதுக்கு முன்னாடி கொடுத்துட்டுப் போனாங்க...” என்றவர் தொடர்ந்து, “இதை மாத்திக்கிட்டு அழுக்குத் துணிய கொடுங்க...” என்றார். கிருஷ்ணன் தயங்குவதைப் பார்த்து, “அக்காவோட இன்ஸ்ட்ரெக்சன் சார்” என்றார் புன்னகையுடன். கிருஷ்ணனுக்கு நெகிழ்ச்சியாகவும் சங்கடமாகவும் இருந்தது. ஆனால் ஜோதியிடம் அவன் எதுவும் சொல்லவில்லை.

பிளாஸ்டிக் பையிலிருந்த புதுக் கைலியையும் டிஷர்ட்டையையும் மாற்றிக்கொண்டு பழைய துணிகளைக் கட்டைப் பையில் போட்டுக் கொடுத்தான்.

“அக்கா, நாளைக்குக் காலைல ஒம்பது மணிக்கு என்னை வீட்டுல இருக்கச் சொல்லி இருக்காங்க... ஃபோன் பண்ணுவாங்க... அக்காட்ட எதுவும் சொல்லணுமா சார்...” என்றார்.

"இங்க எல்லாரும் என்னை நல்லா கவனமா பாத்துக்கிறாங்க... ஒரு பிரச்சனையும் இல்லைனு சொல்லுங்க..." என்றவன் தொடர்ந்து, ஒரு மென் சிரிப்புடன், "அவங்களை நிம்மதியா போன வேலையை நல்லபடியா முடிக்கச் சொல்லுங்க..." என்றான்.

ஜோதி சிரித்தபடியே, "அதெல்லாம் அக்கா வெளுத்துக் கட்டிடுவாங்க சார்..." என்றார். அனிதாவின் ஆளுமைத் திறனை ஜோதி புரிந்துகொண்டிருந்த விதம் அவனுக்கு வியப்பளித்தது.

"ஊருக்குப் போறப்போ, திங்கக்கிழமை சாயந்தரம் வந்து பாத்துக்கிறதா சொல்லச் சொன்னாங்க... பத்து நாள் லீவு போடப் போறாங்கலாம்..." என்றார் ஜோதி.

கிருஷ்ணனுக்கு என்ன சொல்வதென்று தெரியவில்லை. மௌனமாகத் தலையாட்டினான். அச்சமயத்தில் வேடிக்கை பார்க்க எழுந்து சென்றிருந்த கிருத்திகா பூனைக்குட்டியைத் தன் நெஞ்சோடு அணைத்தபடி வந்தாள்.

"இத எங்கடி பிடிச்ச..." என்று ஆச்சரியமாகக் கேட்டார் ஜோதி.

"பாவம்மா... பின்னாடி வராந்தாவுல மழையில நனைஞ்சி நடுங்கிக்கிட்டு இருந்துச்சு... அதான் என் துப்பட்டால துடைச்சு எடுத்துட்டு வந்தேன்..." என்றாள்.

அந்தச் சிறுமியின் அன்பும் கருணையும் கிருஷ்ணனுக்கு அளப்பரிய ஆச்சரியத்தையும் நம்பிக்கையையும் தந்தது. எளிய மனங்களில் சுடரும் மகத்துவத்தை எண்ணி அவளை வியப்புடன் பார்த்தான்.

"வீட்ல சிறுசும் பெருசுமா அஞ்சாறு குட்டிங்க திரியுதுங்க... எல்லாம் அவ வளப்புதான்... எப்பப் பாத்தாலும் அவளைச் சுத்தி சுத்தி வருங்க... அவ மடில கிடந்து உருள்றதும் புரள்றதும்... ஏன் கேக்கறீங்க..." என்று புகார் சொல்லும் தொனியில் பெருமையாகச் சொன்னார் ஜோதி.

பூனையை இடது கையால் மார்போடு அணைத்தபடி, வலது கை விரல்களால் அதன் தலையை வாத்சல்யத்துடன் தடவிக் கொண்டிருந்தாள் கிருத்திகா. அதுவும் எவ்வித முரண்டும் பிடிக்காமல் பாதுகாப்பான இடத்தில் அடைக்கலமாகிவிட்ட இதத்துடன் அவளுடைய கரங்களுக்குள் ஒடுங்கியிருந்தது.

சி. மோகன்

"அம்மா, இதுக்கு கால்ல அடிபட்டிருக்கு..." என்று அடிபட்ட இடத்தை அம்மாவிடம் காட்டினாள். கிருஷ்ணனும் அதைப் பார்த்தான். "ரெண்டு நாளைக்கு மஞ்சப்பத்து போட்டா சரியாயிடும்மா..." என்றாள். தொடர்ந்து, "இத நாம கொண்டு போயிடலாம்மா..." என்றாள் கிருத்திகா. அந்த இளம் தேவதையின் ஞானத்திலும் கருணையிலும் மெய் சிலிர்த்திருந்தான் கிருஷ்ணன். சகல உயிர்களுக்குமான கருணையை விடப் புனிதமானது என்ன இருந்துவிட முடியும்.

"வேண்டாம்னு சொன்னா கேக்கவா போற..." என்றார் ஜோதி.

கிருஷ்ணன் கிருத்திகாவை மிகுந்த வாஞ்சையுடன் தன் தோளோடு அணைத்துக்கொண்டான். இனி அந்தப் பூனை பிழைத்துக்கொள்ளும் என்ற நம்பிக்கை, அவனுக்கான உத்வேகம் போல், அவனுள் சுரந்தது. இந்தப் பூனை பிழைத்துக்கொண்டால் அவனும் பிழைத்துக்கொள்வான் என்று காலையில் தோன்றியது அவனுடைய நினைவுக்கு வந்தது. மனம் சிலிர்த்துக்கொண்டது. அற்புதங்கள் மீது நாம் நம்பிக்கை இழக்காதிருந்தால் அற்புதங்கள் நிகழும் என்று அப்போது அவனுக்குத் தோன்றியது.

14

ஏழாம் நாள்: தீபாவளி

ஒரு தீர்ப்பு நாளைப் போல கிருஷ்ணன் எதிர்பார்த்திருந்த தீபாவளி நாளின் விடியலில் அவன் இயல்பாக எழுந்து உட்கார்ந்திருந்தான். முதல் வேலையாக ஒன், டூ, த்ரீ... சொல்லிப் பார்த்துக்கொண்டான். எப்போதும்போல, இருபத்திரண்டு வரை சுலபமாகச் சொல்ல முடிந்தது. இதுவும் ஒரு பழக்கமாகிவிட்டதில் மூச்சை தம் கட்டும் நேரமும் கொஞ்சம் கூடுதலாகிக்கொண்டு வருகிறது போல என்று நினைத்துக்கொண்டான். கடந்த இரு நாட்களாக இரவில் பாபுவும் பகலில் சுஃபியும் துணையாய் இருந்து பார்த்துக்கொள்கிறார்கள்.

மருத்துவமனையின் பிரத்தியேக வாசனையோடு தீபாவளி வாசனையும் கொஞ்சம் ஊடுருவிவிட்டதுபோல ஒருவித கலவையான வாசனை கூடத்தில் பரவியிருந்தது. கிருஷ்ணனின் பக்கத்துப் படுக்கைக்காரரான ஸ்ரீநிவாசன் புது வேட்டி சட்டையில் படுத்திருந்தார். அவருடைய மனைவி காமாக்ஷி அப்போது பக்கத்தில் இல்லை. கிருஷ்ணன் அனுமதிக்கப்பட்ட நாளிலிருந்தே ஸ்ரீனிவாசன் அந்தப் படுக்கையில் இருந்துகொண்டிருக்கிறார். பெரும்பான்மையான நேரங்களில் அவருடைய மனைவி காமாக்ஷிதான் உடனிருப்பார். மருத்துவமனை சுகாதாரப் பணியாளர்களின் தயவைப் பெற்று சமாளித்து வந்தார். அவ்வப்போது சுஃபியும் உதவினார். தங்களுக்குக் குழந்தை இல்லை என்பதை சுஃபியிடம் சொல்லிப் புலம்பியிருக்கிறார் அந்த அம்மா. மருத்துவமனை தரும் உணவைக் கணவருக்கும் கொடுத்து தானும் சாப்பிட்டுக்கொள்வார். கணவர்மீது அவருக்கிருந்த நாள்பட்ட கோபத்தை அவ்வப்போது அவரிடம் வெளிப்படுத்தி ஆறுதல் அடைந்துகொண்டிருந்தார். சாப்பிடும்போது ஸ்ரீநிவாசன் அடம் பிடிப்பதும், காமாக்ஷி தன் கை முஷ்டியால் அவரை இடித்து இடித்து

முணுமுணுத்துத் திட்டியபடி உணவைக் கொடுத்து முடிப்பதும் வாடிக்கையான காரியமாக இருந்தது. திடகாத்திரமாக இருந்த காலத்தில் அவர் படுத்திய பாடுகளுக்குக் கிடைத்த அர்ச்சனையாக அது இருக்கலாம்.

காமாக்ஷியம்மாவும் புத்தாடையோடு, பக்கத்தில் ஏதோ ஒரு கோவிலுக்குப் போய் பூஜை செய்துவிட்டு வந்திருப்பதற்கான அடையாளங்களுடன் நுழைந்தபோது, தீபாவளியை அவர் புது நம்பிக்கையுடன் எதிர்கொண்டிருப்பதாகத் தோன்றியது. கணவரின் நெற்றியில் விபூதியும் குங்குமமும் இட்டார். பின், கிருஷ்ணனின் அருகில் வந்து பிரசாதம் தந்தார். அவனும் பெற்றுக்கொண்டான்.

இளம் வயதில் கல்லூரிக் காலம்வரை, கிருஷ்ணன் தீபாவளியைக் குதூகலத்துடன் கொண்டாடி இருக்கிறான். அம்மா ஒரு வாரத்துக்கு முன்பிருந்தே பலகாரங்கள் செய்யத் தொடங்கிவிடுவார். ஆரம்பத்தில் அதிரசம், முறுக்கு என்று மட்டுமே இருந்த பலகார வகைகள் நகர வாழ்வில் தோயத் தோய, மத்திய வர்க்கப் பெண்மணிகளுடன் பழகப் பழக, லட்டு, மைசூர்பாகு, குலாப் ஜாமுன், முந்திரிக் கொத்து, சீடை என விதம் விதமாகப் பெருகின.

கிராமத்திலிருந்து நகரத்தை நோக்கி நகர்ந்த முதல் குடும்பம் அவர்களுடையது. கிராமத்தின் முதல் படிப்பாளியாகி மத்திய அரசுப் பணியிலிருந்த அப்பாவின் இட மாற்றலுக்கேற்ப அவர்கள் குடும்பம் வெவ்வேறு நகரங்களுக்குக் கிட்டத்தட்ட மூன்று ஆண்டுகளுக்கொரு முறை குடி பெயர்ந்துகொண்டிருந்தது. ஒரு கட்டத்தில் குடும்பம் மதுரையில் நிலை பெற்றுவிட அப்பா மட்டும் மாற்றப்பட்ட இடங்களுக்குப் போய் வந்துகொண்டிருந்தார். மத்திய தர வாழ்வுக்குத் தன் குடும்பத்தை நகர்த்தும் அப்பாவின் பிரயாசைகளை அம்மா பகிர்ந்துகொண்டபோதும் கிராம நிலங்களின் நெல்மணிகளும், கம்மங்கருதுகளும், பருத்தி வெடிப்புகளுமே அம்மாவின் சுபாவமான உலகமாக இருந்தன. ஒரு கிராமத்து விவசாயப் பெண்மணியான அம்மா, நகர வாழ்வின் அறிமுகங்களுக்கேற்பத் தன் திறன்களை வளர்த்துக்கொண்டதோடு நகரத்து மத்திய வர்க்க நட்புகளுக்கு சமமாகத் தன்னை மேம்படுத்துவதிலும் ஈடுபாடு காட்டினார். அப்பா மத்திய அரசு உயரதிகாரி என்பதால் தன் குடும்பத்தின் நிலையை

மேனிலைப்படுத்துவதில் கவனம் செலுத்தியபடி இருந்தார். அப்பாவின் பிரயாசைகளுக்கு அம்மா தன்னால் இயன்ற அளவு ஒத்துழைப்பு கொடுத்தார். அதில் அவருக்கும் பெருமை. அதற்கு மிகச் சரியான உதாரணம், அம்மா கையெழுத்து போடப் பழகியது.

அப்பாவின் உயரதிகாரி வாழ்க்கையில், அவர்களுடைய குடும்பத்தின் வசிப்பிடமாக மதுரை நிலைபெற்ற பிறகுதான், அம்மா பெயரில் இடங்களும் நிலங்களும் சேரத் தொடங்கின. மதுரை வாழ்க்கையின் ஆரம்ப கட்டத்தில் அப்பா மதுரையில் ஒரு வீடு கட்டினார். அதுதான் நகர வாழ்வில் அவர்களுடைய முதல் சொத்து. அந்த வீட்டு முகப்பின் வலதுபுறச் சுவரில் 'மீனாட்சி இல்லம்' என்ற பெயர்ப் பலகை பதிக்கப்பட்டது. அப்பா, தான் ஏன் அந்தப் பெயர் வைத்திருப்பதாக வீட்டில் எல்லோரிடமும், ஒவ்வொருவராய்க் கூப்பிட்டுக் கேட்டுக்கொண்டிருந்தார். அம்மா, அண்ணன் உட்பட எல்லோருமே, மதுரை என்பதால் மீனாட்சி என்று பெயர் வைத்திருப்பதாகச் சொன்னார்கள். அப்பா, ஒரு மந்தகாசப் புன்னகையுடன் இல்லை என மறுத்தார். "கிருஷ்ணன் சரியாச் சொல்வான் பாருங்க..." என்றபடி உள்ளறையில் ஏதோ வேலையாய் இருந்த கிருஷ்ணனைக் கூப்பிட்டார்.

"என்னப்பா..." என்றபடி வந்த அவனிடமும் அதைக் கேட்டார். அவன் கண நேர யோசனைக்குப் பிறகு, "பாட்டியோட பேரு..." என்றான்.

"சொன்னேன்ல... உங்க யாருக்காச்சும் தோணுச்சா..." என்றபடி, அப்பா பெருமிதத்துடன் அவனைப் பார்த்தார்.

அதற்கு அம்மா, "அவங்க செத்து எவ்வளவு காலமாச்சு... இதுக யாரும் அவங்களைப் பாத்ததுகூடக் கிடையாது" என்றார்.

உடனே அப்பா, "ஏன் உனக்குத் தெரியும்ல... சரி, இவனுக்கு மட்டும் எப்படி தெரிஞ்சது..." என்றார்.

கிருஷ்ணன் சங்கோஜத்தோடும் சந்தோஷத்தோடும் தலை குனிந்திருந்தான்.

அதனையடுத்து, ஒவ்வொன்றாய் சொத்துகள் சேரத் தொடங்கின. அம்மா பெயரில் வங்கிக் கணக்கும் உருவானது. பத்திரங்களிலும் வங்கிக் காசோலையிலும் அம்மா ஆரம்பத்தில் கைநாட்டுதான் வைத்துக்கொண்டிருந்தார். இப்படியாகப் போய்க் கொண்டிருந்ததில்

சி. மோகன் | 143

ஒரு புதிய நெருக்கடியை எதிர்கொள்ள நேரிட்டது. அப்பா அவருடைய அலுவலக அதிகாரிகள் இருவரோடு சேர்ந்து மூவருமாக மதுரையில் ஒரு காலி மனையை வாங்க முற்பட்டார்கள். அதற்கான பத்திரப் பதிவு நடக்க இருந்தது. அவருடன் பணியாற்றும் பிற இரண்டு அதிகாரிகளில் ஒருவருடைய மனைவி ஓரளவு படித்தவர். இன்னொருவருடைய மனைவி ஒரு தனியார் பள்ளியில் ஆசிரியையாக இருந்தார். மூவருமே தங்களுடைய மனைவி பெயரில்தான் அந்த இடத்தை வாங்குகிறார்கள். பத்திரப் பதிவு நாளில் அவர்களும் வருவார்கள். அவர்கள் முன்னால் அம்மா கைநாட்டு வைக்கும் அவமானத்திலிருந்து தப்பித்தாக வேண்டிய நிர்ப்பந்தம் இப்போது அப்பாவுக்கு உருவாகியிருந்தது. கைநாட்டுக்காரராக இருந்த அம்மா கையெழுத்து போடப் பழகினார். கிருஷ்ணன்தான் அம்மாவுக்குக் கையெழுத்து போடச் சொல்லிக் கொடுத்தான்.

ஒரு நாள் காலையில் அப்பா அலுவலகம் போவதற்காக ஸ்கூட்டரை ஸ்டார்ட் செய்துவிட்டு, வாசலில் இருந்தபடியே "கிருஷ்ணா" என்று கூப்பிட்டார். "வர்றேம்பா" என்றவாறு உள்ளறையிலிருந்து வாசலுக்கு ஓடிப்போய் அவர் பக்கத்தில் நின்றான். அப்பா மெதுவான குரலில், "சும்மா இருக்கும்போது, அம்மாவுக்கு செ. சந்திரானு கையெழுத்துப் போட கொஞ்சம் சொல்லிக் கொடுப்பா... அடுத்த வாரம் ரிஜிஸ்ட்றார் ஆபிஸ்ல அம்மா கையெழுத்து போடணும்" என்றார். "சரிப்பா..." என்று தலையாட்டியபடியே குஷியுடன் வீட்டுக்குள் சென்றான்.

அம்மாவின் உண்மையான பெயர் ராக்காயி. மத்திய அரசு அதிகாரியான அப்பாவுக்கு அந்தப் பெயர் கௌரவக் குறைச்சலாகத் தோன்ற, அம்மாவின் பெயரை சந்திரா என மாற்றிவிட்டார். ஆனால், சில அறிமுகங்களுக்கும், பெயரைக் குறிப்பிட வேண்டிய சில பதிவுகளுக்கும் மட்டுமே அந்தப் பெயர் பயனாகியிருக்கிறது. மற்றபடி, அம்மாவை சந்திரா என்று அப்பா உட்பட யாரும் கூப்பிட்டுக் கேட்டதில்லை. அக்கம் பக்கத்தாருக்கு எல்லாம் கிருஷ்ணாம்மாதான். சொந்த கிராமத்துப் பெருசுகளுக்கும் உறவுகளுக்கும் அவர் எப்போதும் ராக்காயிதான். "என்னத்தா ராக்காயி... எப்படி இருக்க..." என்று ஒரு இழுவையாகத்தான் கேட்பார்கள்.

அப்பாவும் அம்மாவும் நெருங்கிய சொந்தம். இரண்டு குடும்பங்களும் அவர்களுக்குள்ளாகவே திருமணம் செய்துகொண்டார்கள். அப்பாவின் தங்கையை அம்மாவின் மூத்த அண்ணன் கல்யாணம் செய்துகொண்டார். அம்மாவின் தங்கையை அப்பாவின் தம்பி கல்யாணம் கட்டினார். அம்மா அந்தக் கிராமத்து எல்லாப் பெண்களையும்போலப் படிப்பு வாசனை இல்லாதவர். வயல் வேலைகளிலும் சரி, அவற்றை நிர்வகிப்பதிலும் சரி, "ராக்காயி வந்து வயல்ல நின்னா எல்லா வேலையும் சட்டு புட்டுனு முடிஞ்சிடும்" என்று கிராமமே மெச்சுமளவுக்கு அபாரத் திறன் பெற்றவர். விவசாய நேரங்களில் அம்மா அவ்வப்போது கிராமத்துக்குக் கிளம்பிவிடுவார். இங்கிருந்தபடியே மேலாண்மை செய்வதுமுண்டு. அப்பா, பக்கத்து ஊரான கமுதியில் ஹாஸ்டலில் தங்கி எஸ்.எஸ்.எல்.சி. வரை படித்தவர். ஆரம்பத்தில் தாலுகா ஆபீஸ் வேலை தொடங்கி, ஏதேதோ வேலைகள் பார்த்த அவருக்கு மத்திய அரசுப் பணியான சுங்கத்துறையில் வேலை கிடைத்ததும் குடும்பம் மத்திய தர நகர வாழ்விற்குள் நகரத் தொடங்கியது.

அடுப்படியில் வேலையாக இருந்த அம்மாவிடம் போய், "வேலை முடிஞ்சதும் வாங்கம்மா... அப்பா எனக்கொரு வேலை சொல்லியிருக்காங்க" என்றான் கிருஷ்ணன்.

"அவரு உனக்கு வேலை சொல்லியிருந்தா நீ போய் அதப் பாரு. என்னைய எதுக்கு கூப்பிடற" என்றார் அம்மா.

"வேலையே உங்களுக்கு சொல்லிக் கொடுக்கிறதுதான்."

"என்னது... எனக்கு நீ சொல்லிக் கொடுக்கப் போறியா..." என்று சிரித்த முகத்துடன் கேட்டார் அம்மா.

"ஆமாம்மா... அப்பா, உங்களுக்கு கையெழுத்து போடச் சொல்லிக் கொடுக்கச் சொல்லியிருக்காங்க..."

"ஆமாடா... அந்த மனுசனுக்கும் வேலையில்ல... உனக்கும் வேற வேலையில்ல... இப்ப அது ஒண்ணுதான் குறைச்சல்" என்று அம்மா சடைத்துக்கொண்டார்.

"அடுத்த வாரம் பத்திர ஆபிஸ்ல நீங்க கையெழுத்து போடணுமாம்... அதுக்குத்தான்..." என்று இழுத்தான் கிருஷ்ணன்.

"ஏன் இவ்வளவு நாளா கைநாட்டுதானே வச்சேன்... இப்ப என்னவாம்..." என்றார் அம்மா.

கிருஷ்ணன் அமைதியாக இருந்தான்.

“அவளுக முன்னாடி கௌரவம் குறைஞ்சுடும்னு நெனைக்கிறாரு போல... நாலு நாளாவே பாவம் மனுசன் கிடந்து குமைஞ்சுக்கிட்டுதான் இருக்காரு...” என்று அம்மா சலித்துக்கொண்டார்.

“கையெழுத்து போடறது ஒண்ணும் பெரிய விசயம் இல்லைமா... ஈஸியா பழகிடலாம்” என்றான் கிருஷ்ணன். “அப்பா ஆசைப்படறாங்கள்ல...” என்று இழுத்தான்.

“சரி சரி... நீ போய்ப் படி. இல்லைனா விளையாடு. நான் வேலையெல்லாம் முடிச்சிட்டு வர்றேன்... அவரு ஆசைய ஏன் கெடுப்பானேன்...” என்று அம்மா சிரித்த முகத்தோடு சொன்னார். அம்மாவுக்கும் அதில் சந்தோஷம் இருப்பதைக் காட்டியது முகம். கிருஷ்ணன், சரிம்மா என்று தலையாட்டியபடி வெளியில் விளையாடப் போனான்.

கொஞ்சம் நேரம் கழித்து அம்மா வாசலுக்கு வந்து அவனைக் கூப்பிட்டார். பின்னர் அம்மாவும் அவனும் முன்னறையில் தரையில் உட்கார்ந்துகொண்டார்கள். தன்னுடைய பழைய நோட்டு ஒன்றை முன்னால் வைத்துக்கொண்டு, அதன் காலி பக்கமொன்றில் பேனாவால் முதலில் செ. சந்திரா என்று கிருஷ்ணன் எழுதினான். அம்மா சப்பணங்கால் போட்டு இருந்தபடி குனிந்து, அவன் எழுதுவதையே பார்த்துக்கொண்டிருந்தார். எழுதி முடித்ததும், “இதுதாம்மா உங்க பேரு. செ. சந்திரா. இதத்தான் இப்ப நீங்க எழுதிப் பழகணும்...” என்று அம்மாவின் முகம் பார்த்தபடி சொன்னான். அம்மாவின் முகம் மருட்சியில் லேசாக இருண்டிருந்தது. அம்மாவிடம் இதுவரை அவன் பார்த்திராத ஒரு இறுக்கமான பாவனையுடன் முகம் இருந்தது.

“இத எப்படிப்பா எழுதறது... ஏதோ கொச கொசனு இருக்கு” என்று மலங்க மலங்க விழித்தார். முகத்தில் கலக்கம் தெரிந்தது.

“எல்லாம் ஈஸிதாம்மா...” என்றபடி அம்மாவிடம் பேனாவைக் கொடுத்தான். அம்மா அதைத் தயக்கத்துடன் வாங்கினார். அதை எந்த வாக்கில் பிடிப்பதென்ற தடுமாற்றம் தெரிந்தது.

“இந்த நிப்போட முனை தாள்ல படுற மாதிரி இப்படிப் பிடிங்க” என்று அம்மாவின் கையைப் பிடித்துக் காட்டினான்.

அம்மா தடுமாறினார். அம்மாவின் கையோடு பேனாவைப் பிடித்தபடி, "சும்மா இப்படிக் கிறுக்குங்க" என்று சில கோடுகளைக் கோணல்மாணலாக இழுத்தான். அம்மாவின் கையில் லேசான நடுக்கம் தெரிந்தது. சில கிறுக்கல்களுக்குப் பிறகு, பேனாவின் பிடிமானம் அம்மாவுக்குக் கூடிவிட்டது.

"சரி, இப்ப எழுதுவமா" என்று அம்மாவின் முகத்தைப் பார்த்தான். அம்மா சிறு பிள்ளையைப் போலத் தலையாட்டினார். அம்மாவின் கையோடு சேர்த்துப் பேனாவைப் பிடித்தபடி எழுதத் தொடங்கினான். "மொதல்ல இப்படி ஒரு சின்ன வட்டம், அதை அப்படியே வளச்சி மேல போயிக் கீழ வரணும்... அவ்வளவுதான். அடுத்தது ச. மேலருந்து கீழ ஒரு சின்னக் கோடு... அப்புறம் மேலருந்து இப்படி ஒரு கோடு... அப்படியே அதிலருந்து கீழ ஒரு சின்னக் கோடு... அப்புறம் அங்கருந்து அப்படியே வளச்சு மேல கொண்டுவந்து இப்படி ஒரு சின்னக் கோடு... அவ்வளவுதாம்மா. இதுதான் ச. அதுக்கப்புறம் இப்ப ஒரு புள்ளி வைக்கணும். அடுத்த எழுத்தும் அதே 'ச'தான்…"

இப்படியாக, ஒவ்வொரு எழுத்தையும் எழுதி எழுதி ஒரு வழியாகப் பெயரை எழுதி முடித்தார்கள். என்ன, எழுத்துகள் சின்னதும் பெருசுமாக விதம் விதமான அளவுகளில் இருந்தன. நேராக இல்லாமல் கோணல்மாணலாக எங்கோ தொடங்கி எங்கோ சரிந்துவிட்டிருந்தன. எழுதி முடித்ததும் அம்மா, கிருஷ்ணன் முதலில் எழுதியிருந்ததைப் பார்த்துவிட்டுத் தான் எழுதியிருந்ததைப் பார்த்தார். "இதென்ன இப்படியிருக்கு" என்று சொல்லியபடி சிரித்துக்கொண்டார்.

"போகப் போக எல்லாம் சரியாயிடும்மா… இன்னொரு தடவ எழுதுவமா" என்று கேட்டான். சரி என்று ஆர்வமாகத் தலையாட்டினார். மறுபடியும் மறுபடியும் என ஏழெட்டு தடவை சேர்ந்து எழுதினார்கள். அம்மாவுக்கு ஓரளவு பிடிபட்டு விட்டதுபோலத் தெரிந்தது. எழுத்துகளும் கொஞ்சம் சீராக வந்தன. "சரிம்மா, நீங்களா எழுதிப் பாக்குறீங்களா" என்று கேட்டான்.

"சரிப்பா… என்ன… வட்டம் போடணும் கோடு போடணும் வளைக்கணும் சுழிக்கணும் புள்ளி வைக்கணும் அவ்வளவுதானே…" என்றார். நகரத்து வாழ்க்கையில் அம்மா விதம் விதமாய் கோலங்கள் போடவும் பழகியிருந்ததால் அவருக்கு இந்தத் தன்னம்பிக்கை

சி. மோகன் | 147

வந்திருக்கும்போல. கிருஷ்ணன் பிரமிப்போடு அம்மாவைப் பார்த்தான். அம்மா சுபாவமாக, "இந்த நோட்டையும் பேனாவையும் இங்க வச்சுட்டு, நீ விளையாடப் போ. நான் சும்மா இருக்கும்போது எழுதிப் பாத்துக்குறேன்" என்றார். ஆனாலும் அவருக்கு அது சுலபமாக இல்லை. ஒவ்வொரு முறையும் அவனுடைய துணை தேவைப்பட்டது. நேரம் கிடைக்கும்போதெல்லாம் அம்மாவும் அவனுமாகச் சேர்ந்து எழுதி எழுதிப் பழகினார்கள். கையெழுத்தாகத் தன் பெயரை ஒரு மாதிரி, கிட்டத்தட்ட ஒரே மாதிரி, எழுத சில நாள்களிலேயே பழகிவிட்டார் அம்மா.

பத்திரப் பதிவு நாளில் அம்மா தன்னம்பிக்கையுடன் கையெழுத்திட்டதில் அப்பாவுக்கு ஏக சந்தோஷம். அம்மாவுக்கும்தான். பத்திரப் பதிவின்போது அம்மாவுக்குத் துணையாக கிருஷ்ணனும் போயிருந்தான். அம்மா கையெழுத்திட்ட போது, அம்மாவுக்குப் பக்கத்திலேயே ஒரு நம்பிக்கையாக நின்றுகொண்டிருந்த கிருஷ்ணனுக்கும் பெருமிதமாக இருந்தது.

பண்டிகை நாட்களில் காலையில் அப்பா அவர் வசமிருந்த இரண்டு கேசட்டுகளைப் போட்டுவிட்டு வீட்டைப் பக்திமயமாக்குவார். ஒன்று, எம்.எஸ். சுப்புலக்ஷ்மி ஐ.நா. சபையில் பாடிய கீதங்களின் தொகுப்பு. மற்றொன்று, தியாகராஜ பாகவதரின் திரை இசைப் பாடல்கள். இதன் மூலம் தன் குடும்பம் மேனிலை அடைந்து விட்டிருப்பதாக அவர் பெருமிதம் அடைந்தார்.

தீபாவளியன்று இது இன்னும் விசேஷமாக இருக்கும். விடிகாலையிலேயே கேசட்டைப் போட்டுவிடுவார். வீடு தீபாவளியை எதிர்கொள்ளத் தயார் ஆவதற்கான ஆரம்பம் அதுதான். பின்னர், காலையில் ஒவ்வொருவராகக் கூப்பிட்டு அப்பா எண்ணெய் தேய்த்துவிடுவார். ஒவ்வொருவராய்க் குளிக்கச் செய்வார். அம்மா அடுக்களையில் மும்முரமாக இருப்பார். எல்லோரும் குளித்து முடித்ததும் அம்மா குளித்துவிட்டு வருவார். எல்லோருடைய புது உடுப்புகளையும் அலமாரியிலிருந்து எடுத்துக் கொடுப்பார். புது உடுப்பு அணிந்துகொண்டதும் குடும்பமே ஒன்றாக நின்று சாமி கும்பிடுவோம். அப்பாதான் மணியடித்து தீப ஆராதனை காட்டி, ஒவ்வொருவருக்கும் விபூதி வைத்துவிடுவார். அதன் பிறகு வெடிகள் போடுவது தொடங்கும். சிவகாசியிலிருந்து எக்கச்சக்கமாக வெடிகள் வந்து இறங்கியிருக்கும்.

அதன் பிறகு எல்லோரும் ஒன்றாக அமர்ந்திருக்க அம்மா காலை உணவு பரிமாறுவார். இட்லி, உளுந்த வடை, கறிக் குழம்பு என அமர்க்களமாக இருக்கும். காலையிலேயே கறிக் குழம்பு என்பது வருஷத்தில் அந்த ஒருநாள்தான். கறிக் கடைகளும் இரவு முழுவதும் திறந்திருக்கும். இரவு இரண்டு மணிக்கு அம்மாவுக்குத் துணையாகக் கிருஷ்ணனும் கறிக் கடைக்குப் போவான்.

அந்த நாளின் முத்தாய்ப்பான அம்சம், கடைசியில் அப்பா ஒவ்வொருவருக்கும் பணம் கொடுப்பதுதான். கல்லூரிக் கால வயதுகளில், பணம் கைக்கு வந்ததும் தன் சைக்கிளை எடுத்துக்கொண்டு நண்பர்களோடு சினிமா பார்க்கக் கிளம்பி விடுவான் கிருஷ்ணன்.

அம்மாவுக்குத் தீபாவளிப் பண்டிகை மீது ஒரு தனி ஈர்ப்பு கடைசிவரை இருந்தது. அவர் இருந்த காலம் வரை, குடும்பத்தில் அனைவரும் அந்த நாளில் ஒன்றாகச் சேர்ந்திருக்க வேண்டும் என்று ஆசைப்பட்டார். அப்படித்தான் அந்த நாளில் எல்லோரும் கூடினார்கள். அம்மா இறந்த பின்பு, தீபாவளி நாளின் குடும்ப ஒன்றுகூடல் என்பது அறவே இல்லாமல் போனது.

இந்தத் தீபாவளி நாளில் அவன் மருத்துவமனையில், அடுத்து என்ன நடக்கப் போகிறது என அறியாத புதிரோடு படுத்திருக்கிறான். அவன் உடல் நலம் குன்றி, கை கால்கள் சரிவர விளங்காமல் மருத்துவமனையில் படுத்துக்கொண்டிருக்கிறான் என்பதாக நண்பர்கள் மத்தியில் செய்தி கணிசமாகப் பரவியிருந்ததால் அவனைப் பார்க்க வருபவர்களின் எண்ணிக்கையும் அதிகரித்துக்கொண்டே சென்றது. இது ஓரளவு தெம்பூட்டுவதாக இருந்த அதே சமயம், சங்கடத்தையும் தந்துகொண்டிருந்தது. சஃபி தன் மாறாத புன்னகையால் எல்லோரையும் நேர்த்தியாக சமாளித்துக்கொண்டிருந்தார். சஃபியிடம் எப்போதும் உடனுறைந்திருக்கும் அந்த மாறாப் புன்னகை பற்றி நண்பர் பாண்டியன் ஒருமுறை குறிப்பிட்டது நினைவுக்கு வந்தது. ஒரு சந்திப்பில் அவர் சொன்ன ஏதோ ஒரு அபிப்பிராயத்துக்கு சஃபி தன் முத்திரைப் புன்னகையை வெளிப்படுத்தினார். அப்போது பாண்டியன், “கிருஷ்ணன், இவர் சிரிக்கிறதுக்கு என்ன அர்த்தம்னு உங்களுக்குத் தெரியுதா” என்று கேட்டார். கிருஷ்ணனும்

பதிலுக்கு சிரித்தான். “நாம சொல்றத ஏத்துக்கிறாரா, இல்லை நக்கலடிக்கிறாரானே தெரியலை...” என்றார். அதற்கும் ஃஷ்பி அதே மாறாப் புன்னகையையே பதிலாகத் தந்தார்.

தீபாவளி நாளிலும் மருத்துவமனை அதன் இயக்கத்தில் குறை நேராத வகையில் சகல முயற்சிகளையும் மேற்கொண்டிருப்பது நன்றாகவே தெரிந்தது. ஆனால், முதுநிலை மருத்துவ மாணவர்களின் வருகை மட்டும் மட்டுப்பட்டிருந்தது. பெரும்பாலும் அவர்கள்தான் அந்த வார்டைக் கண்காணித்தனர். அது குறைபட்டிருந்தது. இந்தத் தீபாவளி நாள் ஞாயிற்றுக்கிழமையில் வந்திருப்பதும் ஒரு காரணமாக இருக்கலாம் என்று தோன்றியது. அதேசமயம், ஒரு முக்கியமான பண்டிகை நாளில்கூட அவர்களுடைய சேவையின் அத்தியாவசியமும் முக்கியத்துவமும் கருதி பணிப் பொறுப்பில் பலரும் ஈடுபட்டிருந்ததும் எந்த ஒன்றும் குறைபடாமல் சீராக நடைபெற்றுக் கொண்டிருந்ததும் கிருஷ்ணனுக்குப் பெரு வியப்பாகவும் வணக்கத்துக்குரியதாகவும் தோன்றியது. எளியவர்கள், வறியவர்கள் என எவ்வளவோ எண்ணற்ற மக்களின் ஆரோக்கிய வாழ்வுக்கும் உயிர் பேணலுக்கும் அரசு மருத்துவமனைகள் ஆற்றும் அரிய பணிகளை அவனுடைய மனம் வியந்து போற்றியது. அரசு மருத்துவமனை என்பது எளியவர்களுக்கும் வறியவர்களுக்குமான ஓர் ஆலயம் என்பதாக அவனுக்குத் தோன்றியது.

அவன் சென்னையில் க்ரியாவில் பணியாற்றியபோது, உடன் பணிபுரிந்த கோபிகிருஷ்ணனின் வாழ்க்கையில் அரசு மருத்துவமனை ஆற்றிய பெரும் பங்கு அப்போது அவனுடைய நினைவுக்கு வந்தது. அது நடந்ததும் ஒரு விசேஷ நாளில்தான். அது ஆங்கிலப் புத்தாண்டை வரவேற்கும் கொண்டாட்ட நாள். அந்த நாளில்தான் கோபிகிருஷ்ணன் வாழ்வில் அந்தத் துயர சம்பவம் நிகழ்ந்தது.

1985ஆம் ஆண்டு டிசம்பர் 31ஆம் தேதி இரவு கோபி ராயப்பேட்டை காவல்நிலையத்தில் சந்தேகத்தின் பேரில் வைக்கப் பட்டிருந்தார். அவருடைய மனைவி அன்று மாலை தற்கொலை முயற்சி மேற்கொண்டு ராயப்பேட்டை மருத்துவமனையில் அனுமதிக்கப்பட்டு, நினைவின்றி இருந்தார். பணக் கஷ்டத்தின் காரணமாக அவருடைய மனைவி எடுத்த விபரீத முடிவு. ஆனால், போலீஸ் அதைக் கொலை முயற்சியாகப் பார்த்தது. அதற்கான

தர்க்க நியாயங்களை அவர்கள் கொண்டிருந்தார்கள். அவருடைய மனைவி நினைவு பெற்று நடந்ததைச் சொன்னால்தான் விமோசனம் என்ற நிலை. அவருடைய மனைவியோ அடுத்த மூன்று நாட்கள் வரை ராயப்பேட்டை அரசு மருத்துவமனையில் நினைவின்றி தீவிர சிகிச்சையில் இருந்தார்.

தகவல் அறிந்ததும் 31ஆம் தேதி இரவில் கிருஷ்ணன் கோபியைக் காவல்நிலையம் சென்று பார்த்தான். அதன் பின்புற வெளியில் நின்று இருவரும் பேசிக்கொண்டார்கள். அப்போது உள்ளே யாரோ அடிகளின் வலி தாங்காமல் கதறும் சத்தம் கேட்டது. கோபியின் முகம் இருண்டது. "என்னை எதுவும் பண்ணலை. உண்மையச் சொல்லிடுனு மட்டும் மிரட்டினாங்க. ஆனா, இப்படி நடக்கும்போது, இதையெல்லாம் பார்க்கும்போது, பதறுது" என்றார். அவரிடமிருந்து பிரிந்து, கோபியின் மனைவி நிலை பற்றி அறியச் சென்றான். அவர் மயக்க நிலையில் இருப்பது தெரிந்தது. ராயப்பேட்டை மருத்துவமனை வளாகத்தில் ஒரு மரத்தடித் திண்டில் அமர்ந்து கொண்டான் கிருஷ்ணன். அப்போது க்ரியாவில் பணியாற்றிய மாளவிகா என்ற தோழியின் கணவரும் அந்த இரவில் அவனுடன் துணையாக இருந்தார். புத்தாண்டை வரவேற்கும் கொண்டாட்ட நாள், சென்னையில் எவ்வளவு அமர்க்களமாகக் கொண்டாடப்படுகிறது என்பதைப் பிரத்தியட்சமாக அவன் கண்ட நாள். விபத்தில் அடிபட்டவர்களை ஏந்திக்கொண்டு ஆம்புலன்ஸ்களும் ஆட்டோக்களும் கனேபரங்களோடும் கதறல்களோடும் வந்தபடி இருந்தன. மருத்துவமனையும் அவசர கதியில் பரபரப்பாக இயங்கிக்கொண்டிருந்தது.

மறுநாள் காலை அவன் வீட்டுக்கு அருகிலிருந்த, ஒருவகையில் மனைவி வழியில் அவனுக்கு உறவினருமான, பிரபல மருத்துவர் முத்து சேதுபதியைப் போய்ப் பார்த்தான். அவர் அப்போது ராயப்பேட்டை மருத்துவமனையில்தான் உயர்நிலை டாக்டராகப் பணிபுரிந்து கொண்டிருந்தார். அவரிடம் விஷயத்தைச் சொன்னான். அவர் கோபியின் மனைவி இருந்த வார்டுக்கு அவனையும் அழைத்துக்கொண்டு போனார். அவர் மயக்க நிலையில் இருந்தார். அந்த வார்டு டாக்டரை சந்தித்துப் பேசிவிட்டு வந்தவர், "அவர்கள் மயக்கத்திலிருந்து மீண்டால்தான் உண்டு. பார்க்கலாம்" என்றார். அதற்கு மறுநாள் "முன்னேற்றம் இருக்கு. மீண்டு விடுவார்களென்று

நினைக்கிறேன்" என்று ஆறுதலாகச் சொன்னார். மூன்றாம் நாள் கோபியின் மனைவி தீவிர சிகிச்சையின் பலனாக, மயக்க நிலையிலிருந்து மீண்டார். அத்தகவலை அவனிடம் முதலில் சொன்னவரும் டாக்டர் முத்துசேதுபதிதான். ஓரளவு ஆசுவாசம் ஏற்பட்டது. அவன் கோபியைக் காவல்நிலையத்தில் பார்த்து தகவல் சொன்னான். அவருடைய முகம் மலர்ந்தது. "மாற்று சட்டை ஒண்ணு வேணும் கிருஷ்ணன்" என்று கேட்டார். வீட்டுக்குப் போய் தன்னுடைய சட்டைகளில் கொஞ்சம் புதிதான ஒன்றை எடுத்துக் கொண்டுபோய்க் கொடுத்தான். நான்காம் நாள், அவருடைய மனைவியின் வாக்குமூலத்துக்குப் பின் கோபி காவல்நிலையம் விட்டு வெளியில் வந்தார். வழக்கு அவர் மனைவி மீதான தற்கொலை முயற்சி வழக்காக மாறியது. கோர்ட்டில் முதல்முறை என்பதால் மன்னிப்பு வழங்கப்பட்டு வழக்கு தள்ளுபடி செய்யப்பட்டது.

இன்று யோசிக்கும்போது, இராயப்பேட்டை அரசு மருத்துவமனை, கோபியின் மனைவி உயிரை மட்டுமல்ல, கோபியின் வாழ்க்கையையும் காப்பாற்றியிருப்பதாகக் கிருஷ்ணனுக்குத் தோன்றியது.

கிருஷ்ணன் இந்த மருத்துவமனையில் அனுமதிக்கப்பட்ட மறுநாளே கோபி அவனை வந்து பார்த்தார். சஃபிக்கும் அவர் மிக நெருக்கம். மன நல ஆலோசகர்களாக இருவரும் இணைந்து, கொஞ்சம் காலம் 'ஆத்மன் ஆலோசனை மையம்' என்ற ஒன்றையும் நடத்தினார்கள். அது மட்டுமல்ல, அனிதா பணி புரிந்த சேவை நிறுவனத்திலும் ஏதோ ஒரு திட்டத்தில் சில மாதங்கள் கோபி பணியாற்றியிருக்கிறார். அவரைப் பற்றி யோசிக்கும்போது, கடும் நெருக்கடிகளும் துயர்களும் மன அழுத்தங்களும் தொடர்ந்து கோபிகிருஷ்ணனின் வாழ்வைச் சுற்றிச் சுழன்றுகொண்டிருப்பதாகத் தோன்றியது. வாழ்க்கை ஏதேனும் ஒரு கட்டத்திலாவது அவருக்குக் கொஞ்சம் ஆசுவாசம் தந்திருக்குமா என்பது சந்தேகம்தான். எனினும், வாழ்க்கை காட்டிய குரூர முகத்துக்கு எதிராக அவர் தன் மென்மையான சுபாவத்தைத் தொடர்ந்து பேணிவருவது மிகவும் அபூர்வமான விஷயம்தான் என்று கிருஷ்ணனுக்கு எப்போதுமே தோன்றுவதுண்டு.

ஒவ்வொரு நாளும் தன் செவிலியர் உடையின் மிடுக்கோடு வந்து கொஞ்சம் நேரம் தெம்பூட்டும் வகையில் பேசிவிட்டுச் செல்லும் செண்பகவள்ளி அம்மா, அந்தத் தீபாவளி நாளிலும் அவனை வந்து பார்த்து நலம் விசாரித்தார். அவரைப் பார்க்கும்போதெல்லாம் அனிதாவின் குணாம்சம் அவரிடம் வெளிப்படுவதாகக் கிருஷ்ணனுக்குத் தோன்றும். தோற்றத்தில் மிடுக்கு; பேச்சிலும் செயலிலும் அளவற்ற கருணை. “ஹேப்பி தீபாவளி” என்று மலர்ச்சியுடன் சொன்னான் கிருஷ்ணன். அவர் புன்முறுவல் மட்டும் செய்தார். எதுவும் சொல்லவில்லை. “தீபாவளி கொண்டாடலையா” என்று மறுபடியும் கேட்டான். “அதெல்லாம் அதிகாலையிலேயே வீட்டில கொண்டாடிட்டு ஓடி வந்தாச்சு... எவ்வளவோ நோயாளிங்க இங்க போராடிக்கிட்டு இருக்கிறப்போ நாங்க எப்படி வீட்டில நிம்மதியா கொண்டாட்டத்தில இருக்க முடியும்... அவங்களாச்சும் வீட்டுக்குத் திரும்பப் போய் வரப் போற பொங்கலையோ அடுத்த தீபாவளியையோ கொண்டாடலாம்... எங்களுக்கு அப்படிலாம் எதுவுமில்லை...” என்று சாதாரணமாகச் சொன்னார். அவருடைய குரலில் அது குறித்த சிறு விசனமும் தொனிக்காதது கிருஷ்ணனுக்கு ஆச்சரியமளித்தது.

இரவு எட்டு மணியளவில் பாபு கிருஷ்ணனுக்கான இரவு உணவுடன் வந்தார். உணவு தீபாவளி பலகாரங்களுடன் விசேஷமாக இருந்தது. பாபுவிடமிருந்து மது வாடை மிதமாக வெளிப்பட்டது. இந்தத் தீபாவளி ஞாயிற்றுக்கிழமையில் வேறு வந்திருக்கிறது. கொண்டாட்டம் இரட்டிப்பாகத்தான் இருந்திருக்கும். பொதுவாக, அந்த நண்பர்கள் குழாமில் பெரும்பாலானோருக்கு மத நம்பிக்கையோ இறை நம்பிக்கையோ கிடையாது. எந்த வீட்டிலும் எந்த மதச் சடங்குகளும் மேற்கொள்ளப்படுவதில்லை. அதேசமயம், கொண்டாட்டத்துக்கான எந்த ஒரு வாய்ப்பையும் அவர்கள் நழுவ விடுவதில்லை.

“என்ன பாபு, கொண்டாட்டமா...” என்றான் கிருஷ்ணன்.

“காலையிலேயே ராஜன் வீட்ல ஆரம்பிச்சிடுச்சு... இப்ப ஆறு மணியிலிருந்து சுந்தர் வீட்ல கண்டினியூ பண்ணிக்கிட்டிருக்காங்க...” என்றவர், சஃபியைப் பார்த்து, “உங்கள சுந்தர் வீட்டுக்கு வரச் சொன்னாங்க” என்றார்.

சஃபி பொதுவாக சிரித்து வைத்தார்.

“போய் கொஞ்சம் ரிலாக்ஸ் பண்ணுங்களேன் சஃபி” என்றான் கிருஷ்ணன்.

சஃபி பதில் எதுவும் சொல்லவில்லை. அந்த சிரிப்புதான் பதிலாக இருந்தது. அவர் அங்கு போகப் போகிறாரா இல்லையா என்பதை அதிலிருந்து கண்டுபிடிக்க முடியவில்லை.

“நீங்களும் அனிதாவும் இல்லாததுதான் ஒரே குறைனு வருத்தப்பட்டுக்கிட்டாங்க...” என்று கிருஷ்ணனைப் பார்த்துச் சொன்னார் பாபு. “முதல் ரவுண்டை ஆரம்பிக்கும்போதுகூட நீங்க சீக்கிரம் குணமடையணும்னு தான் சியர்ஸ் பண்ணினாங்க...” என்றார். அவருடைய குரலில் மெல்லிய கிண்டல் வெளிப்பட்டது.

சஃபி விடை பெற்றுக்கொண்டார்.

இந்த நரம்பு மண்டல பாதிப்பு அவனைத் தாக்காதிருந்திருந்தால், இந்த இரவு, மது விருந்துடன் பெரும் கொண்டாட்டமாக இருந்திருக்கும் என்று நினைத்துக்கொண்டான். நண்பர்களுடன் மதுவருந்திக் களிப்பதிலும், உரையாடுவதிலும், பழைய தமிழ்ப் பாடல்களைப் பாடுவதிலும் கிருஷ்ணனுக்குப் பெரும் நாட்டம் இருந்தது. இனி, உடல் தன் இயல்புக்குத் திரும்பும்வரை குடிப்பதென்பது கூடாத காரியமாகத்தான் இருக்கும். உடல் சீராக இயங்க எவ்வளவு காலமெடுக்குமோ தெரியவில்லை. இனி எப்போது குடிக்க வாய்க்கும் என்பதும் தெரியவில்லை. முதலில் குடிப்பதற்கு இந்த உடம்பு இருக்குமா என்பதே நிச்சயம் இல்லாமல் இருக்கும்போது இப்போது எதற்கு இந்த யோசனை என்ற எண்ணமும் எழுந்தது.

இரவு உணவும் மாத்திரைகளும் எடுத்துக்கொண்ட பிறகு, கட்டிலில் அமர்ந்திருந்தபடி, மனதுக்குள் ஒன், டூ, த்ரீ... சொல்லிப் பார்த்துக்கொண்டான். இது, அவ்வப்போது அனிச்சையாக நடைபெறும் ஒரு வழக்கமாகிவிட்டது. பிரச்சனை எதுவும் இல்லாமல் எப்போதும்போல இருபத்திரண்டு வரை சொல்ல முடிந்தது. உயிர் மேல் இவ்வளவு ஆசையோடுதான் இவ்வளவு காலமும் இருந்து வந்திருக்கிறோம் என்பதை இந்த நாட்கள் அவனுக்குத் தொடர்ந்து உணர்த்திக்கொண்டிருந்தன. இயல்பான மனித ஆசைதானே என்று நினைத்துக்கொண்டான்.

பாபு நாற்காலியில் அமர்ந்துகொண்டு புத்தகத்தை எடுத்து விரித்தார். கிருஷ்ணன் படுத்துக்கொண்டான். ஏழாம் நாள் இரவு என்ற எண்ணத்துடன் கண்களை மூடிக்கொண்டான். இந்த இரவைக் கடந்துவிட்டால் ஆபத்தில்லை என்கிறது மருத்துவம். பாபு விழிப்புடன் இருப்பவர் என்பதால் கவலை வேண்டியதில்லை.

15

எட்டாவது நாள் அதிகாலை

அந்தத் தீபாவளி நாளின் நள்ளிரவில் எழுந்த ஒரு பெரும் ஓலம் அந்த வார்டையே உலுக்கி எடுத்தது. அப்போது இரவு மணி மூன்று இருக்கும். கிருஷ்ணனும் அதிர்ந்து போய் எழுந்து உட்கார்ந்தான். கிருஷ்ணனுக்கு வலது புறமாக, மருத்துவர் இருக்கையிலிருந்து நான்காவது படுக்கையில் இருந்த 13 வயதுச் சிறுமியான முல்லைக்கொடி இறந்துவிட்ட தகவல் அங்கிருந்த எல்லோரையும் பேதலிக்க வைத்துக்கொண்டிருந்தது. அவளுடைய அம்மாவின் கதறல் குலை நடுங்கச் செய்துகொண்டிருந்தது. கிருஷ்ணனின் மனமும் நடுநடுங்கிக் கொண்டிருந்தது. தன்னை அணுகக் காத்திருந்த ஒரு ஆபத்து அநேகமாக விலகிச் சென்றுவிட்டதாக நினைத்து ஆசுவாசம் அடையத் தொடங்கியிருந்த அவனுக்கு அந்தச் சிறுமியின் மரணச் செய்தி பீதியூட்டியதில் திக்பிரமைக்கு ஆட்பட்டிருந்தான்.

கிருஷ்ணன் சேர்க்கப்பட்டதற்கு இரண்டு நாள் முன்புதான் அந்தச் சிறுமி அனுமதிக்கப்பட்டிருக்கிறாள். திடீரென அந்தச் சிறுமிக்கு இடுப்புக்குக் கீழ் செயல் இழப்பு ஏற்பட்டுக் கால்களைத் தரையில் ஊன்ற முடியாமல் போய்விட்டதால் அவளுடைய அம்மா பார்வதி பதறிப்போய் அக்கம்பக்கத்தார் துணையோடு அங்கு அழைத்து வந்திருக்கிறார்.

பார்வதி கொத்துவேலை செய்து தன்னுடைய இரண்டு மகள்களையும் மிகுந்த சிரமங்களுக்கிடையே வைராக்கியத்துடன் படிக்கவைத்துக் கொண்டிருப்பவர். மூத்தவள் மலர்க்கொடி +1 படிக்கிறாள். இளையவள் முல்லைக்கொடிக்கு 13 வயது. எட்டாம் வகுப்பு படிக்கிறாள். ஐந்து வருஷங்களுக்கு முன்பாக, பார்வதியின் கணவர் அவர்களை விட்டுப் பிரிந்து போய்விட்டதோடு

வேறொரு பெண்ணையும் கல்யாணம் செய்துகொண்டு விட்டார். அதற்குப் பின்னரும் இந்தக் குடும்பத்தோடும் உறவில் இருக்க முயற்சித்திருக்கிறார். பார்வதி அவரைச் சேர்த்துக்கொள்ள தீரத்தோடும் தன்மானத்தோடும் மறுத்துவிட்டார். அவரை அதன் பிறகு வீட்டுக்குள் அனுமதிக்கவில்லை. குழந்தைகள்தான் அவளுடைய எல்லாமும் என்ற வைராக்கியத்துடன் கடுமையாக உழைத்தார். குழந்தைகளை ஆளாக்குவதில் மட்டுமே அவளுடைய முழு கவனமும் இருந்தது. இரு பெண் குழந்தைகளும் அம்மாவுக்கு அனுசரணையாகவும் ஒத்தாசையாகவும் தங்களால் முடிந்த எல்லாவற்றையும் இழுத்துப் போட்டுச் செய்தார்கள். எவ்வளவோ சிரமங்களுக்கிடையிலும் அன்பின் வலிமையோடு அழகாக நகர்ந்துகொண்டிருந்த எளிய வாழ்க்கையில் ஒரு பெரும் சோதனையாக இளைய மகள் முல்லைக்கொடியின் திடீர் உடல்நலக் குறைவு அமைந்தது.

கடந்த சில மாதங்களாக, முல்லைக்கொடிக்கு முதுகில் விடாத வலி இருந்து வந்திருக்கிறது. உடல் மெலிந்துகொண்டே போனது. மதியத்துக்கு மேல் காய்ச்சல் வந்தது. பசி இல்லை. சாப்பாடு செல்லவில்லை. சாப்பாட்டுக்கு முன்னால் உட்கார்ந்தால் குமட்டியது. எல்லாம் பலவீனம்தான்; ஒழுங்காகச் சாப்பிடாததால்தான் இதெல்லாம் என்று நினைத்து முதலில் சத்து டானிக் வாங்கிக் கொடுத்தார் பார்வதி. ஆனால் ஒரு அதிகாலையில், திடீரென எழுந்து நிற்கவோ கால்களைத் தரையில் ஊன்றவோ முடியாமல்போனதும்தான் பதற்றமும் கலவரமும் அடைந்து ஸ்டேன்லி மருத்துவமனைக்குக் காலையில் அழைத்து வந்திருக்கிறார்கள். முதல் கட்டப் பரிசோதனைகளுக்கும் காத்திருப்புகளுக்கும் பிறகு, முல்லைக்கொடி இந்த வார்டில் அனுமதிக்கப்பட்டிருக்கிறாள். அதனை அடுத்து, அடுத்த கட்டப் பரிசோதனைகளும் சிகிச்சைகளும் தொடங்கின.

அம்மா பார்வதியும் அக்கா மலர்க்கொடியும் ஒரு நிமிஷமும் அகலாது ஒருவர் மாற்றி ஒருவராகவும் சமயங்களில் இருவருமாகச் சேர்ந்தும் அவளைப் பார்த்துக்கொண்டார்கள். அம்மாவையும் அக்காவையும் கவலைப்படுத்தக் கூடாது என்ற எண்ணத்தில் முல்லைக்கொடி கூடுமானவரை, தன் வயதுக்கு மீறிய பக்குவத்துடன், தன் உடல் வேதனைகளைக் காட்டிக்கொள்ளாமல்

சி. மோகன் | 157

பொறுத்துக்கொண்டாள். முல்லைக்கொடியின் அம்மாவும் அக்காவும் அவளுடைய உடல்நிலை கண்டு பேதலித்துப் போயிருந்தாலும் அவள் முன் கூடுமானவரை அவளுக்குத் தெம்பூட்டும் வகையில் இன்முகம் காட்டினார்கள். அந்த வார்டில் இருந்த நோயாளிகளும் அவர்களைக் கவனித்துக்கொள்ளும் எல்லோருமே அந்தச் சிறுமியின் இயலாமைக்காகவும் சிரமங்களுக்காகவும் கவலைப்பட்டார்கள். இரவெல்லாம் அவள் இருமுவதுகூட எவருக்கும் தொல்லையாகத் தெரியவில்லை. கவலையாகத்தான் இருந்தது. மருத்துவமனையின் பல தரப்பான பணியாளர்களும் அவளிடம் செல்லம் பாராட்டினார்கள். வார்டைக் கண்காணிக்கும் முதுநிலை மருத்துவ மாணவர்களும் அந்தச் சிறுமியிடம் அதிக அக்கறை எடுத்துக்கொண்டார்கள். சஃபி, தேவைப்படும்போதெல்லாம் அவர்களுக்கு ஒத்தாசையாக இருந்தார். கிருஷ்ணனுக்கு வரும் பழங்கள், உணவுப் பொருள்களை எல்லாம் அவர்களுக்குக் கொண்டு போய்க் கொடுத்தார்.

முல்லைக்கொடி அனுமதிக்கப்பட்டபோது, நெஞ்சில் கெட்டியான சளி கடுமையாகக் கட்டிக்கொண்டு இருந்ததால் மூச்சு விட மிகவும் சிரமப்பட்டாள். சளியைக் காறித் துப்ப முடியாத அளவுக்கு அது கெட்டியாக அடைத்துக்கொண்டிருந்தது. கடுமையான இருமலும் இருந்துகொண்டிருந்தது. முதலில் குழாய் மூலம் சளியை வெளியேற்றினார்கள். மார்பு மற்றும் முதுகுப் பகுதி எக்ஸ்ரே எடுத்துப் பார்க்கப்பட்டது. அதன் பிறகு, முதுகு வலி மற்றும் இடுப்புக்குக் கீழ் ஏற்பட்டிருக்கும் செயல் இழப்புக்கான காரணத்தை அறிய முதுகுத் தண்டிலிருந்து நீர் எடுத்தார்கள். எடுக்கப்பட்ட நீரையும் சளியையும் பரிசோதனைக்கு அனுப்பினார்கள். அவளுக்கு முதுகுத் தண்டில் காச நோய்த் தொற்று ஏற்பட்டிருப்பது தெரியவந்தது. அதன் விளைவாகவே அவளுக்கு நெஞ்சில் சளி கட்டியிருக்கிறது. அவளுடைய எல்லா அவஸ்தைகளுக்கும் அதுவே காரணமாக இருந்திருக்கிறது. காச நோய்க்கான சிகிச்சையைத் தொடங்கினார்கள். அதேசமயம் நெஞ்சில் சளி கட்டுவதும் மூச்சுத் திணறலும் தொடர்ந்துகொண்டிருந்தது. சிகிச்சை தொடங்கி சில நாள்கூட ஆகியிருக்கவில்லை.

தீபாவளி முடிந்த அந்த இரவில் மீண்டும் நெஞ்சில் கடுமையாகக் கட்டிவிட்டிருந்த சளியால் அவளுக்கு மிகக் கடுமையான

மூச்சுத் திணறல் ஏற்பட்டிருக்கிறது. அம்மா பார்வதி அலமந்து போய் அங்குமிங்குமாக ஓடிப் பரிதவித்திருக்கிறார். அதைக் கவனித்த பாபுதான், உடனடியாக டாக்டரின் அறைக்கு ஓடிச் சென்றிருக்கிறார். அங்கு இருந்த ஒரு நர்ஸ், உடனடியாக வந்து முல்லைக்கொடியின் நிலைமையைப் பார்த்துவிட்டு, அந்த வார்டின் பொறுப்பிலிருந்த ஒரு முதுநிலை மருத்துவ மாணவருக்கு ஃபோன் செய்து சொல்லியிருக்கிறார். அவரும் உடனே விரைந்து வந்திருக்கிறார். அவர் வந்து பார்த்தபோது, மூச்சுத் திணறல் மோசமாகி முல்லைக்கொடி இறந்துவிட்டிருந்தாள்.

பார்வதி அம்மா தலையில் அடித்துக்கொண்டு கதறி அழுதார். அந்த அழுகையும் கதறலும் வார்டையே புரட்டிப் போட்டது. அக்கா மலர்க்கொடி விக்கித்துப்போய் நின்றிருந்தாள். உடனடியாக அங்கு கூடிய மருத்துவப் பணியாளர்களும் மருத்துவர்களும் உடலை எடுத்துச் செல்வதற்கும், வார்டு இயல்பு நிலைக்குத் திரும்புவதற்குமான முயற்சிகளை அதி விரைவாக மேற்கொண்டார்கள்.

முல்லைக்கொடியின் சிறுவயது மரணம் கிருஷ்ணனிடம் நடுக்கத்தையும் கடும் வேதனையையும் ஏற்படுத்தியிருந்தது. மரணத்தின் தாட்சண்யமற்ற தாக்குதலில் பீதியும் வேதனையும் அடைந்தவனாய் பித்துப் பிடித்தவனைப் போல் உறைந்துபோய் உட்கார்ந்திருந்தான். கிருஷ்ணனின் மனதில் சாவு பற்றிய ஏதேதோ யோசனைகளும் எண்ணங்களும் புரண்டுகொண்டிருந்தன. இந்த மருத்துவமனை நாட்களில் பயம் ஒரு பனிப் பாறையாக அவனுக்குள் உறைந்திருந்தது. இந்தச் சிறுமியின் மரணம் அதன் கனத்தையும் சில்லிடலையும் மேலும் கூட்டியிருப்பதை இப்போது உணர்ந்துகொண்டிருந்தான். அது, நரம்பு மண்டல பாதிப்பினால் ஏற்கெனவே உடலில் ஏற்பட்டிருந்த நடுக்கத்தை இன்னும் அதிகரிக்கச் செய்து அவனை நடுநடுங்க வைத்துக்கொண்டிருந்தது. பக்கத்தில் பாபுவும் இல்லை. அநேகமாக, அந்தச் சிறுமியின் குடும்பத்துக்குத்தான் ஏதாவது உதவிகள் செய்துகொண்டிருப்பார்.

காமாக்ஷி அம்மாள் தேம்பித் தேம்பி அழுதபடியும் முந்தானையால் கண்ணீரைத் துடைத்தபடியும் தன்னுடைய கணவரின் படுக்கைக்குத் திரும்ப வந்துகொண்டிருந்தார். கணவரும் எழுந்து உட்கார்ந்திருந்தார். கிருஷ்ணனின் படுக்கை அருகில்

வந்ததும் அவனைப் பார்த்து, "நேத்து காலைலதான் பகவானை வேண்டிக்கிட்டு அந்தக் குழந்தையோட நெத்தில விபூதி இட்டேன். இப்ப இப்படி ஆயிடுத்து... லோகத்துல என்ன நடக்குதுனே புரியலை... பகவான்னு ஒருத்தன் இருக்கானானும் தெரியலை... அப்படி ஒருத்தன் இருந்தா இப்படிலாம் நடக்குமா..." என்று அங்கலாய்த்தார். காமாக்ஷி அம்மாளின் அந்த அங்கலாய்ப்பு அவனுடைய அந்த நடுக்க நிலையிலும் கிருஷ்ணனுக்குப் பெரும் ஆச்சரியத்தைத் தந்தது. கிராமத்து மக்கள் தங்கள் குல தெய்வங்கள் தவறிழைத்துவிட்டதாகக் கருதும்போது பெரும் குரலெடுத்து மானாவாரியாகத் தூற்றுவார்கள் என்பது அவனுக்குத் தெரியும். ஒரு பெருந்தெய்வ பக்தை இப்படிப் பேசுவதை இப்போதுதான் முதல் முறையாகக் கேட்கிறான். கடவுளின் இருப்பு பற்றிய சந்தேகத்தை மனிதர்கள் தம் வாழ்நாளில் ஏதேனும் ஒரு தருணத்திலாவது உணரத்தான் செய்கிறார்கள். அதேசமயம், அந்தப் பிடிமானத்தையும் இழந்துவிட்டு வாழ்க்கையை எதிர்கொள்ள அவர்களால் முடிவதில்லை.

நள்ளிரவில் ஏற்பட்ட விழிப்புக்குப் பின், முல்லைக்கொடியின் உடல் அந்த வார்டிலிருந்து ஐந்து மணியளவில் எடுத்துச் செல்லும் வரை, கிருஷ்ணன் உறைந்த நிலையிலேயே தன் படுக்கையில் உட்கார்ந்திருந்தான். ஒரு அதல பாதாளத்தில் அடர்ந்திருந்த வெறுமை, தன் ஆழ்ந்த நிசப்தத்தோடு மேலெழுந்து வந்து அவனை இறுக்கிக்கொண்டு விட்டிருந்தது. ஒரு உடைவின் மூலம் மட்டுமே வெளியேறக்கூடிய நிசப்தம் அது. கதறல்களாலும் ஓலங்களாலும் ஒப்பாரிகளாலும் மட்டுமே அதைக் கடக்க முடியும். கிருஷ்ணனுக்கு வெடித்துச் சிதறித் தன்னை மீட்டுக்கொள்ள வேண்டும் போலிருந்தது. ஆனாலும் அந்த நிசப்தத்தின் இறுக்கத்தோடு அவன் உறைந்த நிலையிலேயே உட்கார்ந்திருந்தான். இருளுக்கும் ஒளிக்கும் இடையேயான ஓர் ஆழ்ந்த நிசப்தம் அவனுள் இறங்கியிருந்தது.

இந்த ஆழ்ந்த நிசப்தத்தை அவன் இதற்கு முன்னரும் ஒரு முறை தன் வாழ்நாளில் உணர்ந்திருக்கிறான். அவனுடைய அம்மாவின் மரணச் செய்தி கிடைத்த நாளில் அவசர அவசரமாக, அலுவலகத்திலிருந்து மனைவியையும் பள்ளிகளிலிருந்து இரு குழந்தைகளையும் அழைத்துக்கொண்டு ஒரு அரசுப் பேருந்தில் மதுரை கிளம்பினான். பேருந்தில் ஏறும் வரை எல்லாக்

காரியங்களையும் கடகடவென்று செய்து முடித்திருந்தான். பேருந்து நகரத் தொடங்கிய சில நொடிகளில் அந்த நிசப்தம் மெல்ல மெல்ல அவனுள் ஊடுருவிப் பரவி அவனை முழுமையாக ஆக்கிரமித்தது. நீண்டுகொண்டே சென்ற அந்தப் பயணத்தின் நெடுகிலும், குடும்பத்தினருக்குத் தேவையானவற்றை அவ்வப்போது அனிச்சையாகச் செய்துகொண்டிருந்தாலும், அந்த நிசப்தம் அகலாது அவனுள் நீக்கமற நிறைந்திருந்தது.

அநேகமாக, அந்த வார்டு முழுவதுமே அந்த இரவில் விழித்துதான் இருந்தது. சோகமும் கண்ணீரும் வார்டை நிறைத்திருந்தன. அந்த வார்டே ஒரு வீடு போலவும், முல்லைக்கொடியின் மரணம் அந்த வீட்டில் நிகழ்ந்த ஒரு துக்கம் போலவும்தான் இருந்தது. அந்த வார்டு வெளி உலகை விடவும் மேம்பட்ட ஒரு உருமாதிரியாகத்தான் கிருஷ்ணனுக்கு அப்போது தெரிந்தது.

16

எட்டாவது நாள் பகல்

காலை ஏழு மணியளவில் அந்த வார்டு இயல்புக்குத் திரும்பிக் கொண்டிருந்த போதுதான் கிருஷ்ணன் லேசாகக் கண்ணயர்ந்தான். பாபு மிகுந்த வேதனையோடும் கவலையோடும் இருந்தார். முல்லைக்கொடியின் இறுதி நிமிஷங்களில் பாபு கூடவே இருந்திருக்கிறார். அந்தக் குடும்பத்தின் பெரும் துயரம் அவரை நிலை குலையச் செய்திருந்தது. சஃபி வந்த பின்பு அவரிடம் நடந்ததை வேதனையுடன் கூறிவிட்டு விடைபெற்றுச் சென்றார்.

அந்தச் சிறுமியின் மரணம் கிருஷ்ணனிடம் ஏற்படுத்தியிருந்த தாக்கத்தையும் பயத்தையும் மீறி, இன்று இரண்டாவது வாரம் தொடங்குகிறது என்ற எண்ணம் கிருஷ்ணனுக்கு ஒருவித ஆசுவாசத்தைத் தந்தது. மருத்துவர்கள் குறித்த நோய் பாதிப்புக் காலமான ஏழு நாட்கள் முடிந்துவிட்டன. இந்த நோயானது, ஏழு நாட்கள் பாதிப்பை நிகழ்த்தும்; அடுத்த ஏழு நாட்கள் அது இறங்கத் தொடங்கும் என்று மருத்துவத்துறை கண்டடைந்திருக்கிறது. அவர்களின் இந்தக் கணிப்புக்கு அவர்களுக்கு எண்ணற்ற ஆதாரங்கள் இருக்கும். கணிப்பின் துல்லியம் பற்றியெல்லாம் அவன் கவலைகொள்ளத் தேவையில்லை. இனி, நோயின் இறங்கு முகம் என்ற நம்பிக்கை அவனுக்குத் தெம்பூட்டியது.

அவன் ஒவ்வொரு நாளையும் எண்ணி எண்ணி உணர்ந்து கடந்தது, இந்த ஒரு வாரமாகத்தான். ஆபத்து அவனை இது வரை நெருங்கவில்லை என்பது மட்டுமல்ல; இனி அவனை அது நெருங்கப்போவதில்லை என்று மனதுக்குள் அழுத்தமாகச் சொல்லிக்கொண்டான். ஆனாலும் கவனக்குறைவாக இருந்துவிடக் கூடாது. சிறு கவனக் குறைவும் விபரீதமாக முடிந்திருக்கிறது என்பதை இந்த நாட்களில் அவன் நன்றாகவே

அறிந்திருக்கிறான். தன் கால்களின் நிலை பற்றிய விழிப்புடனேயே அவன் தன்னுடைய கால்களைக் கவனமாக, வெகு கவனமாக, நகர்த்திக்கொண்டிருக்கிறான். சிறு கவனப் பிசகும் அவனைக் கீழே விழ வைத்திருக்கிறது. ஒருமுறை மனதுக்குள் நிதானமாக ஒன், டூ, த்ரீ... சொல்லிப் பார்த்தான். எப்போதும் போல இப்போதும் ட்வெண்டி டூ வரை சிரமமின்றி சொல்ல முடிந்தது. அவனுடைய உள் பாகங்களுக்கு எவ்வித இன்னலும் இதுவரை நேரவில்லை என்பது உறுதியாகத் தெரிந்தது.

மரண பயம் எவரையும் நிலை குலையச் செய்துவிடுகிறது. இனியொரு பிறவி இல்லா வரம் வேண்டும் என்று சதா பிரார்த்தனை செய்யும் பக்திமான்கள்கூட, இப்பிறவியின் கடைசித் துளியையும் பருகாமல் விடை பெற விரும்புவதேயில்லை. அதிலும் குறிப்பாக, நடுத்தர வயதுக் குடும்பஸ்தர்களுக்கு ஏற்படும் மரண பயம் ஆளை முற்றிலுமாகக் குலைத்துப் போட்டுவிடுகிறது. அதற்கு மாறாக, சில அபூர்வங்கள் மரணத்தை எதிர்கொள்ளவும் ஒரு விடுதலையாக ஏற்றுக்கொள்ளவும் விழைவதை அவன் அவதானித்திருக்கிறான். முன்னதற்கு உதாரணம், அவனுடைய அப்பா. பின்னதற்கு உதாரணம், ஜி. நாகராஜன். அதேசமயம், இருவருடைய வாழ்க்கைப் பாடுகளும் பொறுப்புகளும் இலக்குகளும் லட்சியங்களும் இச்சைகளும் சுதந்திரங்களும் வேறு வேறு.

கிருஷ்ணனுடைய 24ஆவது வயதில் அவனுடைய அப்பாவுக்குக் கால் எலும்பு முறிவு ஏற்பட்டது. அப்போது அவருக்கு 50 வயதிருக்கும். சுங்கத் துறையில் அதிகாரியாகப் பணியாற்றிய அவர், காரைக்குடிக்கு அலுவல் நிமித்தம் சென்றிருந்தபோது, தங்கியிருந்த அறையின் குளியலறையில் தவறி விழுந்து இடது காலில் எலும்பு முறிவு ஏற்பட்டிருக்கிறது. உடன் சென்றிருந்த அலுவலர்களும் அங்கிருந்தவர்களும் புத்தூர் போய் எலும்பு முறிவுக் கட்டுப் போட்டுக்கொண்டால் குணமாகிவிடும் என்று சொன்னதன் பேரில் புத்தூர் சென்று கட்டுப் போட்டுக்கொண்டு, ஒரு வாடகைக் கார் பிடித்து அப்பா வீடு வந்து சேர்ந்தார். இது பற்றி வீட்டுக்குத் தெரியப்படுத்தியிருக்கவில்லை என்பதால் திடீரென காலில் பெரிய கட்டோடு, கூட வந்த அலுவலர்களின் கைத்தாங்கலோடு அவர் கிந்திக் கிந்தி வந்தபோது வீடே கதி கலங்கிப்போனது.

சி. மோகன் | 163

ஒரு வாரம், பத்து நாளாயிற்று. எந்த குணமும் தெரியவில்லை. சிலர் மீண்டும் புத்தூர் போய் மாற்றுக் கட்டுப் போட்டு வரலாம் என்றார்கள். அப்பா ஏனோ இப்போது அதில் நம்பிக்கை இழந்து விட்டிருந்தார். அப்பாவுக்கு மிகவும் நெருக்கமான பாண்டியன் நர்ஸிங் ஹோம் டாக்டர் ஏ.டி.ஜெ என்றழைக்கப்பட்ட டாக்டர் ஜெகதீச பாண்டியனுக்குத் தகவல் தெரிவிக்கப்பட்டது. அவர் வீட்டுக்கு வந்து பார்த்தார். பத்து நாட்களாக அப்பா எந்த முன்னேற்றமும் இல்லாமல் இப்படிப் படுத்துக் கிடப்பதை அறிந்து கடிந்துகொண்டார். தான் போய் எக்ஸ்ரே டெக்னீசியனை சிறு எக்ஸ்ரே கருவியோடு அனுப்பி வைப்பதாகச் சொல்லிவிட்டுச் சென்றார்.

மறுநாள், சிறு எக்ஸ்ரே கருவியுடன் ஒரு டெக்னீசியன் வீட்டுக்கு வந்தார். எக்ஸ்ரே எடுத்துப் பார்த்ததில் எலும்பு முறிவு மோசமாகி இருப்பதும் கொஞ்சம்கூட சேரவில்லை என்பதும் தெரிய வந்தது. உடனே அவருடைய மருத்துவமனையில் சேர்ந்து அறுவைசிகிச்சை மேற்கொண்டு தகடு மூலம் இணைப்பு கொடுக்க வேண்டும் என்று டாக்டர் உறுதியாகக் கூறிவிட்டார். கொஞ்சமும் தாமதிக்கக் கூடாது என்று அவர் வற்புறுத்தியதால் அன்று மாலையே அப்பா பாண்டியன் நர்ஸிங் ஹோமில் ஒரு தனியறையில் அனுமதிக்கப்பட்டார்.

மறுநாள் காலை ஒன்பது மணியளவில் கிருஷ்ணன் மருத்துவமனை சென்றான். அம்மா வரச் சொல்லியிருந்தார். அவன் போனபோது, அம்மா மட்டும் ஒரு ஸ்டூலில் கவலையுடன் உட்கார்ந்திருந்தார். அவர் அழுதிருக்கிறார் என்பதை அவருடைய முகமும் கண்களும் உணர்த்தின. அவனைப் பார்த்ததும் அம்மா எழுந்துகொண்டார். முந்தானையால் முகத்தைத் துடைத்தபடி, "உக்காருப்பா... அப்பாவை ஆபரேசன் தியேட்டருக்குக் கூட்டிப் போயிருக்காங்க... ஆறு மணிக்கெல்லாம் கூட்டிப் போயிட்டாங்க..." என்றார். மேலும், "இப்பதான் டாக்டர் வந்து, ஆபரேசன் நல்லபடியா முடிஞ்சுடுச்சு... கவலைப்பட ஒண்ணுமில்லை... கொஞ்ச நேரத்துல ரூமுக்குக் கூட்டி வந்துடுவாங்கனு சொல்லிட்டுப் போனார்" என்றார்.

பத்து மணியளவில் அப்பாவை ஒரு ஸ்டெச்சரில் கொண்டு வந்து படுக்கையில் படுக்க வைத்தார்கள். அறுவைசிகிச்சைக்காக அளிக்கப்பட்ட மயக்க மருந்தின் பாதிப்பிலிருந்து அவர் இன்னமும்

விடுபட்டிருக்கவில்லை. சிறிது நேரத்துக்குப் பிறகு, கண்களைத் திறந்த அப்பா, பக்கத்தில் நின்றுகொண்டிருந்த அம்மாவையும் கிருஷ்ணனையும் பார்த்துவிட்டு, கிருஷ்ணனைப் பக்கத்தில் வரும்படி சைகையால் அழைத்தார். அவன் அவரை நெருங்கி நின்றான். அவனுடைய கையைப் பற்றினார். அவன் அமைதியாகக் கண் கலங்கி நின்றிருந்தான். அப்பா அவனிடம் தாழ்ந்த குரலில், "எனக்கு எதுவும் ஆயிடுச்சுன்னா நீதாம்பா வீட்டைப் பொறுப்பா பாத்துக்கணும். எதுனாலும் அம்மா என்ன சொல்றாங்களோ அதுபடி செய். அம்மாவைக் கலங்க விட்டுடாதே..." என்றார். அவனையும் அறியாமல் கண்களிலிருந்து கண்ணீர் வழிந்துகொண்டிருந்தது. அவன் ஒரு பெண்ணைக் காதலிப்பதாகவும், அப்பெண்ணையே மணம் செய்துகொள்ளப் போவதாகவும் வீட்டில் தெரிவித்திருந்ததில் வீடு பேதலித்திருந்த சமயம் அது.

அதைப் பார்த்த அம்மா, "என்னஙக பேசுறீங்க... கொஞ்சம் சும்மா இருங்க... அவனே அழுதுக்கிட்டிருக்கான்... அவன்ட்ட போய் என்னென்னமோ பேசிக்கிட்டு இருக்கீங்க..." என்று கவலையுடன் சொன்னார்.

அப்பாவுக்கு இந்த அறுவைசிகிச்சையில் உயிர் போய்விடலாம் என்ற பயம் இருந்திருக்கிறது என்பதை, மயக்கம் தெளியாத நிலையில் அன்று அவனிடம் அவர் கலக்கத்துடன் பேசியவை அவனுக்கு உணர்த்தின. மரண பயமும் அதன் காரணமாக அவருடைய குடும்பத்தின் எதிர்காலம் பற்றிய கவலைகளும் அறுவைசிகிச்சைக்கு முன்பாக அவரை அலைக்கழித்திருக்கின்றன என்பதும் புரிந்தது. அப்பா ஒரு பெரும் குடும்பத்தைத் தாங்கியிருப்பவர். குடும்பத்தின் வளத்துக்காக அப்போதுதான் அவர் சொத்துகள் சேர்க்கத் தொடங்கியிருந்தார். அதனால் மரணம் பற்றிய அச்சமும் குடும்பத்தின் எதிர்காலம் குறித்த கவலைகளும் தவிர்க்க முடியாதவைதான். அவர் உயிர் வாழ்ந்தாக வேண்டிய பொறுப்புகளும் கடமைகளும் அவருக்கு இருக்கின்றன.

அதேசமயம் ஜி. நாகராஜன் தன்னுடைய 52ஆவது வயதிலேயே மரணத்தை ஏற்றுக்கொள்ளும் மனநிலையை அடைந்து விட்டிருந்ததை நினைத்துப் பார்த்தான். 'சாவும் அதை எதிர்கொள்ள மனிதன் தன்னைத் தயார்ப்படுத்திக் கொள்ளும்போதே வரும்' என்று ஒருமுறை நேர் பேச்சில் ஜி. நாகராஜன் கிருஷ்ணனிடம்

கூறினார். அவர் சாவை எதிர்கொள்ளத் தயாராகிவிட்ட ஒரு நாளும் வந்தது. எவ்வளவோ முறை, உடல் நலம் குன்றி மிகவும் நலிவுற்றிருந்த அவரை, மருத்துவமனையில் சேர்ந்து சிகிச்சை பெறலாமென நண்பர்கள் வற்புறுத்தியபோதெல்லாம் அவர் பிடிவாதமாக மறுத்துவந்தார். அவருடைய சம்மதமின்றி எதுவும் செய்வதற்கில்லை என்ற நிலையில் நண்பர்கள் தங்களுக்குள்ளாக வருத்தப்பட்டுக் கொண்டார்கள். ஆனால், மரணத்துக்கு இரண்டு நாள் முன்பு, அவராகவே முன்வந்து தன்னை மருத்துவமனையில் சேர்க்கும்படி கேட்டுக்கொண்டார்.

1981ஆம் ஆண்டு, பிப்ரவரி 18ஆம் தேதி காலையில் அவரை மதுரை அரசு பொது மருத்துவமனைக்குக் கிருஷ்ணனும் அவனுடைய நண்பனும் ஜி.என்.னிடம் அன்பும் மதிப்பும் கொண்டிருந்தவனுமான சிவராமகிருஷ்ணனும் அழைத்துச் சென்றார்கள். அப்போது ஜி. நாகராஜனுக்கு வயது 52. வயதை மீறி உடல் வாடி வதங்கிவிட்டிருந்தது. கடுமையான இருமலும் சளியும் அவரை இம்சித்துக்கொண்டிருந்தன. லேசாகக் கூன் விழுந்துவிட்டிருந்தது. பல மாதங்களாக சொறி சிரங்காலும் அவஸ்தைப்பட்டுக் கொண்டிருந்தார். ஜிலேபி மாதிரி வாயில் கரையக்கூடிய இனிப்பும், திராட்சைப் பழமுமே அவர் எப்போதாவது சாப்பிடும் உணவாக ஆகிவிட்டிருந்தன. மற்றபடி, கஞ்சா புகையில்தான் அவருடைய உடலும் உயிரும் இயங்கிக்கொண்டிருந்தன.

மருத்துவமனையில் சேர்க்கப்பட்ட அன்று நள்ளிரவே, அவர் தூக்கத்திலேயே மரணமடைந்துவிட்டார். அவர் மரணத்தை எதிர்பார்த்திருந்தது அவரை வாட்டியெடுத்த துன்பங்களிலிருந்து விடுதலை பெறுவதற்காகத்தான். அதை அந்த நாளில் அவர் வெளிப்படுத்தியபடி இருந்தார். மருத்துவமனையில் சேர்க்கப்பட்ட அன்று மாலை அவரை அங்கு சந்தித்தபோது, ஒரு கட்டத்தில் பாத்ரூம் போகவேண்டும் என்றார். சிவராமனும் கிருஷ்ணனும் அவரை பாத்ரூம் கூட்டிச் சென்றார்கள்.

அவர் மிகவும் தளர்வுற்றிருந்தார். டாய்லெட்டில் குந்தி உட்கார முயற்சித்தார். முடியவில்லை. அவர் குனிந்து உட்கார அவர்கள் உதவிப் பார்த்தார்கள். பாதிக்கு மேல் அவரால் குனிய முடியவில்லை. அரைகுறையாகக் குனிந்திருந்தபடியே

முயற்சித்தார். எதுவும் வரவில்லை. எழுந்துகொண்டு, கைகளால் தலையைத் தாங்கியபடியே, "கடவுளே, என்னைச் சீக்கிரம் உன்னிடம் அழைத்துக்கொள்" என்று கதறி அழுதார். இருவரும் செய்வதறியாது கலக்கத்துடன் அருகில் நின்றிருந்தார்கள். "சரி, வாங்க போகலாம்!" என்றான் கிருஷ்ணன். குவளையில் தண்ணீர் பிடித்து அவருடைய பிருஷ்டத்தைக் கழுவி, கால்களிலும் நீரூற்றினான் சிவராமன்.

வேட்டியைத் தூக்கிக் கட்டியபடியே, நைந்து துவண்டு போயிருந்த உடம்போடு, மனமும் இற்றுப் போய் அவர்களுடன் திரும்பி வந்து படுக்கையில் உட்கார்ந்துகொண்டார். உடம்பு, கை கால்களெல்லாம் வெடுவெடுவென்று நடுங்கின.

"என்ன செய்யுது?" என்று கேட்டான் சிவராமன், "குளிருது… ரொம்பக் குளிருது. சிதையில் போய் படுத்துக் கொண்டால்தான் இந்தக் குளிர் அடங்கும்" என்றார். இந்த மனநிலையில்தான் அன்றிரவு அவர் இறந்துபோனார்.

விளிம்பு நிலை உலகின்மீது அவர் கொண்டிருந்த வசீகர ஈடுபாடு, அவருடைய படைப்புலகமாக மட்டுமல்லாமல், அவருடைய சுய வாழ்வையும் விளம்புநிலைக்கு நகர்த்திக்கொண்டு போனது. பெரும்பாலும் அவருடைய படைப்புலகின் பின்புலமாக இருந்த அந்தக் கோயில் நகரத்தில், தன் வாழ்வின் பெரும் பகுதியை வெவ்வேறு கோலங்களில் வாழ்ந்த அந்த மதுரை நகரில், அரசு பொது மருத்துவமனையில் சிகிச்சை எதுவும் தொடங்கப்படுவதற்கு முன்பே, ஒரு நள்ளிரவுக்கும் அதிகாலைக்கும் இடையில், எவ்விதத் துணையுமின்றி அவர் மரணமடைந்தார். அவனுக்குத் தெரிந்தவரை, தன் காலத்திய வாழ்வில் மாறுபட்ட மற்றும் அதிகபட்ச சாத்தியங்களில் தன் வாழ்வை ஈடுபடுத்திக்கொண்ட ஓர் அரிய மனிதர், ஓர் அபூர்வ படைப்பாளி ஜி. நாகராஜன். அவருடைய மரணத்தின்போது, அவருடைய உடமைகளாக அவரிடம் எஞ்சியிருந்தவை, ஒரு சார்மினார் சிகரெட் பாக்கெட்டும், ஒரு தீப்பெட்டியும், சிறு கஞ்சா பொட்டலமும்தான்.

பொறுப்புகள் வழி நடத்திய வாழ்வு அப்பாவுடையது என்றால், இச்சைகள் வழி நடத்திய வாழ்வு ஜி. நாகராஜனுடையது. மேலும், வேலை, சம்பாத்தியம், குடும்ப வளர்ச்சி என்ற ஒற்றை சாத்தியத்தில் அப்பா ஒரு சமூக மனிதனாக வாழ்ந்தவர்.

ஆனால் ஜி.என். தன் வாழ்வினூடாக அதிகபட்ச சாத்தியங்களில் வாழ்ந்து பார்த்த அசாதாரண மனிதர். சாத்தியப்பட்ட எல்லா சாத்தியங்களின் கடைசி துளியையும் பருகித் தீர்த்தவர். அவருக்கு இனியான சாத்தியம் என ஏதுமற்ற நிலையில் எஞ்சியிருக்கும் மரணத்தை அவர் எதிர்கொள்ளவும் ஏற்றுக்கொள்ளவும் தயாராகி விட்டிருக்கிறார். ஆனால் அப்பாவுடைய ஒற்றை இலக்கான வாழ்க்கை, அதன் இலக்கைப் பூரணமாக எட்டியிராத நிலையில் வாழ்வைத் துண்டிக்கும் மரணத்துக்கு அஞ்சுகிறது. கடமைகளும் பொறுப்புகளும் தீராத நிலையில் மரண பயம் அப்பாவை அச்சுறுத்துகிறது. ஆனால், இச்சைகளின் சக்தி தீர்ந்துவிட்ட நிலையில் வேதனைகளிலிருந்து விடுபடும் மார்க்கமாக மரணத்தை ஏற்றுக்கொள்ள சித்தமாகியிருக்கிறது ஜி.என்.னின் மனம் என்றெல்லாம் கிருஷ்ணன் எண்ணிக்கொண்டான். அப்பாவுக்கு மட்டும் இச்சைகள் இல்லாமலா இருந்திருக்கும். நிச்சயம் இருந்திருக்கும். ஆனால் அவை ஒரு தொடர் ஓட்டத்துக்கு இடையிலான சிறு சிறு இளைப்பாறல்களாக மட்டுமே இருந்திருக்கும். அவை, தொடர் ஓட்டத்தைச் சற்றும் தளராது மேற்கொள்வதற்கு அவசியமான இளைப்பாறல்கள்.

கிருஷ்ணனும் இப்போது வீடு வாசல் இல்லாத ஒருவன்தான். குடும்பத்தைப் பிரிந்து தனியாக, நிரந்தர வேலையோ, தங்குமிடமோ இல்லாமல் அல்லாடுபவன்தான். இப்போது அவனுக்கு ஏற்பட்டிருக்கும் நோய்த் தாக்குதல் மரணத்துக்கு இட்டுச் செல்லக்கூடிய அபாயம் மிக்கது என்பது, அவனுக்கு ஏன் இவ்வளவு கலக்கத்தை ஏற்படுத்துகிறது. அப்படி ஒன்று நடந்தால் அது நிரந்தர விடுதலை என்று அவனால் ஏன் சமாதானம் கொள்ள முடியவில்லை. உயிர் வாழும் ஆசை ஏன் விடவில்லை. சாவை ஏற்றுக்கொள்ள அவன் மனம் ஏன் தயாராக இல்லை. இறப்பதற்கு முன்னால் இறந்துவிட வேண்டுமென்பது அவனுடைய சித்தமாக இருந்தாலும் இருப்பதற்கு இன்னும் சில சாத்தியங்கள் எஞ்சியிருப்பதாகத் தோன்றுவதே காரணமென்று நினைத்துக்கொண்டான். அவனைப் பொறுத்தவரை இந்த வாழ்க்கை அவனுக்காக இன்னும் சில சாத்தியங்களை ரகஸ்யமாகப் பொத்தி வைத்திருக்கிறது என்றும் அவற்றையும் வாழ்ந்து பார்த்துவிடுவதற்கான ஆசையே இந்த வாழ்விலிருந்து இப்போதைக்கு அவன் விடுபடுவதை

விரும்பவில்லை என்றும் ஏதேதோ யோசித்தபடி மனம் எண்ணங்களில் புரண்டுகொண்டிருந்தது.

பொறுப்புகளை முற்றிலும் துறந்துவிட்டவன் என்றும் கிருஷ்ணனைச் சொல்லிவிட முடியாது. கலை நம்பிக்கை என்னும் பற்றுக்கோலை விடாது கைப்பற்றித் திரிகிறான். அதேசமயம் வாழ்வாதாரத்துக்காகவும் அவன் ஏதேதோ செய்து பார்த்திருக்கிறான். இன்னமும் செய்து கொண்டுதான் இருக்கிறான். ஆனால், பொருளாதார ரீதியாக அவை பெரிய பயனளிக்கவில்லை என்பது மட்டுமல்ல, ஒரு சில முயற்சிகள் கடும் வீழ்ச்சியையும் தந்திருக்கின்றன. மேலும், இச்சைகளின் ருசிகரத்தில் திளைத்துக் களிக்கும் மன நிலையும் அவனை விடாது இழுத்துச் சென்றுகொண்டிருக்கிறது. அவனுடைய முயற்சிகளின் வீழ்ச்சிக்கு இதன் பங்கும் இருக்கவே செய்கிறது. இச்சைகளின் வசீகரத்தில் அவன் பொறுப்புகளின் பாரத்தை நழுவ விட்டுவிடுகிறான். இந்த இரு துருவ நிலைகளுக்கிடையே அல்லாடும் அவனுடைய வாழ்வு இன்று மரணத்தை ஏற்றுக்கொள்ள சித்தமாக இல்லை. இன்னும், வாழ்வின் பல்வேறு சாத்தியங்கள் அவன் முன் விரிந்து கிடக்கின்றன. இச்சைகளும் தீரவில்லை என்பதுவே அவனுடைய இப்போதைய மனநிலைக்குக் காரணமாக இருக்கக்கூடும் என்று சமாதானப்படுத்திக் கொண்டான்.

யாரையாவது சார்ந்து இருக்க வேண்டிய ஒரு மோசமான நிலை ஏற்படுமெனில், தற்கொலை செய்துகொண்டு விடுவதே உசிதம் என்ற முடிவோடு, தான் இருப்பதாக அவன் எப்போதும் நம்பிக்கொண்டிருந்திருக்கிறான். உயிர் வாழ்வதற்கு எண்ணற்ற சாத்தியங்கள் இருந்தபோதிலும், வாழ்விலிருந்து விடுபடுவதற்கான ஒரே அழகிய சாத்தியமாகத் தற்கொலை இருந்துகொண்டிருக்கிறது என்று அவன் நம்பிக்கை கொண்டிருந்தான். தன்னிடம் வலுவாக இந்த நம்பிக்கை வேர் பிடித்திருக்கிறது என்றுதான் அவன் இவ்வளவு காலமும் நம்பிக்கொண்டிருந்தான். ஆனால் அது அப்படியில்லை. அந்த எண்ணம் பொக்கானது. வாழ்விலிருந்து விடுபட விழைவது அப்படியொன்றும் எளிதான விஷயமில்லை. வாழ்வதற்கான ஏதோ ஒரு பற்றுக்கோலை எப்படியாவது கைக்கொண்டுவிடவே மனம் விழைகிறது என்பதையே அவனுடைய இன்றைய இந்த வாழும் ஆசை உணர்த்திக்கொண்டிருக்கிறது.

சம்பத் தன் 'இடைவெளி' நாவலில் முன்வைத்த சாவு பற்றிய மகத்தான கண்டுபிடிப்பு, தன்னுடைய இன்றைய நோய்த் தாக்குதலில் என்னவாக இருக்கிறது என்று யோசித்துப் பார்த்தான். வாழ்வு என்பது அனுசரணையான இடைவெளி என்றும் சாவு என்பது முரண்பாடுடைய இடைவெளி என்றும் சம்பத் அந்நாவலில் கண்டடைகிறார். தன்னுடைய இப்போதைய நிலையை முன்வைத்து அதைப் பரிசீலித்துப் பார்த்தான். இப்போது அவனுடைய மூச்சுக்குழாயின் சுவாசப் பாதை அதன் இயக்கத்துக்கான அனுசரணையான இடைவெளியோடு இயங்கிக்கொண்டிருக்கிறது. அந்த அனுசரணையான இடைவெளியில் சுவாசம் சீராக இயங்குகிறது. வாழ்வு உயிர் கொண்டிருக்கிறது. இந்த நரம்பு மண்டல நோய்த் தாக்குதலில் அந்த சுவாசப் பாதையின் அனுசரணையான் இடைவெளி பாதிக்கப்படுமெனில், முரண்பாடுடைய இடைவெளி தோன்றுமெனில், அங்கு சாவு காத்திருக்கிறது. தமிழில் கிருஷ்ணனுக்கு மிகவும் பிடித்தமான நாவல் 'இடைவெளி'. சம்பத்தோடு இணைந்து அந்த நாவலின் செம்மையாக்கப் பணியில் சில நாட்கள் பணியாற்றியிருக்கிறான். அச்சமயத்தில் அவருடைய உக்கிரமான கலை மனதின் தகிப்பை உணர்ந்திருக்கிறான். நாவலாசிரியன் ஒரு படைப்பாளி மட்டுமல்ல; அவன் ஒரு மகத்தான கண்டுபிடிப்பாளன் என்ற கிருஷ்ணனின் அவதானிப்புக்கு உகந்த நாவல் அது. உண்மையிலேயே எந்த ஒரு மகத்தான கண்டுபிடிப்பும் பூ மணத்தின் வீர்யம் கொண்டதுதான் என்று சம்பத் கூறுவதைப்போல வீர்யம் கொண்டதுதான் சாவு பற்றிய சம்பத்தின் கண்டுபிடிப்பு என்பதை அவனுடைய இந்தப் பிணிக் காலம் மெய்ப்பித்துக்கொண்டிருக்கிறது.

அநேகமாக, இந்த நோயினால் இனி உயிராபத்து இல்லை. ஆனால் அது நிகழ்த்தியிருக்கும் பாதிப்பிலிருந்து மீள எவ்வளவு காலம் தேவைப்படும் என்று தெரியவில்லை. இனி, இந்த மருத்துவமனையில் எவ்வளவு நாள் இருக்க வேண்டும் என்பதும் தெரியவில்லை. ஆபத்து காலம் முடிந்துவிட்டதால் சீக்கிரமாகவே அனுப்பிவிடுவார்கள். அதன் பிறகு என்ன செய்வது?

17

எதிர்காலம் பற்றி ஏதேதோ யோசனைகள் அதன் போக்கில் நிகழ்ந்துகொண்டிருந்தாலும் எட்டாவது நாளில் இருக்கிறோம் என்ற ஆசுவாசமும் ஆறுதலாக இருந்தது. இந்த ஆசுவாசம்தான் அடுத்து செய்ய வேண்டியது பற்றிய யோசனைகளுக்கும் இட்டுச் சென்றது. காலை உணவுக்கும் மாத்திரைகளுக்கும் பின்னர், கொஞ்சம் நிம்மதியாகப் படுத்துக்கொண்டிருக்கலாம் என்று தோன்றியது. இப்போதைக்குச் செய்யக்கூடிய நல்ல காரியம் அது ஒன்றுதான். ஆனாலும், நோய் தாக்கிய நாள் பற்றிய கணக்கு மனதில் எப்போதும் இருந்துகொண்டிருந்ததைப் போலவே அனிதா திரும்பி வரும் நாள் பற்றிய கணக்கும் இருந்துகொண்டிருந்தது. இன்று மாலை அனிதா வந்துவிடுவார் என்று நினைத்துக்கொண்டான். உடலிலும் மனதிலும் மெல்லிய சிலிர்ப்பு மேலிட்டது.

அனிதாவைக் கிருஷ்ணன் எப்போதாவது சந்திப்பவன்தான். நட்பு ரீதியான இந்த சந்திப்புகள், அந்நேரத்திய உரையாடல்களோடும் உறவாடல்களோடும் சுமுகமாக முடிந்துவிடுபவை. ஒருமுறை, உணர்ச்சிகளின் கிளர்ச்சியில் அவன் தவறாக நடந்துகொள்ள முயற்சித்தபோதும், வெகு நாகரிகமாக அதைத் தவிர்த்தவர் அனிதா. அந்த உறவில் ஒரு கறையாக அது படிந்துவிடாமல் பார்த்துக்கொண்டதோடு மட்டுமல்லாமல், சுமுகமாக அதைக் கடந்து விடவும் அனுசரணையாக இருந்தவர் அவர்தான். அதன் பிறகுதான், இதம் தரும் நட்பு என்ற உணர்வையும் கடந்து, பெருமிதம் கொள்ளக்கூடிய உறவாக அவனுடைய மனதில் இந்த உறவு நிலைத்துவிட்டிருக்கிறது. மற்றபடி, அவர் பற்றிய நினைவுகள் அவனைத் தொடர்ந்ததில்லை. ஆனால், அவருடைய வீட்டில் தங்கியிருந்த நோய்க் காலத்தின் முதல் நான்கு நாட்களில் அவர் ஓர் அற்புதம் என அவ்வப்போது மனம் சிலிர்த்திருக்கிறது.

உதவுவதாகக் கொஞ்சமும் காட்டிக்கொள்ளாமல் உதவுவது என்பது ஆச்சரியம்தான்.

மருத்துவமனையில் அனுமதிக்கப்பட்ட நாளின் இரவில் தங்கியிருந்து, மறுநாள் வெள்ளிக்கிழமை காலை பிரிந்து சென்றார் அனிதா. இன்றோடு மூன்று நாட்கள் கடந்துவிட்டன. அவ்வப்போது, ஏதோ ஒரு காரணத்தினால் அவர் இடையிலேயே வந்துவிடக் கூடும் என்றுகூட அவன் அசட்டுத்தனமாக நினைத்துக்கொண்டிருக்கிறான். இந்த மூன்று நாட்களும் அவர் பணி நிமித்தமாக தில்லியில் இருப்பார் என்பது அவனுக்கு நன்கு தெரிந்திருந்தும் மனம் எப்படி நப்பாசை கொள்கிறது. வெள்ளிக்கிழமை மதியம், அவர் பணியாற்றும் நிறுவனத்தின் இயக்குனர் ஜானகியுடன் விமானத்தில் தில்லி சென்ற அனிதா, தன் பணிகள் முடித்து, திங்கள்கிழமைதான் திரும்புகிறார் என்பது அவனுக்கு நன்றாகவே தெரியும். ஆனாலும், ஒருவேளை அவர் சீக்கிரமே கிளம்பி வந்துவிடக்கூடும் என மனம் ஏன் நினைத்துக்கொள்கிறது. மனதின் பரிதவிப்புகளையும் அதன் விநோதமான யோசனைகளையும் நடைமுறை தர்க்கத்தால் விளக்கிக்கொண்டிருக்க முடியாது. அவன் மனம் மீண்டும் ஒரு காதலில் சரணடைய விழைகிறதோ என்று எண்ணினான். காதலற்ற காமத்தில் திளைக்கவும் துய்க்கவும் முடியாத அடிப்படை பலவீனம் அவனிடம் இருந்துகொண்டிருப்பதை உணர்ந்து அவன் சுய பச்சாதாபம் கொண்டிருக்கிறான். காதல், காமத்துக்கு இட்டுச் செல்லக்கூடிய ஓர் அழகிய பாதையாகவும், ஓர் அழகிய ஒப்பனைப் புனைவாகவும் அவனுக்கு ஓர் அத்தியாவசிய வழிமுறையாகவும் இருந்துகொண்டிருக்கிறது. இப்படியான கற்பித வசியங்களிலிருந்து விடுபட்டுவிட வேண்டுமென்பது, அவனுடைய வேட்கைகளில் ஒன்றாக இருக்கிறது. ஆனால், அது தனக்கு ஒருபோதும் சாத்தியமில்லையோ என்ற சந்தேகம் இப்போது அவனுள் எழுந்தது.

அனிதாவின் அண்மைக்கும் பரிவுக்கும் மனம் ஏங்குகிறது என்னவோ உண்மைதான். ஆனாலும் இது காதல் இல்லை என்று மீண்டும் மீண்டும் மனதுக்குள் சொல்லிச் சொல்லித் தன்னை சமாதானப்படுத்திக் கொண்டான். காதல் எனும் மாயச் சுழலுக்குள் சிக்கித் திணறி இந்த உறவை இழந்துவிடக் கூடாது என்றும் அவன் உண்மையிலேயே ஆசைப்பட்டான். ஆனால் அவன் மனம், எப்போதும் போலவே இப்போதும் ஒரு காதல் புனைவுக்குள் சுகம் காணும் வேட்கையோடு சஞ்சலம் கொண்டிருந்தது.

அனிதா பற்றியும் அடுத்து என்ன என்பது பற்றியுமான யோசனைகளினூடாக, வாழ்வதற்கான இப்போதைய தன்னுடைய ஆசையின் சுடராக அனிதா இருந்துகொண்டிருக்கிறாரோ என்று அவனுக்குத் தோன்றியபோது ஒருவித நடுக்கம் அவனுக்குள் பரவியது.

ஒரு புதிய பந்தத்துக்குள் பிணைப்புற்றிருக்க மனம் விழைவதை உணர்ந்து கிருஷ்ணனுக்கு லேசான நடுக்கம் ஏற்பட்டது. பந்தத்தை விழையும் அதே மனம்தான் அந்த விழைவுக்காக நடுக்கமும் கொள்கிறது. ஆசையும் அச்சமும் இரு துருவ நிலைகளில் அவனை வாட்டிக்கொண்டிருந்தன.

எந்த ஒன்றிலும் நீடித்து நிலைத்திருக்க முடியாத ஒரு தன்மை அவனுடைய இளம் வயதிலிருந்தே ஆதிக்கம் செலுத்துகிறது. அவனுடைய இள வயது உருவாக்கத்திலேயே இப்படியான ஒரு அம்சம் படிந்துவிட்டிருப்பதாகத் தோன்றியது. இதுதான், ஒரு புதிய பந்தத்தில் ஆட்படுவதற்கான அவனுடைய இன்றைய அச்சத்துக்கும் காரணமாக இருக்கிறது. அநேகமாக, மதுரைப் பல்கலைக்கழகத் தமிழ்த் துறையில் முனைவர் பட்டத்துக்காக மேற்கொண்டிருந்த ஆய்வை, கல்விப் புலம் வலியுறுத்திய ஆய்வு நெறிமுறைகளோடு முரண்பட்டு, பாதியிலேயே அதைக் கைவிட்டு வெளியேறியதிலிருந்து இது தொடர்ந்துகொண்டிருக்கிறது. இன்று குடும்பத்தைப் பிரிந்து வீடற்று அத்து அலையும் வரை, இந்த மனோபாவம்தான் அவனை ஓரிடத்தில் நிலைத்து நின்றிருக்க விடாமல் துரத்திக்கொண்டே இருக்கிறது.

'தமிழ் நாவல்களின் போக்குகள்' என்பது, அவனுடைய ஆய்வுப் பொருள். நாவல் என்ற கலைச் சாதனம் குறித்து அவனுக்கு அபரிமிதமான பிரமிப்பு இருந்தது. மனிதகுல வரலாற்றில் மனிதனின் அபாரமான கண்டுபிடிப்பே நாவல் கலைதான் என்பது போன்ற உணர்வுடன் திளைத்திருந்த காலம் அது. தமிழ் நாவல் படைப்பாளிகள் பற்றிய அவனுடைய தேர்வுக்கும் பரிசீலனைக்கும் நியாயமும் வலுவும் சேர்க்கும் வகையில், முதலில் நாவல் என்றால் என்ன என்ற ஒரு பகுதியின் மூலம் சில வரையறைகளை முன்வைத்தான். இங்கிருந்தே நெறியாளரோடும் துறைத் தலைவரோடும் பிரச்சனைகள் தொடங்கிவிட்டன. வெளிவந்த தமிழ் நாவல்கள் அனைத்தையும் நாவல்களாக ஏற்றுக்கொண்டு அவற்றின்

கூறுகளையும் நாவல் கூறுகளாகக் கொள்ளவேண்டுமென்று வலியுறுத்தினார்கள். அவனை ஆட்கொண்டிருந்த திடமான நம்பிக்கையும் அது சார்ந்த பிடிவாதமும் அதை ஏற்க மறுத்தது. அப்படியானால் குரும்பூர் குப்புசாமியையும், நாஞ்சில் பி.டி. சாமியையும் சேர்க்கத்தானே வேண்டுமென்று கேட்டான். அவன் உருப்படமாட்டான் என்று பேராசிரியர்கள் முடிவு செய்தனர். அவனும் உருப்பட விரும்பாமல் ஆய்வைக் கைவிட்டான்.

அவன் உருப்படாமல் போனதன் தொடக்கம் இதிலிருந்துதான் ஆரம்பமாகியிருக்க வேண்டும். சமூக மதிப்பீட்டிலான வெற்றிகளை அடைய சமூகம் முன்னிறுத்துவதோடு வலியுறுத்தவும் செய்யும் சாமர்த்தியங்களிலிருந்தும் புத்திசாலித்தனங்களிலிருந்தும் விலகிச் செல்லும் பாதையில் அவன் மனம் ஏனோ ஈர்ப்பு கொண்டுவிட்டிருந்தது. சமூகம் இகழ்ச்சியாக நினைக்கும், சமூகப் பார்வையிலான தோல்விகளுக்கு இட்டுச் செல்லும் மடத்தனத்தின் மீது ஒரு இனம் புரியா கவர்ச்சி அவனை வசீகரித்திருந்தது. தோல்வியின் வசீகரத்தில் ஒரு பிரமிப்பும் மிதப்பும் அவனுக்கிருந்தது. ஒன்று ஸ்திரப்படும்போது ஏதோ ஒன்று அதிலிருந்து அவனை வெளியேறச் சொல்கிறது. அவனும் அந்தக் குரலுக்குக் கட்டுப் படுகிறான். இந்த அம்சம்தான் அவனை எந்த ஒன்றிலும் நீடித்து நிலைத்திருக்கவிடாமல் இழுத்துச் சென்றபடி இருக்கிறது. அவனை சூட்சுமமாக இயக்கும் இந்த மனோபாவம்தான், இப்போது அவன் மனம் விழையும் புதிய பந்தத்துக்கு எதிரான அச்சத்தையும் நடுக்கத்தையும் அவனுக்குள் விளைவித்துக்கொண்டிருந்தது.

அடுத்து என்ன என்ற கேள்விக்கு அவனுக்குத் தோன்றிய ஒரே பதிலாக இருந்தது, அவனுள் பல நாட்களாகத் தோன்றிக்கொண்டிருந்த தனி அறை எடுத்துத் தங்குவது மட்டும்தான். நடப்பது, மாடிகள் ஏறுவது, எழுதுவது என எல்லாமே சிரமமான இன்றைய நிலையில் இந்த முடிவை உடனடியாக மேற்கொள்ள முடியுமா என்ற சந்தேகமும் கூடவே எழுந்து அந்த யோசனைக்குத் தடை போட முயற்சித்தது. சிரமம்தான்; ஆனாலும் அது முடியத்தான் வேண்டும். எதிர்கொள்ளத்தான் வேண்டும். பிஸியோதெரபிஸ்ட்டைப் பார்த்து பயிற்சிகள் எடுத்தாக வேண்டிய கட்டாயமும் இருக்கிறது. அதற்குப் பணம் தேவைப்படும். அறை அமர்த்துவதற்கும் முன்பணம் தேவைப்படும். முதலில் ஒரு தொகையைக் கடனாகப் பெற்றுவிட முடிந்தால் போதும். அதுவும் கொஞ்சம் முயற்சி எடுத்தால் முடியக்

கூடியதுதான். தன்னால் செய்யக்கூடிய பணிகளைத் தீவிரமாக மேற்கொண்டால் நிச்சயம் சமாளித்துவிட முடியும் என்றெல்லாம் எண்ணங்கள் ஓடின.

ஒரு தனியறை எடுப்பதை, ஓரளவு நன்றாக நடமாட முடிகிற வரை தள்ளிப் போடுவதுதான் உசிதமென்றும் அதுவரை அனிதாவின் பராமரிப்பில் இருப்பதுதான் நல்லது என்றும் நடேஷ் அபிப்பிராயப்பட்டபோது, அதுதான் இப்போதைக்கு சரியாக இருக்கும் என அவனும் நினைத்தான். ஆனால் மனம் காதல் வசப்படத் தொடங்கியிருப்பதை இப்போது அவனால் தெளிவாக உணர முடிந்தது. அது பித்து நிலையை அடைவதற்கு முன்பாக, அதன் ஆரம்ப கட்டத்திலேயே விலகிக்கொண்டு விடுவதுதான் அனிதாவின் அன்புக்கும் கனிவுக்கும் நட்புக்கும் உதவிகளுக்கும் செய்யக்கூடிய கைம்மாறாக இருக்கும் என்று உறுதியாகத் தோன்றியது.

மாரிமுத்து வசிக்கும் பகுதியில் சிறு வீடு அமர்த்திக்கொண்டால் அது பல வகைகளிலும் உதவியாக இருக்கும். தன்னுடைய நடமாட்டம் இயல்பு நிலையை அடையும் வரை, அவர் அருகில் இருப்பது பெரும் துணையாக இருக்கும். தீபாவளிக்கு ஊருக்குப் போயிருக்கும் அவர் சென்னை திரும்ப இன்னும் ஓரிரு நாட்கள் ஆகலாம். அவர் சென்னையில் இருந்திருந்தால் நிச்சயம் இப்போது அவனருகில் இருந்திருப்பார். அவர் ஊரிலிருந்து சென்னை வந்துவிட்டால் அவருக்கு இவனுடைய உடல்நிலை பற்றிய தகவல் எப்படியும் சேர்ந்துவிடும். பெரும் பதைபதைப்புக்கு ஆளாகி உடனடியாக, அச்சமயத்தில் அவன் எங்கிருந்தாலும், வந்து பார்ப்பார். அப்போது பேசிக்கொள்ளலாம் என்று அந்த யோசனைக்கு ஒரு தற்காலிக முடிவை சமாதானமாகக் கொண்டான்.

இந்த முடிவால் அவனுடைய மனநிலை தெளிந்திருந்தது. அனிதாவுடனான நட்புறவில் அவன் ஒருமுறை நிகழ்த்திய தவறின் காயம், அனிதாவின் கனிவால் ஆறியிருந்தாலும், அதனுடைய வடு அவனுள் நீங்காதிருந்தது. இனி, ஒரு சீரான மனநிலையில் அனிதாவுடனான நட்பைத் தொடர முடியும் என்ற நம்பிக்கையும் உதித்தது.

18

அனிதாவுடைய தில்லி விஜயம் வெற்றிகரமாக அமைந்தது. அது எதிர்பார்த்த ஒன்றுதான். காலை 10 மணிக்குக் கடைசி சந்திப்பு இருக்கிறது. அது விடைபெறுவதற்கான ஒரு சம்பிரதாய சந்திப்புதான். 12 மணிக்குள் முடிந்துவிடும். அதன் பிறகு, சென்னை கிளம்ப வேண்டியதுதான். கிருஷ்ணனுக்கு இதுவரை விபரீதமாக எதுவும் நடக்கவில்லை என்று காலையில் எழுந்ததும் நடேஷுக்கு ஃபோன் செய்து அறிந்துகொண்டாள். டாக்டர்கள் எச்சரித்த ஏழு நாள்களும் முடிந்துவிட்டன. இனி ஆபத்தில்லை என்பது மிகப் பெரும் ஆசுவாசமாக இருந்தது. இந்த மூன்று நாட்களும் தனித்திருந்த தருணங்களில் எல்லாம் அவள் கண்ணீரில் கரைந்துகொண்டிருந்தாள். எப்போதும் ஒரு பதைபதைப்பு இருந்துகொண்டிருந்தது. அவளுக்கே அது ஆச்சரியமாக இருந்தது. தன்னைப் பற்றி அவள் கொண்டிருந்த பிம்பத்துக்கு மாறாக அது இருந்தது. தான் கிருஷ்ணனை ஆழ்ந்து நேசிப்பதாக உணர்ந்தாள். ஒரு இக்கட்டான நேரத்தில் கிருஷ்ணனிடமிருந்து இப்படி விலகி இருக்க நேர்ந்துவிட்டதற்காக வேதனைப்பட்டாள்.

அவள் பணியாற்றும் அமைப்பிற்கு ஒரு ஜப்பான் நிறுவனம் நிதி உதவி செய்கிறது. மூன்றாண்டுகளுக்கான நிதிக் காலம் முடிவடைய இருக்கும் நிலையில், மேலும் மூன்றாண்டுகளுக்கு உதவியை நீட்டிக்கக் கோரும் அவர்களுடைய விண்ணப்பத்துக்கான பரிசீலனைக் கூட்டம்தான் இப்போது நடந்துகொண்டிருக்கிறது. தென்னிந்தியாவைச் சேர்ந்த மூன்று அமைப்புகளுக்கு அந்த நிறுவனம் நிதி உதவி அளிக்கிறது. மூன்று அமைப்புகளின் பிரதிநிதிகளோடும் ஜப்பான் நிறுவனப் பிரதிநிதிகள் மூன்று நாட்களாகத் தனித் தனியே சந்திப்புகளை நடத்திக்கொண்டிருக்கிறார்கள். அனிதா, தான் பணியாற்றும் அமைப்பின் இயக்குனர் ஜானகியோடு இதில் கலந்துகொண்டிருக்கிறாள்.

இந்நிகழ்வுக்காகக் கடந்த ஒரு மாதத்துக்கும் மேலாக அனிதா கடுமையாக வேலை பார்த்திருக்கிறாள். இது ஒரு நடைமுறைதான். ஆனாலும் தங்கள் அமைப்பின் கடந்த மூன்றாண்டு காலச் செயல்பாடுகளையும் தங்கள் கோரிக்கையின் நியாயங்களையும் மிகச் செம்மையாக அனிதா முன்வைத்திருந்தாள். இயக்குனர் ஜானகியும் அனிதாவின் செயல்பாட்டில் மிகுந்த பெருமிதம் அடைந்திருந்தார். அதை வெளிப்படுத்தும் வகையில், "ஒரு மாசமா கடுமையா வேலை பாத்திருக்க... போனதும் ஒரு வாரம் நல்லா ரெஸ்ட் எடுத்துக்க..." என்று அனிதாவிடம் சொன்னார்.

வந்த காரியம் கச்சிதமாக நிறைவேறிவிட்ட போதிலும், நேற்று இரவு அவளுக்குச் சரியான தூக்கமில்லை. ஒரே கனவுத் தொல்லை. இரவு முழுவதுமே துண்டு துண்டாக ஒரே மாதிரியான கனவு தொடர்ந்து வந்தபடி இருந்து இம்சித்துக்கொண்டிருந்தது. முழித்துக்கொண்டால் இந்த இம்சையிலிருந்து விடுபட்டு விட முடியும் என்பதும் கனவின் இடையிடையே தோன்றிக்கொண்டுதான் இருந்தது. அப்படித் தோன்றியது கனவின் பகுதியா, அரைகுறை விழிப்பின் ஆசுவாசமா என்பதும் அவளுக்குச் சரியாகப் புலப்படவில்லை. கனவுக்கும் நனவுக்கும் நடுவே அவள் அல்லாடிக் கொண்டிருப்பதாகத் தோன்றியது.

அந்தக் கனவில் அவள் எங்கோ பயணம் செய்து கொண்டிருக்கிறாள். அந்தப் பயணத்தில் அவள் தன்னுடைய உடமைகளை ஒவ்வொன்றாகத் தொலைத்துக்கொண்டே போகிறாள். தொலைத்ததை மீட்டால்தான் அவளால் பயணத்தைத் தொடர முடியும் என்ற நிலையில் அதை மீட்பதற்கான முயற்சியில் ஈடுபடும்போது வேறொன்றைத் தொலைக்கிறாள். அவள் எல்லாவற்றையும் இழந்து பரிதாபகரமான நிலையில் விக்கித்து நிற்கும்போது முழுவதுமாக விழித்துக்கொள்கிறாள். இதுதான் அந்தக் கனவின் சாராம்சம். கனவுக் காட்சிகள் சில துணுக்குகளாக அவளுடைய நினைவுக்கு வந்தன.

அவள் ஒரு ரயில் பயணத்தில் இருக்கிறாள். கூட்டம் முண்டியடித்துக் கொண்டிருக்கிறது. அவளுடைய இருக்கை தன்னுடையது என்று ஒருவர் சண்டை இடுகிறார். அவள் முன்பதிவு செய்யப்பட்ட பெட்டியில் தன் இருக்கையில்தான் இருந்து கொண்டிருக்கிறாளா என்பதை சரி பார்க்க தன் கைப்பையில்

வைத்திருந்த டிக்கெட்டைத் தேடுகிறாள். எவ்வளவு தேடியும் டிக்கெட் கிடைக்கவில்லை. அவளுக்குப் பெருத்த அவமானமாக இருக்கிறது. வேறு வழியின்றி எழுந்துகொள்கிறாள். அடுத்து என்ன செய்வதென்று தெரியாமல் திகைத்திருக்கிறாள். பயணச் சீட்டு இன்றி பயணம் செய்துகொண்டிருப்பது அவளை நிம்மதி இழக்கச் செய்கிறது. பரிசோதகர் வரும்போது எப்படி சாமாளிப்பது என்ற கவலையோடும் இந்த இரவு முழுவதும் எப்படி நின்றுகொண்டு செல்வது என்ற வேதனையோடும் கலங்கி இருக்கிறாள்...

ஒரு சிறு நகரத்தின் ரயில் நிலைய நடைமேடையில் அவள் நின்று கொண்டிருக்கும்போது அவளுடைய உடமைகள் அடங்கிய பை மட்டுமல்ல, அவளுடைய கைப்பையும் அவளிடம் இல்லை. அவள் கிளம்பியபோது அணிந்திருந்த அழகிய சுடிதார் உடையிலும் அவள் இப்போது இல்லை. ஒரு பழைய சேலையில் இருக்கிறாள். அவள் எதற்காக இந்த ஊருக்கு வந்திருக்கிறாள் என்றும் தெரியாமல் மலங்க மலங்க விழித்துக்கொண்டு நிற்கிறாள்...

அவள் இதுவரை அறிந்திராத ஊர்போலவும் தெரிந்த ஊர்தான் என்பதுபோலவும் இருக்கும் ஒரு ஊரில் அவள் நடந்துகொண்டிருக்கிறாள். வெயிலின் உக்கிரம் தாள முடியாதபடி இருக்கிறது. கால்கள் சூட்டில் பொசுங்குகின்றன. அவள் செருப்பை எங்கோ தவற விட்டுவிட்டாள். அவள் கடைசியாகச் சென்ற இடத்தில்தான் அதை விட்டிருக்க வேண்டும் என அறிந்து அந்த இடம் நோக்கிச் செல்ல முற்படுகிறாள். அந்த இடத்துக்குத் திரும்பிப் போக வழி தெரியாமல் தடுமாறுகிறாள். ஏதோ ஒரு உத்தேசத்தில் அவள் ஒரு வழியில் சென்றுகொண்டிருக்கிறாள். அவள் செருப்புகளின்றி நைந்துபோன ஒரு பழைய சேலையில் வருவதை, இறந்துபோன அப்பாவும் அம்மாவும் ஒரு வீட்டு வாசலில் நின்றபடி கலங்கிய கண்களுடன் பார்த்துக்கொண்டிருப்பதை அவள் கவனித்து விடுகிறாள். விக்கித்து நிற்கிறாள். வியர்த்து விறுவிறுத்து அவள் மயங்கிச் சரிகிறாள்...

கனவிலிருந்து விழித்தெழுந்து உட்கார்ந்திருந்தபோது, அந்த மூன்று நட்சத்திர ஹோட்டலின் விசாலமான குளிர்சாதன அறையிலும் அவளுக்கு லேசாக வியர்த்திருந்தது. மனதுக்குப் பிடித்தமான ஒரு நல்ல வேலையில், சௌகரியமாக வாழ்ந்துகொண்டிருக்கும் தனக்கு ஏன் இப்படியான அவலக் கனவு அடிக்கடி வருகிறது என்று விசனப்பட்டுக் கொண்டாள்.

இந்த தில்லி பயணத்தில் அதிகமும் அவள் தனியாகத்தான் இருந்தாள். சென்னையிலிருந்து உடன் வந்த அவளுடைய இயக்குனர் ஜானகி, தில்லி இறங்கியதுமே நொய்டாவில் வசிக்கும் தன் மகள் வீட்டுக்குச் சென்றுவிட்டார். அங்கிருந்துதான் நிதி பரிசீலனைக் கூட்டத்துக்கு வந்து சென்றார். அதனால் ஹோட்டலின் விசாலமான அறையில் அனிதா மட்டும்தான் தனித்திருந்தாள். அவள் மனம் தனிமையில் கிருஷ்ணனைச் சுற்றியே அலைந்துகொண்டிருந்தது.

இனி தன் வாழ்வில் ஒரு ஆணுக்கு இடமில்லை என்பதில் கடந்த சில வருஷங்களாக அவள் உறுதியாக இருந்தாள். திருச்சி கல்லூரிக் காலத்தில் 20ஆவது வயதில் அவளுடைய முதல் காதல் அரும்பியது. அவள் வசித்த தெருவில் இருந்த கதிர் என்ற பையனோடுதான் நேசம் உருவானது. பள்ளிக்கூடத் தலைமையாசிரியராக இருந்த அவளுடைய அப்பாவின் மாணவன்தான் அவன். அவ்வப்போது வீட்டுக்கு வந்து அப்பாவுடன் பேசிக்கொண்டிருப்பவன். அப்போது அவன் கல்லூரிப் படிப்பை முடித்திருந்தான். நிறைய வாசிப்பவனாகவும் லட்சிய வேட்கை கொண்டவனாகவும் தெரிந்தான். அவன்மீது அனிதா பெரும் ஈர்ப்பு கொண்டிருந்தாள். கல்லூரி நேரம் முடியும் தருணத்தில் அவளுக்காக சைக்கிளில் வந்து காத்திருப்பான். அதன் பிறகு இருவரும் ஓரிரு மணி நேரம் பேசிப் பேசி தங்கள் காதலை வளர்த்தார்கள். அனிதா முதுநிலைப் படிப்புக்காக தில்லி நேரு பல்கலைக்கழகத்துக்குச் சென்றாள். அவள் முதலில் அவனைப் பிரிந்து செல்ல வெகுவாகத் தயங்கினாள். ஆனால் அவன்தான், உன் மேல்படிப்புக்கு இந்தக் காதல் குந்தகமாக இருக்கக் கூடாது. நம்முடைய காதல் நம் கனவுகளுக்கு உத்வேகமாக இருக்க வேண்டுமே தவிர ஊறு செய்வதாக இருக்கக் கூடாது என்று உறுதியாகச் சொன்னான். அவன் வாரத்தில் ஒருநாள் அவள் தங்கியிருந்த விடுதியின் தொலைபேசிக்கு அழைத்துப் பேசுவான். அடுத்து, என்று எப்போது கூப்பிடுவான் என்பதைச் சொல்லித்தான் பேச்சை முடிப்பான். முத்தங்களோடும்தான். அதேபோல் தவறாமல் கூப்பிடுவான். அந்த நேரத்தில் அவள் தொலைபேசி அருகே பரபரப்போடு காத்திருப்பாள். இணைப்பு கிடைப்பதில் உள்ள பிரச்சனை அல்லது விடுதியில் வேறு யாராவது பேசிக்கொண்டிருப்பது போன்ற காரணங்களால் கொஞ்சம் தாமதமாகுமே தவிர, அவனால் ஒருபோதும் சிறு தாமதமும் ஏற்பட்டதில்லை. கடைசியாக, அவன் கூப்பிடத் தவறியபோதுதான்

அது முதல் முறையாக அமைந்தது. அதற்கடுத்த ஒவ்வொரு நாளும் அவனுடைய தொலைபேசிக்காக அவள் பரிதவித்திருந்தாள். வராந்தாவில் தொலைபேசி ஒலித்தபோதெல்லாம் ஓடிப்போய், அது அவளுக்கில்லை என அறிந்து ஏமாந்துகொண்டிருந்தாள். நான்கைந்து நாட்களுக்குப் பிறகு, கவலை அவளை வெகுவாகப் பீடிக்கத் தொடங்கியது. என்ன, ஏது என யோசனைகள் கரையான் புற்றென வளர்ந்து அவளை அரிக்கத் தொடங்கின. அவள் பரிதவித்துப்போனாள். யாரைத் தொடர்பு கொண்டு எப்படி அறிந்து கொள்வதென்றும் தெரியவில்லை. வரவிருக்கும் விடுமுறையில் ஊருக்குச் சென்று அறிவதுதான் ஒரே வழி.

விடுமுறையில் ஊருக்குச் சென்றபோது, அவனைப் பல நாட்களாகக் காணவில்லை என்பது மட்டுமல்ல; அவன் எங்கு சென்றான் என்பதும் யாருக்கும் தெரியவில்லை. ஈழ இயக்கமொன்றில் சேர்ந்து போரிடச் சென்றுவிட்டான் என்றார்கள். நக்சல் இயக்கத்தில் சேர்ந்துவிட்டதாகவும், கொஞ்சம் நாள் போலீஸ் அவனுடைய வீட்டுக்கு அவனைத் தேடி வந்ததாகவும் சொன்னார்கள். அப்பாவிடம்கூட விசாரித்திருக்கிறார்கள். அவனுடைய லட்சிய ஆவேசம் அவனைத் தவறான பாதையில் இழுத்துச் சென்றுவிட்டதாக அப்பா கவலைப்பட்டார். அவள் நொறுங்கிப்போனாள். அவன் வருவான் என்ற நம்பிக்கையை மட்டுமே துணையாகக் கொண்டு, தன் வாழ்வின் ஒளியை இழந்த துக்கத்தோடு தில்லி திரும்பி படிப்பைத் தொடர்ந்தாள்.

படிப்பை முடித்து அங்கேயே ஆய்வு மாணவியாகச் சேர்ந்து ஐந்தாண்டுகள் முனைப்போடு ஆய்வினை மேற்கொண்டு ஆய்வுப் பட்டமும் பெற்றாள். கதிர் பற்றி எதுவுமே தெரியவில்லை. கல்யாணத்துக்குப் பெற்றோர்கள் வற்புறுத்தியபோதெல்லாம் அதை நிர்தாட்சண்யமாக மறுத்தாள். பெற்றோரும் ஒருவரை அடுத்து ஒருவரென இறந்துபோனார்கள். ஊரையும் உறவையும் இழந்து தன் வாழ்வை ஒரு அர்ப்பணிப்பு மனோபாவத்துடன் தொடர்ந்தாள்.

ஆய்வுப் பணி முடித்து தில்லியிலேயே, ஏழைக் குழந்தைகளுக்குக் கல்வியும் சுகாதாரமும் அளிப்பதை நோக்கமாகக் கொண்ட ஒரு சேவை நிறுவனத்தில் திட்ட நெறியாளராகப் பணிப் பொறுப்பினை ஏற்றாள். அங்குதான், அவளுடைய 32ஆவது வயதில் ஒரு புதிய காதல் முகிழ்த்தது. இருவரும் சேர்ந்து வாழ்ந்தார்கள்.

மிக மோசமான முறையில், மிகுந்த மன வேதனையுடன் அது முறிந்துபோனது. அதன் பிறகு, ஆண் உறவும் மனோபாவமும் குறித்த பல கேள்விகள் அவளை அலைக்கழித்தன. உடல் ரீதியாக ஒன்றுபட்ட பின்னர், மெல்ல மெல்ல ஆணிடம் உயிர்த்தெழும் ஆக்கிரமிப்பு மனோபாவமும் அதிகாரமும் அவை உருவாக்கும் வன்முறையும் அவள் மனதை சின்னா பின்னமாக்கின. காதல் மறைந்து, காமத்துக்கான இணைவாக மட்டுமே உறவு மாறியது. சண்டைகளும் காமத் தணிப்புக்காக மேற்கொள்ளப்பட்ட சமாதானங்களும் என்றானது உறவு. அவ்வுறவிலிருந்து கடும் மனப் போராட்டத்துக்கும் அல்லாடல்களுக்கும் பின்னர், தன் சுய கௌரவத்தை மீட்டுக்கொள்வதற்கான ஒரே வழியாக அதிலிருந்து வெளியேறினாள். நாகரிகமாகப் பிரிந்து செல்வதே நல்ல வழி என்று அவள் அவனைப் பிரிந்து ஒரு பெண்கள் விடுதியில் சேர்ந்தாள். அப்படி அவள் சென்றுவிட்ட பின்னரும் அவளை விடாது பின் தொடர்ந்து இம்சித்துக்கொண்டிருந்தான் அவன். சமயங்களில் அழுது மன்றாடினான்; சமயங்களில் ஆவேசமாகக் கத்தி ஆர்ப்பாட்டம் செய்தான். ஆண் மனம் குறித்து அருவருப்படைந்தாள் அனிதா. அவனும் நாளடைவில் கொஞ்சம் கொஞ்சமாக ஒதுங்கினான்.

அதன் பின்னர்தான், தமிழ்நாட்டில் தமிழ்க் குழந்தைகளுக்காகப் பணியாற்ற விழைந்திருந்த அவளுடைய நெடுநாள் ஆசையின் உந்துதலில் இப்போது அவள் பணியாற்றும் இந்த அமைப்பில் சேர்ந்தாள். இந்த அமைப்பில் பணியாற்றுவது அவளுக்குப் பிடித்திருந்தது. அதன் செயல்பாடுகளில் இருந்த வெளிப்படைத் தன்மையும் அர்ப்பணிப்பு மனோபாவமும் அவளுக்கு இணக்கமான பணிச் சூழலை அமைத்துக் கொடுத்திருந்தன. பத்தாண்டு கால சென்னை வாழ்க்கையில் பழகுவதற்கும் உரையாடுவதற்குமான இணக்கமான நல்ல நண்பர்கள் அமைந்தார்கள். அதில் ஓரிரு நட்புகள் காதலை நோக்கி உறவை நகர்த்த முற்பட்டபோது அவர்களிடமிருந்து ஒதுங்கினாள். அவளிடமும் சில தடுமாற்றங்கள் எழாமலில்லை. அப்போதெல்லாம் கடும் முயற்சிகள் எடுத்து அவற்றிலிருந்து விடுபட்டிருக்கிறாள். ஆனால், அவை எல்லாவற்றையும் மீறி, நான்காண்டுகளுக்கு முன்பு, அவளை விட இரண்டு வயது இளையவனான சுதாகர் மீது காதலும் காமமும் ஓர் அசுரப் புயலென அவளுள் கிளர்ந்து அவளை சுழற்றியடித்தது. அவனும் அவளிடம் தன் வசமிழந்து தவிப்பதை அவளால் உணர முடிந்தது.

அவன் இவர்களுடைய ஒரு செயல் திட்டத்தில் தன்னார்வலனாகச் செயல்பட்டான். 36 வயதாகியும் மணம் முடித்துக்கொள்ளாதவன். குடும்ப வாழ்க்கையில் எவ்வித நம்பிக்கையும் நாட்டமும் இல்லாதவனாகத் தன்னைக் கருதிக்கொண்டும் அப்படியாகத் தன்னை வெளிப்படுத்திக் கொண்டுமிருந்த அவன் அனிதாவிடம் மண்டியிட்டான். இருவரும் இணைந்து வாழ்ந்தார்கள். ஆனால், ஒரு வருஷம்கூட அந்த உறவு நிலைக்கவில்லை. குடும்ப பந்தத்துக்குள் அவனால் பாந்தமாக இருக்க முடியவில்லை. அவன் கொஞ்சம் கொஞ்சமாக அவளிடமிருந்து விலகிச் சென்றுகொண்டிருந்தான். வீட்டுக்கு வருவதை மெல்ல மெல்லக் குறைத்து, பின்னர் வருவதையே நிறுத்தினான். அவளைப் பற்றி எண்ணற்ற புகார்களை அவன் பலரிடமும் சொல்லியிருப்பதை அவள் பின்னர்தான் அறிந்தாள். அவளுக்கு ஏகப்பட்ட ஆண் நண்பர்கள் இருப்பதாக அவன் சொல்லித் திரிந்திருக்கிறான் என்பதுதான் அவளால் தாள முடியாமல் இருந்தது. ஒரு கட்டத்தில் அவளுடனான உறவிலிருந்து முற்றிலுமாக விலகிச் சென்றான். அவன் வெளி மாநிலத்துக்கு வேலைக்குச் சென்றுவிட்டதாகச் சொன்னார்கள். அது ஒருவகையில் அவளுக்கு நிம்மதியையும் நிதானத்தையும் தந்தது. இனி ஒரு உறவு வேண்டாம் என்ற தீர்மானத்தோடு ஒரு தற்காப்பு அரணைத் தன்னைச் சுற்றி எழுப்பினாள்.

அந்த அரண் இப்போது தகர்ந்துகொண்டிருந்தது. ஒவ்வொரு முறிவுக்குப் பின்னும் வலியும் வேதனையும் ஆளைக் குலைத்துப் போட்டாலும் புதிய உறவை நோக்கி எது மீண்டும் மீண்டும் இப்படி உந்தித் தள்ளுகிறது. இது மடத்தனம் இல்லையா? மடத்தனம்தான். ஆனாலும் மடத்தனத்தின் பித்து தலைக்கேறிவிட்டிருப்பதாக உணர்ந்தாள். நண்பர்களின் சந்திப்பு ஒன்றில் அவள் அன்னா கரீனினா பற்றியும் அவளுடைய தற்கொலை பற்றியும் கவலைப்பட்டபோது, கிருஷ்ணன் சொன்ன ஒரு விஷயம் இப்போது அவளுடைய ஞாபகத்துக்கு வந்தது. “அன்னா கரீனினா, லேடி சாட்டர்லி, மேடம் பவாரி இவர்கள் எல்லோரிடமுமே ஒரு மடத்தனத்தின் அழகியல் செயல்படுது அனிதா. ஃபிளாபெர்ட்டின் மேடம் பவாரி பற்றிப் பேசும்போது மிலன் குந்தேரா என்ன சொல்கிறார் என்றால், தன் அறிவியல் கண்டுபிடிப்புகளுக்காகப் பெருமைப்பட்டுக்கொள்ளும் 19ஆம் நூற்றாண்டின் மிகச் சிறந்த கண்டுபிடிப்பே, மனித இருப்பின் விலக்க முடியாத ஒரு பரிமாணமாக மடத்தனம் இருப்பதைத் தன்

நாவல்களின் மூலம் ஃபிளாபெர்ட் கண்டடைந்ததுதான் என்கிறார். கூடவே, ஃபிளாபெர்ட்டின் இந்தக் கண்டுபிடிப்பு, மார்க்ஸ், ஃபிராய்டு ஆகியோரின் திடுக்குற வைக்கும் கருத்துகளை விடவும் எதிர்கால உலகுக்கு முக்கியமானது என்கிறார். நம்மிடமும் ஜானகிராமனின் சில பெண்களிடம் இந்த மடத்தனத்தின் அழகியல் வெளிப்பட்டிருக்கிறது. மனித மனதின் விசித்திரங்களும் விலக்க முடியாத இயல்புகளும் அவற்றின் குரல்களும் அக்குரல்களுக்கு செவி சாய்க்கும் செயல்பாடுகளும் தவிர்க்க முடியாதவை. அவற்றை நாம் ஏற்கும்போது, மனித மனங்களிலும் சரி, சமூக வாழ்விலும் சரி காலகதியில் சில அற்புத மாற்றங்கள் கூடிவரும். இது போன்ற மாற்றங்களைத்தான் மனித மனங்களிலும் அதன் வழியாக சமூகத்திலும் கலை இலக்கியங்கள் உருவாக்குகின்றன..." என்று கிருஷ்ணன் அன்று பேசிக்கொண்டே போனார். அவள் ஆங்கிலத்தில் நிறைய வாசிப்பவள்தான். அவை பெரும்பாலும் தத்துவம், கல்வி சம்பந்தப்பட்டவை. புனைவுகளின் பக்கமும் நவீன கலைகளின் பக்கமும் அவளுடைய கவனம் இப்போதுதான் திரும்பியிருக்கிறது. அதற்குப் பிரதான காரணமே கிருஷ்ணனின் நட்புதான். அதனாலும் கிருஷ்ணனின் மீது அவளுக்குப் பெரிய மதிப்பும் அபிமானமும் இருந்தது. அன்று அவன் பேசிய பேச்சில் மடத்தனத்தின் அழகியல் என்ற பதம் அவளை வெகுவாக ஈர்த்துவிட்டிருந்தது. ஒருவேளை அந்த வார்த்தையில் அவள் தன்னைக் கண்டுகொண்டிருக்கலாம். அந்த மடத்தனத்தின் அழகியல்தான் இன்று அவளை இழுத்துச் சென்றுகொண்டிருப்பதாக நினைத்துக்கொண்டாள்.

ஒரு ஆரோக்கியமான பெண்மணியாக, அவளுக்கு உடல் தேவைகள் இருந்தன. காமச் சுரப்பிகள் தூர்ந்துபோய்விட்டதான பாவனையில் அவள் இயங்கிக்கொண்டிருந்தாலும் உடல் அதன் வேட்கையில் அவ்வப்போது கொந்தளிக்கத் தவறுவதில்லை. சுய இன்பத்தில் களித்துக் களைத்து அயரும் தருணங்களிலெல்லாம் ஒரு அருவருப்பு தவிர்க்க முடியாமல் உடலெங்கும் படர்ந்து விட்டிருப்பதாக நினைத்து மருகுவாள். இப்படியாக நினைத்து மருகுவது அபத்தமானது என்று புத்தி சொன்னாலும் மனம் அதன் சகதியிலிருந்து விடுபட மறுத்தது. காதல், குடும்பம், இணை என்ற பூச்சுகளில்லாமல் காமத் தணிப்புக்காக மட்டும் ஏதேனும் ஒரு உறவை அமைத்துக்கொள்ள முடியாதா என்று கூட அவள் யோசித்திருக்கிறாள். ஆனால் அவளால் காதலின் கதகதப்பின்றி

ஒருவனோடு உடல்ரீதியாக உறவு கொள்வது சாத்தியமில்லை போல. ஒரு பெரிய புத்திசாலியாகத் தன்னை வெளியில் காட்டிக்கொள்வது கூட ஒரு பாவனையோ என்று நினைத்தாள். ஒரு வலுவான மடத்தனம் தன்னை ஆக்கிரமித்திருப்பதாக எண்ணிக்கொண்டாள்.

இப்போது, இரண்டு குழந்தைகளுக்குத் தகப்பனான பிறகு, குடும்பத்திலிருந்து வெளியேறி தன்னிச்சையாக வாழும் ஒருவரிடம் மனம் சஞ்சலம் கொள்ளத் தொடங்கியிருக்கிறது. அவருடைய மனைவி நல்ல வேலையிலும் சம்பாத்தியத்திலும் இருப்பதால் குடும்பத்தை அவர் பார்த்துக்கொள்வதில் சிக்கலில்லை என்றாலும் இப்படியாகப் பொறுப்பற்று அலையும் ஒருவரிடம் அவள் மனம் எதை நாடுகிறது. ஒரு நல்ல நண்பராக அவருக்கு உதவலாம். ஆறுதலாக இருக்கலாம். பெரிய புத்திசாலி. அதற்காக இணைந்து வாழ முடியுமா என்ன... அவளை ஆக்கிரமித்திருக்கும் மடத்தனத்தின் கைங்கரியம்தான் இது. முதலில் இதையும் ஒரு தடுமாற்றம் என்றுதான் நினைத்தாள். கடந்துவிட முடியும் என்றுதான் நம்பினாள். ஆனால் அப்படியில்லை என்பதை மனதில் சதா சுழித்தோடிக்கொண்டிருந்த தவிப்பு உணர்த்திக்கொண்டே இருந்தது. கிருஷ்ணனுக்கும் தன்மீது காதலும் விருப்பமும் இருப்பதை அவளால் நன்றாகவே உணர முடிந்தது. அதை வெளிப்படுத்துவதில் அவனுக்கிருந்த தயக்கத்தையும் அவளால் புரிந்துகொள்ள முடிந்தது. அன்பும் மதிப்பும் கொண்ட நல்ல நட்பைக் குலைத்துக்கொள்ளக் கூடாது என்பதில் அவர்கள் இருவருமே கவனமாக இருப்பதான பாவனையில் இருந்தார்கள்.

பாவனைகள் உதிர்ந்துகொண்டிருப்பதையும் மனதின் வேட்கை மேலெழுந்து கொண்டிருப்பதையும் கிருஷ்ணன் உடல்நலக் குறைக்கு ஓய்வெடுப்பதற்காகக் கடந்த திங்கள்கிழமை வீட்டுக்கு வந்த நாளிலிருந்து அனிதா உணர்ந்துகொண்டே இருந்தாள். அச்சமயத்தில் இருந்த பணிச் சுமையில் மனதை ஒருமுகப்படுத்தித் தப்பிக்க முயற்சித்தபடி இருந்தாள். அதேசமயம், அவன் அவளுடைய வீட்டைத் தேர்ந்தெடுத்தது, அவனுடைய மனதின் விருப்பமாகத்தான் இருந்திருக்க வேண்டும் என்பதும் தெரிந்தது. அதில் அவளுக்கு ஒரு சந்தோஷமும் இருந்தது. இந்தக் காதலில் ஒரு பக்குவம் இருப்பதாகவும் இது நீடித்து நிலைத்திருக்கும் என்றும் ஒரு சமாதானமாக நம்பினாள்.

எவ்வளவு சீக்கிரம் முடியுமோ அவ்வளவு சீக்கிரமாகக் கிருஷ்ணனைச் சென்று பார்த்துவிட மனம் ஏங்கித் தவித்தது. அதைப் போல, எவ்வளவு சீக்கிரம் முடியுமோ அவ்வளவு சீக்கிரத்தில் தன் விருப்பத்தை அவனிடம் தெரிவித்துவிட வேண்டும் என்றும் திட சங்கல்பம் கொண்டாள். ஒருமுறை காயப்பட்டவன் என்பதால் அவன் தன் தயக்கத்தை உதறித் தன்னை வெளிப்படுத்த வேண்டும் என எதிர்பார்க்க முடியாது. தன் காதலைத் தானே முன்வந்து, எவ்வித பாசாங்குமின்றி அவனிடம் சொல்லிவிட வேண்டும். இனியும் காலம் தாழ்த்தக் கூடாது என்று தீர்க்கமாக முடிவெடுத்தாள்.

அதேசமயம், அவன் இந்த பந்தத்துக்கு உடன்படுவானா என்ற சந்தேகமும், மகிழ்ச்சியோடு உடன்படுவான் என்ற உறுதியும் அவளுக்கு ஒருசேர இருந்தன. எது எப்படியென்றாலும் தன் விருப்பத்தை வெளிப்படுத்திவிடுவது என மீண்டும் மீண்டும் மனதுக்குள் தீர்மானம் செய்துகொண்டாள். ஒருவேளை அவன் முதலில் கொஞ்சம் தயங்கினாலும் நிச்சயம் இந்த பந்தத்துக்கு இணங்குவான் என்பதில் அவளுக்குக் கொஞ்சமும் சந்தேகமில்லை. அவள் மீது அவன் கொண்டிருந்த ஆழ்ந்த காதலை அவள் நன்கறிந்திருந்தாள்.

19

எட்டாவது நாள் மாலை

மாலை ஐந்து மணியளவில் அனிதா மருத்துவமனைக்கு வந்து சேர்ந்தபோது, கிருஷ்ணன் அசந்து தூங்கிக்கொண்டிருந்தான். சஃபியும் அருகில் இல்லை. டீ, சிகரெட்டுக்காக அவர் வெளியில் சென்றிருந்தார். எப்போதும் நண்பர்கள் சகிதம் கலகலப்பாக இருக்கும் கிருஷ்ணன் மருத்துவமனைக் கட்டிலில் இப்படி தன்னந் தனியாகப் படுத்துக் கிடந்ததைப் பார்த்தபோது, அனிதாவுக்குப் பெரும் சங்கடமாக இருந்தது.

பக்கத்துப் படுக்கை நோயாளியின் தலைமாட்டில் ஒரு ஸ்டூலில் அமர்ந்திருந்தபடி, ஒரு வார இதழை வாசித்துக்கொண்டிருந்த காமாக்ஷி அம்மாவிடம், “இவரப் பாத்துக்கிறவங்க யாரும் இல்லியா” என்று அனிதா கேட்டாள்.

“அவரப் பாத்துக்கிறதுக்குதான் எப்பவும் ஜேஜேனு ஆளுக இருந்துட்டிருக்காளே... அவா இருக்கிறது எனக்கும் கொஞ்சம் ஒத்தாசையா இருக்கு... அவரு தூங்கிட்டிருக்கிறதால இங்க பக்கத்துல எங்கயாச்சும் போயிருப்பா...” என்றார். மேலும், “இங்க இருக்கிற போலீஸ் பூத்ல இருந்தும் போலீஸ்காராங்க அப்பப்ப வந்து பாத்துட்டு, எப்படியிருக்கார்னு விசாரிச்சுட்டுப் போறா...” என்றார்.

அனிதா புன்னகைத்துக்கொண்டாள். சில வருஷங்களுக்கு முன்பு, காவல்துறை பெண் உயர் அதிகாரி ஒருவருடன் கிருஷ்ணன் நெருக்கமான நட்பு கொண்டிருந்தான் என்பது அனிதா அறிந்திருந்த ஒன்றுதான்.

கிருஷ்ணன் விழித்துக்கொண்டபோது, அனிதா அவனுக்குத் தலைமாட்டில் நாற்காலியில் அமர்ந்திருந்தாள். கிருஷ்ணன் எழுந்து அமர்ந்துகொண்டு புன்னகைத்தான்.

“மீட்டிங் நல்லபடியா முடிஞ்சதா...” என்று கேட்டபடியே, “இருங்க முகம் கழுவிட்டு வந்துடறேன்” என்று எழுந்தான்.

“ம்... அதெல்லாம் ஒரு குறையுமில்லாம முடிஞ்சது... இன்னைக்கு எட்டாவது நாளில்ல... டாக்டர்ஸ் என்ன சொல்றாங்க...” என்றபடியே அனிதாவும் அவனுடைய கையை எடுத்துத் தன் தோளின் மீது வைத்துக்கொண்டபடியே உடன் சென்றாள்.

“இன்னும் ஏதும் முடிவாச் சொல்லலை...”

“உங்களுக்கு எப்படி இருக்கு... என்ன தோணுது...”

“அப்படியேதான் இருக்கிற மாதிரியும் இருக்கு... நடையில இருந்த கோணல் கொஞ்சம் குறைஞ்சிருக்கிற மாதிரியும் தோணுது... ஆனா ஒரு தன்னம்பிக்கை வந்திருக்கு... அவங்க எச்சரிச்ச ஆபத்திலிருந்து தப்பிச்சிட்டதாத்தான் தோணுது. இப்ப கூட இருபத்திரண்டு வரைக்கும் சுலபமா சொல்ல முடியுது... நோய்த் தாக்குதல் காலம்னு அவங்க சொன்ன ஏழு நாளும் முடிஞ்சிருச்சு... பாக்கலாம்...”

“இனிமே பிரச்சனை வராதுன்னு நிச்சயமா தெரிஞ்சுட்டா வீட்டுக்குப் போயிடலாம்ல...”

அவன் சரி என்பது போலத் தலையாட்டினான்.

அவர்கள் திரும்பி வந்து, அவன் கட்டிலிலும் அனிதா நாற்காலியிலுமாக உட்கார்ந்துகொண்டார்கள். அவனுடைய வலது கையை எடுத்துத் தன்னுடைய கைகளுக்குள் பொத்திக்கொண்டாள் அனிதா. “வீட்டுக்குப் போயிட்டா, நல்ல பிஸியோதெரபிஸ்டைப் பாத்து பயிற்சியத் தொடங்கிடலாம்... அண்ணா நகர் ஜங்ஷன்ல ஒரு நல்ல பிஸியோதெரபி கிளினிக் இருக்குனு சொன்னாங்க...” என்றாள் அனிதா.

கிருஷ்ணன் அமைதியாகவும் புன்முறுவலோடும் கேட்டுக் கொண்டிருந்தான். அவனுடைய வலது கை விரல்கள், உதறல்களின்றி அனிதாவுடைய கைகளுக்குள் அடங்கியிருந்தன.

“நாளைக்குக் காலைல டாக்டர் விசிட் வரும்போது, கேட்டுப் பாப்போம். எவ்வளவு சீக்கிரம் முடியுமோ அவ்வளவு சீக்கிரம் வீட்டுக்குப் போயிடுவோம்...” என்று அனிதா சொன்னபோது, ஒரு கணம் அவளுடைய கண்களை உற்றுப் பார்த்தான். அவளுடைய

கண்களில் மன மலர்ச்சியில் பிரகாசிக்கும் ஓர் அசாதாரண ஒளி, சுடர் கொண்டிருந்தது. அந்தச் சுடரில் அவனுடைய சகல தீர்மானங்களும் பொசுங்கிக்கொண்டிருந்தன.

அன்று இரவும் அனிதாதான் தங்கினாள். பாபு வந்ததும், "நீங்க வீட்ல போய் இனியாச்சும் நல்லா தூங்குங்க பாபு. நீங்க ரொம்ப கவனமா பாத்துக்கிட்டதா கிருஷ்ணன் சொன்னாரு... தேங்க்ஸ் பாபு" என்றாள். பாபு சிரித்துக்கொண்டார்.

சஃபி, அனிதாவை ஒரு கேள்வியோடு பார்த்தார். "நீங்க காலைல வந்து நான் வீட்டுக்குப் போயிட்டு வர்ற வரைக்கும் இருங்க... இஷ்டப்பட்டா பகல் முழுக்க கூட இருங்க..." என்று மென் சிரிப்புடன் சொன்னாள். சஃபி புன்முறுவலோடு தலையசைத்தார்.

சஃபியும் பாபுவும் கிளம்பிப் போனார்கள். அனிதா வந்து சேர்ந்ததுமே கிருஷ்ணனைப் பராமரிக்கும் எல்லாப் பொறுப்புகளும் அவள் கைகளுக்குத் தன்னியல்பாகச் சென்றுவிட்டன.

20
ஒன்பதாவது நாள்

தீபாவளிக்குப் பின் மருத்துவமனை மீண்டும் முழு மூச்சோடும் அதன் பிரத்தியேக வாசனையோடும் இயங்கத் தொடங்கியிருந்தது. மேலும், அன்று அதிகாலையில் அவனுடைய குறி எழுச்சி கொண்டிருந்ததும் மன நிம்மதியைத் தந்தது. உடலுறவோ, சுய இன்பமோ சில நாட்கள் அனுபவித்திருக்காவிட்டால், இந்த அதிகாலை எழுச்சி நிகழ்வது வழக்கம்தான். ஆனால், இன்றைய அந்த எழுச்சி, கால் கை தவிர வேறு உறுப்புகளின் மீது நோய் தன் தாக்குதலை நிகழ்த்தவில்லை என்ற ஆறுதலை அவனுக்குத் தந்தது.

காலை எட்டு மணியளவில், அவன் மருத்துவமனையில் அனுமதிக்கப்பட்ட மறுநாள் காலை அவனை வந்து பார்த்து அவனைத் தாக்கியிருக்கும் நோய் பற்றி அவனுடன் சுமுகமாகப் பேசிய நரம்பியல் மருத்துவர் ஏழெட்டு மாணவர்களுடன் அவனுடைய படுக்கையருகில் வந்தார்.

"குட் மார்னிங் டாக்டர்" என்று தன்னம்பிக்கையோடு சொன்னான் கிருஷ்ணன்.

அவரும் பதிலுக்கு குட் மார்னிங் சொல்லிவிட்டு, அவனை எழுந்து நடக்கச் சொன்னார். சில எட்டுகள் நடந்தான். திரும்பி வரச் சொன்னார். அவன் நடக்கும் விதத்தை மாணவர்கள் பார்த்துக்கொண்டிருந்தார்கள். அவன் திரும்பி வந்து, கட்டிலில் கால்களைத் தொங்கப் போட்டு உட்கார்ந்துகொண்டான். குதிகாலைத் தரையில் ஊன்றி, பாதத்தை உயர்த்தச் சொன்னார். கால்களின் முன்பாதங்கள் கொஞ்சம்கூட உயரவில்லை. தரையிலிருந்து கொஞ்சமும் மேல் எழவில்லை. முதலில் பாதிக்கப்பட்ட இடது காலின் விரல்கள் மட்டும் லேசாக மேலுயர்ந்தன.

அங்கிருந்த மாணவர்களிடம், "இவருக்கு வந்திருப்பது என்ன நோய்" என்று கேட்டார் டாக்டர். ஒரு சில நொடிகள் அமைதி நிலவியது. அதன் பின்னர் ஒரு மாணவி, "பாலி நியூராசிஸ் டாக்டர்" என்றாள்.

"இதுக்கு என்ன ட்ரீட்மெண்ட்" என்று அந்த மாணவியிடம் கேட்டார்.

"இதுக்கு ட்ரீட்மெண்ட் எதுவுமில்லை டாக்டர்" என்றாள் மாணவி.

"ட்ரீட்மெண்ட் எதுவும் இல்லைனா... இவரை எதுக்கு இங்க படுக்க வைச்சுருக்கணும்... அவசியமில்லாம ஒரு படுக்கையை ஏன் வேஸ்ட் பண்ணணும்..." என்று கேட்டார்.

"பேஷண்டை அப்சர்வேசன்ல வச்சுருக்கணும் டாக்டர்... இது உள்ளுறுப்பை பாதிச்சு, மூச்சுத் திணறல் ஏற்பட்டுச்சுன்னா இம்மிடியட்டா வெண்டிலேட்டர் சப்போர்ட் கொடுக்கணும்... அதுக்குத்தான்" என்றாள் மாணவி.

"குட்" என்றார் டாக்டர்.

அவனிடம், "ஒன், டூ, த்ரீ சொல்லிப் பாக்குறீங்களா..." என்று கேட்டார்.

"ஆமா டாக்டர்... அப்பக்கப்ப சொல்லிப் பாத்துக்குவேன்..." என்றான் மெல்லிய புன்முறுவலுடன்.

"எங்க இப்ப சொல்லுங்க பாக்கலாம்..." என்றார்.

கிருஷ்ணன் நிதானமாகச் சொன்னான். இப்போதும் ட்வெண்டி டூ வரை அவனால் சுலபமாகச் சொல்ல முடிந்தது.

"ஓகே" என்றபடி அவனுடைய தோளைத் தட்டிக் கொடுத்தார். நகரத் தொடங்கிய டாக்டரிடம், "இன்னும் எவ்வளவு நாள் இருக்க வேண்டியிருக்கும் டாக்டர்" என்று கேட்டாள் அனிதா.

"இனி ஒரு பயமுமில்லை மேடம்... இப்பவே இறங்கிக்கிட்டுதான் இருக்கு... எதுக்கும் ஒரு ரெண்டு நாள் இருக்கட்டும்..." என்றார் டாக்டர்.

"தேங்க் யூ டாக்டர்" என்று மலர்ச்சியோடு சொன்னாள் அனிதா.

கிருஷ்ணனுக்குப் பக்கத்துப் படுக்கையில் இருந்த ஸ்ரீநிவாசன், அன்று மாலை டிஸ்சார்ஜ் ஆக இருந்தார். அவருடைய மனைவி காமாக்ஷி சொன்னதாக அனிதா, கிருஷ்ணனிடம் வியப்புடன் சொன்ன ஒரு விஷயம் அவனுக்கும் ஆச்சரியம் தந்திருந்தது. நேற்று இரவு கிருஷ்ணன் படுத்த பிறகு, அவர்கள் இருவரும் பேசிக் கொண்டிருந்திருக்கிறார்கள். பட்டுப் போய்விட்டிருந்த ஓர் உறவில், அபூர்வமாய் ஒரு மொட்டு விட்டிருந்ததை அவனும் அப்போதுதான் அறிந்தான். கடந்த இரண்டு, மூன்று நாட்களாகவே அந்த அம்மா தன்னுடைய கணவரைக் கவனித்துக்கொள்வதில் கடமையையும் கடந்து, அன்பும் வாஞ்சையும் வெளிப்படுவதைக் கிருஷ்ணன் கவனித்திருந்தான்.

இருபது நாட்களுக்கு முன்பு, ஒருநாள் காலை இந்து ஆங்கில நாளிதழை முன்னறையில் தன் வழக்கமான இருக்கையில் அமர்ந்து ஸ்ரீநிவாசன் வாசித்துக் கொண்டிருந்தபோது, திடீரென மயங்கிக் கீழே விழுந்திருக்கிறார். காலைக்கான அவரது இரண்டாவது காஃபியை எடுத்துவந்த மனைவி காமாக்ஷி தரையில் விழுந்து கிடந்த கணவரைப் பார்த்துப் பதறிப்போய் அவரை எழுப்ப முயற்சித்திருக்கிறார். முகத்தில் தண்ணீர் தெளித்துப் பார்த்திருக்கிறார். அவர் சுய நினைவிழந்து கிடப்பதை அறிந்ததும் பக்கத்து வீட்டுக்குப் பதறியடித்து ஓடி விஷயத்தை பங்கஜம் மாமியிடம் சொல்லியிருக்கிறார். அவர் தூங்கிக்கொண்டிருந்த மகனை எழுப்பியிருக்கிறார். ஒருவழியாக, எல்லோருமாகச் சேர்ந்து அவரை ஸ்டேன்லிக்குக் கொண்டு வந்து சேர்த்திருக்கிறார்கள். மூளை அறுவை சிகிச்சை முடிந்து, ஒரு வாரம் தீவிர சிகிச்சைப் பிரிவின் கண்காணிப்பில் இருந்த அவர், நினைவு மெல்லத் திரும்பத் தொடங்கி உடல் இயக்கமும் லேசாக மேம்பட்ட நிலைக்குத் திரும்பிய நிலையில், ஆபத்து கட்டத்தைக் கடந்த பிறகு, பொது வார்டுக்கு மாற்றப்பட்டிருக்கிறார்.

மூளை பக்கவாதத்தால் பாதிக்கப்பட்டு, நினைவு மெல்ல எட்டிப் பார்க்கத் தொடங்கியபோது, ஸ்ரீநிவாசனிடம் ஒரு சிலேட்டும் குச்சியும் கொடுத்து அவருக்குத் தோணுவதை எழுதும்படி மருத்துவர் சொல்லியிருக்கிறார். அப்போது அதில் அவர் 'கவிதா' என்று கை நடுக்கத்துடன் எழுதியிருக்கிறார். அவருடைய நினைவிலிருந்து மேலெழுந்து வந்த இந்தக் கவிதா யார் என்று அதைப் பார்த்த

மனைவி காமாக்ஷி திகைத்தும் அதிர்ந்தும் போயிருக்கிறார். குடி, சீட்டு, குதிரைப் பந்தயம் என வாழ்வைப் பெரும்பாலும் சூதில் கழித்து, வியாபாரத்தில் கடும் வீழ்ச்சியடைந்தவர் அவர். அவருடைய நடத்தைகள் மட்டுமின்றி, அவருடைய தீய்ந்துபோன மனதின் நெடியாக அவரிடமிருந்து மூர்க்கமாக வெளிப்பட்ட வசவுகளையும் அடிகளையும் வாங்கி வாங்கி அவர்மீது கசப்பும் வெறுப்பும் மண்டிக் கிடந்த காமாக்ஷிக்கு அவர் வாழ்வில் வேறொரு பெண் இருந்திருக்கிறாள் என்று அறிந்தபோது, ஒரு வெக்கைப் புயலில் மனம் சீற்றம் கொண்டிருந்தது. அவரைச் சீராட்டிக் கவனிப்பதே அவமானம், தன்மானத்துக்குப் பெரும் இழுக்கு. இப்படியே விட்டுவிட்டு எங்காவது ஓடிப் போய்விடலாமா என்றுகூட ஒரு எண்ணம் வந்திருக்கிறது.

வியாபாரம் சீராக நடந்துகொண்டிருந்த வரை, மண வாழ்வின் முதல் பத்தாண்டுகள் அவளைக் கொண்டாடியவர்தான் அவர். வியாபார வீழ்ச்சி, அவருடைய குணத்தையும் சீரழித்திருந்தது. ஆனால், அவர் பெண் பித்து கொண்டவராக ஒருபோதும் இருந்ததில்லை என்றே காமாக்ஷி நினைத்திருந்தார். இப்போது அந்த நம்பிக்கையும் விரிசல் கண்டிருந்தது. மனம் கொந்தளித்திருந்த நிலையிலும் பற்கள் நறநறக்கும் சப்தம் வெளியில் கேட்காதபடி, தன் கடமைகளை வெறுப்புடன் செய்துகொண்டிருந்தார் காமாக்ஷி.

இரண்டு நாட்களுக்கு முன்புதான், நினைவு முழுமையாகத் திரும்பி, கொஞ்சம் கோவையாகப் பேசவும் ஆரம்பித்திருக்கிறார் ஸ்ரீநிவாசன். சில நாட்ள்களாகவே மனதை அரித்துக்கொண்டிருந்த கேள்வியை அவரிடம், தன் ஆத்திரத்தை வெளிக்காட்டிக் கொள்ளாமல் நைச்சியமாக, “யார் அந்தக் கவிதா” என்று கேட்டார் மனைவி.

“ஏன் கேக்கிற” என்றார் அவர்.

“சும்மா, தெரிஞ்சுக்க தாங்க...”

“ஏன் உனக்குத் தெரியாதா... இப்ப என்ன திடீர்னு...”

அவர் சிலேட்டில் எழுதிய விவரத்தை மென்மையாகச் சொன்னார் காமாக்ஷி அம்மாள்.

ஒரு நிமிஷம் அமைதியாக இருந்த அவர், “13 வயசுல திடீர்னு நோய்வாய்ப்பட்டு இறந்துபோன என் ஒரே தங்கச்சி” என்று சொல்லிவிட்டு மீண்டும் அமைதியானார். அந்தச் சமயத்தில் சிறு

வயதில் இறந்து போன தன் ஒரே தங்கையின் நினைவு மெலெழுந்து வந்திருக்கிறதென்பது அவருக்கும் வியப்பாகத்தான் இருந்தது. ஏனோ அவரையும் அறியாமல் கண்கள் கலங்கின.

அவருக்கு ஒரு தங்கை இருந்து, சின்ன வயதிலேயே அவள் இறந்துவிட்டாள் என்ற விஷயம் காமாக்ஷி அறிந்து, பின்பு மறந்து விட்டிருந்த ஒன்றுதான். ஆனால் அவள் பெயர் கவிதா என்பதை அவர் அறிந்திருக்கவே இல்லை என்பது இப்போதுதான் தெரிகிறது. நாற்பது வருஷங்களுக்கு முன்பு, கணவரின் வாழ்வில் நிகழ்ந்த ஒரு துயரமான சம்பவம் அவர் மனதில் எவ்வளவு ஆழமாக உறைந்திருந்திருக்கிறது என்பதை அறிந்தபோது, கணவர்மீது ஒரு அளப்பரிய வாஞ்சை காமாக்ஷி அம்மாவின் மனதில் சுரந்தது. அவர் இப்போது முற்றிலும் புதிய மனிதராகக் காமாக்ஷிக்குத் தெரிந்தார். அதன் பின்பு அவரைப் பராமரிப்பதில் காதலும் கனிவும் வெளிப்பட்டன. அவர் வியாபார ரீதியாகத் தோல்வியடைந்தபோது, அவரை சதா கரித்துக்கொட்டி சண்டையிடாமல் அவருக்கு ஒத்தாசையாக இருந்திருந்தால், அவரை மிக மோசமான சரிவிலிருந்து ஓரளவாவது காப்பாற்றி இருக்க முடியும் என்று இப்போது தோன்றியது. தன் செய்கைகளுக்காகத் தன்னைத் தானே நொந்துகொண்டார். அவர் இந்த பாதிப்பிலிருந்து முற்றிலுமாகக் குணமடைந்த பிறகு, மிச்சமிருக்கும் தன்னுடைய நகைகளை எல்லாம் கொடுத்து, அவர் மீண்டும் நல்ல நிலைக்குத் திரும்ப ஒத்தாசையாக இருக்க வேண்டுமென சங்கல்பம் எடுத்துக்கொண்டார்.

ஸ்ரீநிவாசனுக்கு மனைவியின் இந்தத் திடீர் மன மாற்றமும் கனிவும் பரிவும் புரிந்துகொள்ள முடியாதவையாக இருந்தன. இக்கால கட்டப் பராமரிப்பின் போது, ஆரம்பத்தில், அவருடைய இயலாமையின் சாதகத்தில், தன் நெடுங்கால ஆத்திரங்களையெல்லாம் மனைவி ஏதேதோ வழிகளில் வெளிப்படுத்தியபோது, மூர்க்கமாக முரண்டிய ஸ்ரீநிவாசன், இப்போது மனைவியிடம் வெளிப்பட்ட கரிசனையில் கண் கலங்கிக்கொண்டிருந்தார். அவர் அவ்வப்போது கண் கலங்குவதைப் பார்த்த காமாக்ஷி, மிகவும் நெகிழ்ந்து பரிதவித்துப் போனார். “கலங்காம இருங்கோ... எல்லாம் நான் பாத்துக்கிறேன்” என்று அச்சமயங்களில் தன் முந்தானையால் அவருடைய கண்களைத் துடைத்துவிட்டு ஆறுதல் கூறினார். ஸ்ரீநிவாசனும் இனி மனைவியைக் கண் கலங்காமல் பார்த்துக்கொள்ள வேண்டும் என்று தீர்மானம் செய்துகொண்டார்.

அன்று மாலை ஸ்ரீநிவாசன் டிஸ்சார்ஜ் ஆகிச் சென்ற பிறகு, அனிதா கணவன் மனைவி உறவில் ஏற்பட்டுவிட்டிருந்த புது மலர்ச்சியை மிகுந்த மகிழ்ச்சியோடும் மனித மனதின் புதிரான தன்மைகள் குறித்த வியப்போடும் கிருஷ்ணனிடம் சொல்லிக்கொண்டிருந்தாள்.

"மனித மனம் விசித்திரமானதுதான் அனிதா. பட்டுப் போயிடிச்சுனு நினைச்ச செடிய ஓர் அபூர்வமான துளி தழைக்க வைச்சுடுது... அது புது சௌந்தர்யம் கொள்ளுது... ஆனா, அதுக்காக இனி எல்லாம் புதுசா மணம் வீசப்போகுதுனு நாம நிம்மதி அடைஞ்சுட முடியாது... ஒரு சின்ன அசைவு போதும்... அது உதிந்து விழுந்து சருகாகிடும்..." என்றான் கிருஷ்ணன்.

"பட்டுப்போன செடி மொக்கு விடும்போது அது அழகாத் தானே இருக்கு... அந்த அழகு போதாதா கிருஷ்ணன்... அத சரியாப் பராமரிச்சா அது பூத்துக் குலுங்காதா என்ன..." என்றாள் அனிதா.

"நிச்சயமா அது அழகுதான் அனிதா... ஆனா, அது அந்த ஒரு தருணத்தோட அழகுதான்... நம்பிக்கையை சுத்தமா இழந்து விட்ட நிலைமையில இப்படியான அழகில் நம்பிக்கை வைக்கிறதைத் தவிர வேறென்ன இருக்கு... ஆனா அந்த அழகை நிரந்தரமாக்கிக்கிற சக்தி நம் மனசுக்கு இருக்குதானு தெரியலை அனிதா..." என்றான்.
"நம்ம மனசு ஏகப்பட்ட சிடுக்குகளால் சடைசடையாய் திரிஞ்சு கிடக்கு... அந்த சிடுக்குகளை நீவி சீர் செய்யாத வரை ஆண் பெண் உறவு கஷ்டம்தான் அனிதா..."

"நாம தொடர்ந்து அந்த முயற்சியில இருந்தா... ஒருத்தரை ஒருத்தர் மதிச்சு சந்தோஷமா சேந்து இருக்கணும்னு ஆசைப்பட்டா... ஒருத்தரோட சுதந்திரத்துக்கு ஒருத்தர் மதிப்பு கொடுத்தா... அதுக்காக பிரயாசைப்பட்டா முடியாமலா போயிடும்..."

"முடியலாம்... ஆனா வாழ்க்கை அப்படில்லாம் இருக்க நம்மை விட்டு விடாதுனுதான் தோணுது..."

"மனுசங்க சந்தோஷமா இருக்க கொடுத்து வைக்காதவங்க... ஆசைப்படாதவங்கங்கிற மாதிரி இருக்கு நீங்க சொல்றது..." என்றாள் அனிதா.

"துக்கத்தில திளைச்சுக் கிடக்கிறதுல சந்தோஷமடைய நாம பழகிட்டோம் அனிதா... இது ஒரு நோய்தான். காலம் காலமா நம்மை பீடித்திருக்கும் நோய்... சொறி சிரங்கு மாதிரி... சொறிஞ்சா

சுகமா இருக்குனு சொறிஞ்சுக்கிட்டே இருக்கோம்... ஆனா சொறியச் சொறிய புண் மோசமாகி கிட்டேதான் இருக்கும்... ஆறாது..."

"அது சரி..." என்றார் அனிதா.

"எனக்கு மட்டும் ஏன் இப்படியெல்லாம் நடக்குதுனு கேக்காத ஒருத்தரையாவது பாத்திருக்கோமா... வன்மங்களையும் புகார்களையும் நாம சேகரிச்சு சேகரிச்சு உள்ளுக்குள்ள புதைச்சு வச்சுக்கிட்டே இருக்கோம்... ஒரு மோசமான தருணத்தில நாம் சேகரமாப் புதைச்சு வைச்சிருக்கிற பழைய புகார்களும் வன்மங்களும் ஆத்திரங்களும் மண்டி மண்டியாய் எழுந்து வந்து ஆடித் தீர்த்து, எல்லாத்தையும் குலைச்சுப் போட்டுடுது..."

"எனக்கு நம்பிக்கை இருக்கு கிருஷ்ணன்... காலம் மாறிக்கிட்டு வருது... பெண்களால யாரையும் சாராம வாழ முடியும்கிற நிலைமை உருவாகிட்டிருக்கு... விரும்பினா சேந்து வாழலாம், இல்ல நாகரிகமாப் பிரிஞ்சு போயிடலாம்... இனிமே இப்படித்தான் நடக்கும்னு தோணுது..."

"காலம் மாறிக்கிட்டு வர்றதென்னமோ வாஸ்தவம்தான்... இப்ப பெண்கள் தன்னிச்சையா வாழ முடியும்கிற நிலை உருவாகியிருக்கு. இது ரொம்ப ஆரோக்கியமானதுதான். சந்தேகமே இல்லை. பெண் தன்னிச்சையா, தனிச்சு வாழ முடியாதுங்கிற பாதுகாப்பின்மை உணர்வு காரணமாத்தான் பல சமயங்கள்ல அவ ஆணைப் பொறுத்துக்கிட வேண்டியிருக்கு. பெண் யாரையும் அண்டி இருக்காம வாழ முடியும்கிற சூழல் உருவாகி வர்ற இக்காலகட்டத்தில குடும்ப அமைப்பிலும் சமூக அமைப்பிலும் நிச்சயம் சில மாற்றங்கள் கூடிவரும்... உள்ளேயும் வெளியேயும் இந்த மாற்றங்கள் லயப்படும் போதுதான் உண்மையான மாற்றங்கள் கூடிவரும். மாறி வரும் காலம் நம் மனங்களிலும் சில மாற்றங்களை உருவாக்கும். அதேசமயம், இந்த மாறுதல் காலகட்டத்தில் ஆண் பெண் உறவுகளில் பல சங்கடங்கள் எழுவதும் தவிர்க்க முடியாதவைதான். அதன் விளைவுகளை நாம் ஆரோக்கியமா எதிர்கொள்ற போதுதான் ஆண் பெண் உறவுகள் புதுசா மலர்ச்சி கொள்ள வழி பிறக்கும். இது பாசி படர்ந்த மரபான ஆண் பெண் மனங்களை உலுக்கி எடுக்கும்... நாம் விரும்பியோ விரும்பாமலோ ஒரே வாழ்க்கையைத்தான் வாழ வேண்டியிருக்கு. எனவே ஆணைப் போலவே பெண்ணும் தன் வாழ்க்கை குறித்து முடிவெடுத்தாகணும். ஒருவேளை அந்த முடிவில அவ தோத்துப் போகலாம். சமூகம்

அவளோட முடிவை மடத்தனம்னு சொல்லலாம்... அதனாலென்ன... மனித இருப்போட விலக்க முடியாத ஒரு பரிமாணமா மடத்தனம் இருந்துக்கிட்டிருக்குனு மிலன் குந்தேரா சொல்றாரு... சமூகம் வலியுறுத்தும் சாமர்த்தியங்களுக்கும் புத்திசாலித்தனங்களுக்கும் எதிரான ஒரு தேர்வுதான் மடத்தனம்னு தோணுது..."

அவன் பேசுவதை அமைதியாகக் கேட்டுக்கொண்டிருந்த அனிதாவுக்கு, மடத்தனம் பற்றி மிலன் குந்தேரா சொல்லியிருப்பது பற்றி ஏற்கெனவே அவன் ஒருமுறை பேசியிருந்ததையும் அந்த மடத்தனம்தான் இப்போது தன்னைப் பீடித்திருப்பதாக அவள் நினைத்துக்கொண்டதும் இப்போது ஞாபகத்துக்கு வந்தது. அவளின் மனவோட்டத்தை அறிந்துதான் பேசுகிறானோ என்ற சந்தேகமும் வந்தது. ஆனாலும் அவள் எதுவும் பேசாதிருந்தாள். அவன் தொடர்ந்தான்.

"வாழ்க்கை நிறைய சாத்தியங்களோடதான் இருந்துக்கிட்டிருக்கு அனிதா... இன்னொரு சாத்தியத்தில் வாழ்ந்து பார்க்கலாம்கிற புரிதலும் தெளிவும் தைரியமும்தான் இப்ப நமக்கு வேண்டியிருக்கு..."

அனிதா அமைதியாகக் கேட்டுக்கொண்டிருந்தாள்.

"இப்ப இந்த தம்பதிகளையே பாருங்க... அந்த ஸ்ரீநிவாசனோட நிறைய அம்சங்கள் ஏங்கிட்டயும் இருந்திருக்கு... தோத்துப் போன ஆண் உதாசீனத்துக்கு ஆளாகும்போது உருவாகிற மோசமான அம்சங்கள்... ஆனா என் மனைவி நல்ல வேலையிலும் சம்பாத்தியத்திலும் இருக்கிறதால அவரால ஒரு முடிவெடுத்து பிரிஞ்சு தனியாவும் வாழ முடியுது, குழந்தைங்களையும் பாத்துக்க முடியுது... பிரிவில் வாழ்வின் துக்கத்தையும், குழந்தைகளை வளர்க்கிறதில வாழ்வின் நிறைவையும் அனுபவித்தபடி அவரால நிம்மதியா இருக்க முடியுது... இந்த காமாட்சி அம்மாவுக்கு அது சாத்தியப்படலைங்கிறதுனால அவர் எல்லாத்தையும் சகிச்சுக்கிட்டு அல்லல்பட வேண்டியிருக்கு..."

அமைதியாகவும் கவனமாகவும் கேட்டுக்கொண்டிருந்த அனிதா, "ஆண் பெண் உறவுங்கிறது நீங்க சொல்ற மாதிரி ரெண்டு பேரோட பொருளாதார நிலைமைகளால மட்டுமில்லாம குணாம்சங்களாலயும் முரண்டிக்கிட்டுதான் இருக்குனு தோணுது... நானும் இதுக்கு முன்னால ரெண்டு உறவுகள்ல கொஞ்ச கொஞ்ச காலம் இருந்து பிரிஞ்சிருக்கேன்... அதுக்குப் பொருளாதாரம்

காரணமில்லை... ஆனா எந்தப் பிரிவும் நாகரிகமா அமையல... பெண் ஒரு முடிவெடுக்க ரொம்பவே யோசிக்கிறா... முடிவெடுத்துட்டா தைரியமா அதுல முன்னோக்கிப் போறா... ஆனா ஆணுக்கு, பெண் தன்னை விட்டுப் போறதுங்கிறது பெரிய அவமானமா இருக்கு... அதை சமூகத்தில ஒரு பெரிய தலைகுனிவா நினைக்கிறான்" என்றாள்.

சிறு அமைதிக்குப் பின் கிருஷ்ணன், "ஆகமொத்தம் மனுசங்களுக்கு சேந்து சந்தோஷமா இருக்க வழி தெரியலைனுதான் தோணுது... ஏதேதோ காரணங்களுக்காக சேந்து இருக்காங்க அவ்வளவுதா... சந்தோஷமா இருக்காங்கனு சொல்லிட முடியாது. நதானியேல் ஹாத்தார்ன்கிற ரைட்டர் சொல்றாரு, 'சந்தோஷம்கிறது ஒரு வண்ணத்துப்பூச்சி மாதிரி. அத நாம பிடிக்கணும்னு முயற்சி செஞ்சா அது நமக்கு அகப்படாது. நாம சலனமில்லாம இருந்துக்கிட்டிருந்தா அது தானா நம்ம மேல வந்து உக்காரும்'னு... அது ஒருவேளை சரியா இருக்கலாம். ஆனா சலனமில்லாம எப்படி இருக்கிறதுனுதான் தெரியலை... அப்படி இருக்கணுமானும் தெரியலை..." என்றான் கிருஷ்ணன். அப்படிச் சொன்னபோது சிறு அசட்டுப் புன்னகை கிருஷ்ணனிடம் வெளிப்பட்டது.

அனிதாவுக்கு சொல்லவும் கேட்கவும் பேச்சைத் தொடரவும் பல விஷயங்கள் தோன்றிக்கொண்டே இருந்தன. வீட்டுக்குப் போன பிறகு, ஆற அமர பேசிக்கொள்ளலாம் என்று நினைத்து அமைதியாக இருந்தாள். அதே சமயம், கிருஷ்ணன் தன் இயல்பில் பேசியது, அனிதாவுக்குக் கொஞ்சம் ஆறுதலாக இருந்தது. ஏழு நாட்கள் கடந்துவிட்ட தெம்பாகவும் இருக்கலாம். இந்த மருத்துவமனை நாட்களில் கிருஷ்ணன் பெரும்பாலும் மௌனமாகவும் கலக்கத்துடனும் இருப்பதாகவே அவனைப் பார்த்துக்கொண்ட நண்பர்கள் கருதினார்கள். ஏதோ ஒரு அமைதியில் அவன் இருந்துகொண்டிருப்பதாகவே நினைத்தார்கள். அது அனிதாவுக்கும் கொஞ்சம் கவலையைத் தந்திருந்தது. அது நீங்கியது மட்டுமல்ல, கடந்த சில நாட்களாக சஞ்சலம் அடைந்திருந்த அவளுடைய மனதுக்கு ஒரு புது வெளிச்சம் கிடைத்த மாதிரியும் இருந்தது. கிருஷ்ணனோடு சேர்ந்து வாழும் ஆசை உறுதிப்பட்டது.

21

பத்தாவது நாள்

கிருஷ்ணனைப் பராமரிக்கும் முழுப் பொறுப்பையும் இப்போது அனிதா ஏற்றுக்கொண்டிருந்தாள். சஃபி, காலை ஒன்பது மணியளவில் வந்து 12 மணிவரை இருந்தால் போதும். காலையில் சஃபி வந்ததற்குப் பின் வீட்டுக்குப் போய் குளித்து உடை மாற்றி மதியத்துக்கான உணவையும் எடுத்துக்கொண்டு வந்தாள் அனிதா. இரவும் அவளே தங்கினாள். கடந்த இரண்டு நாட்களும் அனிதாதான் மூன்று வேளை உணவையும் அவனுக்குக் கொடுத்தாள். காலையில் மருத்துவமனை தரும் ரொட்டியில் பட்டர் தடவிக் கொடுத்தாள். மதியம் வீட்டிலிருந்து கொண்டு வந்த உணவை ஸ்பூன் மூலம் கொடுத்தாள். இரவு மருத்துவமனையில் தந்த ரசம் சாதமும் பொரியலும் கிருஷ்ணனுக்குப் பிடித்திருந்தது. அதையே சாப்பிட்டுக்கொண்டான். தானே சாப்பிட்டுக்கொள்வதாக அவன் சொன்னாலும், "வீட்டுக்கு வந்த பிறகு நீங்களா சாப்பிட்டுக்கங்க... இங்க நானே கொடுக்கிறேன்..." என்று அனிதா சொல்லிவிட்டாள். ஸ்பூனால் அவனாக சாப்பிடுவதும் கை உதறல் காரணமாக சிரமமாகத்தான் இருந்தது. நிறையவே சிந்தவும் செய்தது. அதனால், அனிதாவின் பேச்சை அவனால் தட்ட முடியவில்லை.

குளித்து ஒரு வாரமாகப்போகிறது. முக சவரம் செய்து பத்து நாட்களுக்கும் மேலாகிவிட்டது. முகத்தில் அரும்பியிருந்த ரோமம் அரிக்கத் தொடங்கிவிட்டது. கண்ணாடி பார்த்தும் ஒரு வாரமாகிவிட்டது. தான் இப்போது எப்படியிருக்கிறோம் என்று பார்த்துக்கொள்ளத் தோன்றியது. எப்படி இருந்தால்தான் இப்போது என்ன என்றும் எண்ணிக்கொண்டான். அதேசமயம் தன்னுடைய தோற்றத்தில் கவனம் எடுத்துக்கொள்ளும் ஆசையும் இப்போது ஏற்பட்டிருந்தது.

மதிய சாப்பாட்டை அனிதா ஸ்பூன் மூலம் ஊட்டிக் கொண்டிருந்தாள். தானே சாப்பிட்டுக்கொள்வதாக, எப்போதும் போல, கிருஷ்ணன் சொல்லிப் பார்த்தான். "இங்க இருக்கிற வரைக்கும்தான்... வீட்டுக்கு வந்த பிறகு, எவ்வளவு கஷ்டமா இருந்தாலும் நீங்களாதான் எல்லாம் செஞ்சுக்கணும்..." என்று சொல்லிவிட்டாள்.

அச்சமயத்தில்தான் நடேஷ், மருத்துவமனை என்றும் பாராமல், உரத்த குரலில், "என்ன தலைவா... பத்து நாளாயிடுச்சுல்ல... அப்புறம் என்ன தப்பிச்சுட்டீங்க... டாக்டர்ஸ் என்ன சொல்றாங்க..." என்றபடி வந்தான். அவன் குடித்திருப்பது அவன் பேசியபோது வெளிப்பட்ட வாசனையில் தெரிந்தது.

"கொஞ்சம் மெதுவா நடேஷ்... ஹாஸ்பிடல்..." என்றான் கிருஷ்ணன்.

"இறங்க ஆரம்பிச்சிடுச்சு, இனி ஒண்ணும் பயமில்லைனு சொன்னாங்க... ஒண்ணு ரெண்டு நாள்ல வீட்டுக்குப் போயிடலாம்னு தோணுது..." என்றாள் அனிதா.

"நீங்க ஆபீஸ் போகலையா...?" என்று அனிதாவிடம் கேட்டான் நடேஷ்.

"பெருசா வேலை ஏதும் இப்ப இல்லை... அதனால 10 நாள் லீவ் போட்டிருக்கேன்..." என்றாள் அனிதா.

"தில்லியில இருந்து டெய்லி நைட் ஃபோன் பண்ணிடுவாங்க... அப்பாவே யார்டா அதுனு கேட்டாங்க... உங்களைப் பத்தி இவ்வளவு கவலைப்படறாங்களேனு சந்தோஷப்பட்டாரு..." என்று கிருஷ்ணனைப் பார்த்து சொன்ன நடேஷ், அனிதாவைப் பார்த்து, "சீக்கிரம் வீட்டுக்குக் கூட்டிட்டுப் போயிடுங்க... உங்க கிட்ட இருந்தாதான் சரிப்பட்டு வருவாரு..." என்றான்.

"இருந்தா நல்லதுதான்..." என்று கிருஷ்ணனுக்கு உணவு கொடுத்தபடியே சொன்னாள் அனிதா.

"அதெல்லாம் அடங்கிக் கிடக்கிற மனுசன்தான்... என்ன கொஞ்சம் வீம்பு ஜாஸ்தி..." என்று மறுபடியும் அட்டகாசமாகச் சிரித்தான் நடேஷ்.

அனிதா பதிலேதும் சொல்லாமல் புன்னகைத்தாள்.

நடேஷின் அன்பும் அக்கறையும் வெளிப்படையானது. பூச்சுகளற்றது. இளம் போதையில் அது இன்னும் பிரவாகமெடுக்கும் என்பது கிருஷ்ணன் அறிந்ததுதான். ஏடாகூடமாக ஏதும் பேசி விடுவானோ என்று கிருஷ்ணனுக்குப் பதைபதைப்பாக இருந்தது. இப்போது நடேஷ் சீக்கிரம் இங்கிருந்து போய்விட்டால் தேவலை என்றுகூட கிருஷ்ணன் நினைத்தான்.

கிருஷ்ணன் சாப்பிட்டு முடித்ததும் அனிதா அவனுக்குத் தண்ணீர் கொடுத்தாள். சிறு ஈரப் பூந்துவாலையால் வாயைத் துடைத்து விட்டாள். பின்னர் தட்டையும் ஸ்பூனையும் கழுவுவதற்காக, பின் வராந்தாவிலுள்ள கை கழுவும் இடத்துக்குச் சென்றாள்.

அவள் அகன்றதும், "அருமையான லேடி தலைவா... சேந்து சந்தோஷமா இருங்க..." என்றான் நடேஷ்.

"சும்மா இருங்க நடேஷ்... அவங்க ஏதோ நட்பின் கருணையில பரிவா நடந்துக்கிறாங்க... இதுவே பெரிய விஷயம்... எதையாவது நினைச்சு குழப்பி எல்லாத்தையும் கெடுத்துக்கக் கூடாது..." என்றான் கிருஷ்ணன்.

"எனக்கென்னவோ உங்க வாழ்க்கைக்கு விடிவு பொறந்தாச்சுனு தோணுது..."

"சும்மா எதையாவது கிளப்பிவிடாதீங்க நடேஷ்..."

கழுவிய பாத்திரங்களோடு திரும்பி வந்தாள் அனிதா.

"சரி மேடம்... இன்னிக்கு நான் ரொம்ப சந்தோஷமா இருக்கேன்... போய் மூக்கு முட்டக் குடிக்கப் போறேன்..." என்றான் நடேஷ்.

"எதுல வந்தீங்க..." என்று கேட்டாள் அனிதா.

"நம்ம வாகனத்துலதான்..."

"வீட்டுக்குப் போய் ஸ்கூட்டரை விட்டுட்டு அப்புறமா போய் நல்லா குடிங்க..." என்று புன்னகையுடன் சொன்னாள் அனிதா.

"யெஸ் மேடம்... டிஸ்சார்ஜ் பண்ற அன்னிக்கு வர்றேன்..." என்றபடி கிளம்பினான் நடேஷ்.

"அருமையான மனுசன்... பிரமாதமா வரையிறாரு... ஆனா, குடி மேல அவருக்கு ஏன் இப்படி ஒரு மோகம்..." என்று கேட்டாள் அனிதா.

“உள்ளுக்குள்ள எப்பவும் ஒரு கொந்தளிப்பு அவர்ட்ட இருந்துக்கிட்டே இருக்கு அனிதா... அது, தமிழ்ச் சமூகம் கலையையோ கலைஞனையோ கொஞ்சமும் மதிக்கிறதில்லைங்கிறதில வர்ற கோபம்... கலைக்கான சின்ன வெளியிலகூட தனக்கான அங்கீகாரம் கிடைக்கலைங்கிற ஆதங்கம் இருக்கு... அவரோட கோட்டோவியங்கள் ஒரு அற்புதம் அனிதா. கோடுகளோட சரளமான பயணம் பிரமிக்க வைக்கும்...”

“அது சரி... நான் கேட்டது குடி பத்தி...”

“அவர் எப்பவும் குடிச்சிட்டே இருக்கார்னு சொல்ல முடியாது அனிதா... எவ்வளவு வேலை பாக்குறாரு... கோட்டோவியம், ஓவியம், இன்ஸ்டலேசன், நாடக இயக்கம், லைட்டிங்னு... இதெல்லாம் போக ஆங்கிலத்துல நிறைய எழுதியும் வச்சுருக்காரு... எத செஞ்சாலும் அதில அதன் உச்சத்தைத் தொடணும் அவருக்கு... குடிக்கும்போதும் அதுதான் நடக்குது...” என்றபடி லேசாகச் சிரித்தான் கிருஷ்ணன்.

அனிதா கிருஷ்ணனையே பார்த்துக்கொண்டிருந்தாள். கிருஷ்ணன் தொடர்ந்தான்:

“எனக்கு எப்பவுமே, நடேஷைப் பத்தி யோசிக்கும் போதெல்லாம் புதிய கடவுளைத் தேடும் கலைஞன்னுதான் தோணும்... ஒருவேளை மிதமிஞ்சிய குடிலதான் அவருக்கு அந்தக் கடவுள் தட்டுப்படுகிறாரோ என்னவோ... ஒரு சந்தர்ப்பத்தில அவர் எங்கிட்ட சொன்னதுதான் இப்ப ஞாபகத்துக்கு வருது. அப்ப அவர் சொன்னாரு, ‘உங்களுக்கென்ன கிருஷ்ணன், உங்களோட கடவுள் உங்ககிட்ட அன்பாவும் கருணையாவும் இருக்காரு... ஆனா என்னோட கடவுள் என்னை ஓங்கி மிதிச்சு குப்புறத் தள்ளி வேடிக்கை பாக்கிறாரு... அது மட்டுமில்லை... விழுந்து கிடக்கிறவனைப் பாத்து கை கொட்டிச் சிரிக்கிற ஆளா வேற இருக்காரு...’ அப்படின்னார். அதனாலதானோ என்னவோ அவர் எப்போதும் புதிய கடவுளைத் தேடிக்கிட்டிருக்கிறதா எனக்குத் தோணுது...” என்றான் கிருஷ்ணன்.

கிருஷ்ணன் பேசுவதை உன்னிப்பாகக் கவனித்துக்கொண்டிருந்த அனிதா சட்டென, “சாரிப்பா” என்றாள்.

அனிதா புதிதாக அப்படிச் செல்லமாக விளித்ததில் கிருஷ்ணன் ஒருகணம் திகைத்துப்போனான். சுதாரித்துக்கொண்டு, "இப்ப எதுக்கு சாரிலாம்... அவரப் பத்தி உங்களுக்கு முழுசாத் தெரியாது இல்லியா... அக்கறையோடதானே கேட்டீங்க... இதுல வருத்தப்பட என்ன இருக்கு..." என்றான் கிருஷ்ணன்.

அனிதா அவனைத் தீர்க்கமாய் பார்த்தபடியே, "நான் சாரி கேட்டது அதுக்கில்லை..." என்றாள்.

"பின்ன எதுக்கு..."

"நாம சோழமண்டலம் போன அன்னைக்கு ராத்திரி நான் உங்க கிட்ட நடந்துக்கிட்ட விதத்துக்கு..."

"ஐயய்யோ... என்ன இதெல்லாம்... நானில்ல உங்ககிட்ட சாரி கேட்டிருக்கணும்... ஒரு சாரிகூடக் கேக்காம கிளம்பி வந்துட்டோமேனு எவ்வளவு நாள் வேதனைப்பட்டிருக்கேன் தெரியுமா... அதுக்கப்புறம் உங்களப் பாக்கறதுக்கு ரொம்பவே கூசியிருக்கேன்... நீங்கதான் அதைப் பொருட்படுத்தாம எவ்வளவோ பெருந்தன்மையா நடந்துக்கிட்டீங்க... அதனாலதான் என்னாலும் படிப்படியா சுமுகமா ஆக முடிஞ்சுது... ஃபிரெண்ட்ஸ் யார்ட்டயாவது சொல்லி அசிங்கமாப் போயிடுமோனு எல்லாம் கொஞ்ச நாள் பயந்து செத்திருக்கேன்... ஆனா நீங்க அத ஒரு குத்தமா நினைக்கலைனு ரொம்ப நாள் கழிச்சுதான் புரிஞ்சுக்கிட்டேன். மனுசக் குறைகளை நீங்க புரிஞ்சுக்கிற விதத்தைப் பாத்து பிரமிச்சுப் போயிருக்கேன்... அதுக்கப்புறம்தான் உங்க மேல இருந்த மதிப்பு அதிகமாயிடுச்சு..." என்று அனிதாவைப் பார்த்தும் பார்க்காமலும் சொன்னான்.

"இல்லை கிருஷ்ணன்... அன்னைக்கு நீங்க நடந்துக்கிட்டதில ஒரு தப்பும் இல்லை... அது ரொம்ப இயல்பான வெளிப்பாடுதான். ஏன்னா அன்னைக்கு முழுசும் என் மனசு ஒரு பட்டாம்பூச்சி மாதிரி உங்களையே சுத்தி சுத்தி பறந்துக்கிட்டிருந்துச்சு... அதைக் காதல்னு நீங்க எடுத்துக்கிட்டதில ஒரு தப்புமில்லை. உண்மையில் நான் என் காதலைத்தான் அப்படி வெளிப்படுத்தி இருந்திருக்கேன்... அத ஏத்துக்கிட்ட வெளிப்பாடாதான் நீங்க முத்தம் கொடுக்க முன்வந்திருக்கீங்க... ஆனா அது அப்படியில்லைனு என்னை நானே அப்ப ஏமாத்திக்கிட்டு இருந்துருக்கேன்... ஒரு புத்திசாலியா என்னைக் காமிச்சுக்கிற தோரணையில அழகா அரும்பிய ஒரு

மொட்டை உதாசீனமா பிச்சுப் போட்டுட்டேன்..." என்றபோது அனிதாவின் குரல் மெல்லத் தழுதழுத்தது.

கிருஷ்ணன் அனிதாவின் பேச்சைக் கேட்டுத் திகைத்துப் போயிருந்தான். என்ன சொல்வதென்று தெரியாமல் மனம் தத்தளித்துக்கொண்டிருந்தது. அனிதாவை ஆறுதல்படுத்தும் விதமாக, கிருஷ்ணன் அவளுடைய வலது உள்ளங்கையைப் பற்றினான். அதை அழுத்தமாக இறுக்கிக்கொண்டபடி அனிதா, "ஐ டீப்லி லவ் யூ கிருஷ்ணன்" என்றாள். அவளுடைய கண்களில் காதல் சுழித்தோடியது. கிருஷ்ணனின் உடலும் மனமும் சிலிர்த்துக்கொண்டன.

22

பதினோராவது நாள்

(1996, நவம்பர் 13, வியாழக்கிழமை)

காலை 8 மணியளவில் தலைமை நர்ஸ் சகிதம் வார்டுக்கு தினசரி வருகை புரியும் நரம்பியல் மருத்துவர், கிருஷ்ணனிடம் வந்தவுடன் அனிதாவைப் பார்த்துப் புன்னகைத்தார். கிருஷ்ணனிடம் நடக்கச் சொன்னார். எப்போதும்போலக் காலைத் தேய்த்து தேய்த்து சில எட்டுகள் வைத்தான். ஒன், டூ, த்ரீ சொல்லச் சொன்னார். வழக்கம்போல இருபதை சுலபமாகக் கடந்தான்.

"ஓகே" என்றார் டாக்டர். மேலும், "இனி எந்த பாதிப்பும் இருக்காது. இறங்கிக்கிட்டிருக்கு... நீங்க வீட்டுக்குப் போகணும்னு நினைச்சா போகலாம். இல்ல, இன்னும் ஒண்ணு ரெண்டு நாள் இருக்கலாம்னு நினைச்சா இருக்கலாம்..." என்றார் டாக்டர்.

என்ன செய்யலாம் என்று கேட்பதுபோன்ற முக பாவனையுடன் கிருஷ்ணனைப் பார்த்தாள் அனிதா.

"வீட்டுக்குப் போயிடலாம்..." என்றான் கிருஷ்ணன்.

"ஓகே, சாயந்தரம் டிஸ்சார்ஜ் ஆயிடலாம்" என்று அனிதாவைப் பார்த்துச் சொன்ன டாக்டர், கிருஷ்ணனைப் பார்த்து, "வீட்டுக்குப் போனதும் ஒரு பிஸியோதெரபிஸ்டைப் பார்த்து கடுமையா பயிற்சி எடுக்கணும்... எவ்வளவு நடக்க முடியுதோ அவ்வளவு நடக்கணும்... ரொம்ப கஷ்டமாதான் இருக்கும்... ஆனாலும் நடக்கணும்... மாடிப்படி ஏறி இறங்கணும்... நீங்க ரைட்டர்தானே... சிரமம் பாக்காம எழுதுங்க... அதுவும் கை விரல்களுக்கு நல்ல பயிற்சிதான்" என்றார். கிருஷ்ணன் எல்லாவற்றுக்கும் சரி என்பதுபோலத் தலையாட்டிக்கொண்டிருந்தான். மேலும் டாக்டர், அனிதாவைப் பார்த்து, "இந்த நோய் தாக்குதலின் பாதிப்புகளிலிருந்து விடுபட கடுமையான பயிற்சிகள் மட்டுமே உதவும்... டேக் கேர்" என்றார்.

"ஷ்யூர் டாக்டர்" என்றாள் அனிதா.

கிருஷ்ணன் கடந்த வியாழக்கிழமை மாலை நான்கு மணியளவில் இங்கு சேர்க்கப்பட்டான். இன்று மாலை நான்கு மணியளவில் வீடு திரும்புகிறான். சரியாக ஒரு வாரம் இருந்திருக்கிறான். மருத்துவமனை வாசனை அவன் உடலெங்கும் பூசியிருந்தது.

சஃபி வந்த பிறகு அவரிடம் இன்று மாலை டிஸ்சார்ஜ் செய்யப்படும் விவரத்தை அனிதா சொன்னாள். அதுவரை சஃபியையும் இருக்கும்படி கேட்டுக்கொண்டாள். சஃபி தன் இயல்பான புன்னகையோடு சரி என்பதுபோல் தலையாட்டினார். மதியத்துக்கு மேல் நடேஷும் வந்து சேர்ந்தான்.

மாலை நான்கு மணியளவில் செவிலியர் கண்காணிப்பாளர் செண்பகவள்ளி வந்தார். டிஸ்சார்ஜ் விவரக் குறிப்பினை அனிதாவிடம் கொடுத்தார். இந்த நாட்களில் இருவரும் நெருக்கமான நண்பர்களாகி விட்டார்கள். அடுத்த இரண்டு வாரங்களுக்குத் தேவையான மாத்திரைகளைத் தந்ததோடு, அவற்றை எடுத்துக்கொள்ள வேண்டிய வழிமுறைகளையும் தெரிவித்தார். ஊக்க மருந்து மாத்திரைகளைப் படிப்படியாகக் குறைக்க வேண்டியதன் அவசியத்தை முக்கியமாக வலியுறுத்தினார். அனிதா கவனமாகக் கேட்டுக்கொண்டாள்.

அவன் தங்கியிருந்த பொது வார்டிலிருந்து வெளியேறி, மருத்துவமனை வாசல் வரும்வரை ஓவியர் நெடுஞ்செழியனும் செண்பகவள்ளியும் கூடவே ஒத்தாசையாக இருந்தார்கள். அவர்களை ஒருநாள் வீட்டுக்கு வரும்படி அனிதா கேட்டுக்கொண்டாள். அவர்களும் மகிழ்ச்சியோடு சம்மதித்தனர்.

அந்த பிரமாண்டமான கட்டடத்தின் பிரதான வாசலை நோக்கி சஃபியின் துணையோடு கிருஷ்ணன் சென்றான். அவர்கள் வாசல் கடந்து வெளி முற்றத்துக்கு வந்தார்கள். மருத்துவமனை வாசனை கொஞ்சம் கொஞ்சமாகக் குறைந்துகொண்டிருந்தது. அவன் ஒரு வாரம் தங்கியிருந்து தன்னைத் தற்காத்துக்கொண்ட அந்த மருத்துவமனையின் புறத் தோற்றத்தைத் திரும்பி நின்று நிதானமாகப் பார்த்தான். பிரம்மாண்டமான கட்டடம். இந்திய அளவில் தமிழகம்தான் சுகாதாரக் கட்டமைப்பில் மிகச் சிறந்து விளங்குகிறது என்று அவன் கேள்விப்பட்டிருந்ததை இந்த நாட்களில் அனுபவமாக உணர்ந்திருந்தான். எத்தனையோ

உயிர்களைக் காக்கும் மாபெரும் அரண். எளியவர்களுக்கும் வறியவர்களுக்கும் நலம் பேணும் ஓர் ஆலயம். ஒரு நோயாளியாக அனுமதிக்கப்படுவதற்காக அவன் அங்கு வந்தபோது அதன் புறத் தோற்றத்தை அவன் கொஞ்சமும் கவனித்திருக்கவில்லை. அந்த அரணுக்குள் இயங்கிக்கொண்டிருக்கும் எண்ணற்ற பணியாளர்களின் சேவைகளுக்கான நன்றிப் பெருக்கு மனதுக்குள் சுரந்தது. அவன் மானசீகமாக மண்டியிட்டான்.

அனிதா இன்னும் வெளியே வந்திருக்கவில்லை. கிருஷ்ணன் மருத்துவமனைக்குள் பார்த்தான். அப்போதும் அனிதா, செண்பக வள்ளி அம்மாவோடு பேசிக்கொண்டிருந்தாள். அவன் பார்ப்பதைக் கவனித்ததும் அனிதா அவசர அவசரமாக விடைபெற்றுக்கொண்டு அவர்களை நோக்கி விரைவாக வந்தாள்.

அனிதா வரவழைத்திருந்த டாக்ஸி வந்துவிட்டிருந்தது. அதில் பொருள்களை எல்லாம் வைத்த பின்பு, தான் மேற்கொண்ட பணி செம்மையாக முடிந்த மன நிறைவோடு, நடேஷ் விடை பெற்றுக்கொண்டான்.

டாக்ஸியில் ஏறலாமா என்பது போல் கிருஷ்ணன் அனிதாவைப் பார்த்தபோது, "இங்க ஒரு தர்ஹா இருக்கு... அங்க போய் துவா கேட்டுட்டுப் போகலாம்" என்றாள் அனிதா. இது கிருஷ்ணனுக்குக் கொஞ்சம் அதிர்ச்சியாகவும் ஆச்சரியமாகவும் இருந்தது. அதைக் கேட்டுத் திகைத்து நின்றிருந்த சஃபி, "எங்க பக்கத்திலயா" என்றார்.

"இல்ல... இதுக்குள்ளதான்..." என்றாள் அனிதா.

"எங்க ஹாஸ்பிடலுக்குள்ளயா..." என்று வியப்புடன் கேட்டார் சஃபி.

"ஆமா... அந்தப் பக்கமா இருக்கு..." என்று கை காட்டினாள் அனிதா.

"ஒரு வாரமா இங்கயேதான் கிடந்திருக்கேன்... எனக்குத் தெரியலையே..." என்றார் சஃபி.

அனிதா ஒன்றும் சொல்லவில்லை. போகலாமா என்பதுபோலக் கிருஷ்ணனைப் பார்த்தாள். சரி என்பதுபோலத் தலையாட்டிய கிருஷ்ணன், "என்ன புதுசா இருக்கு..." என்று கேட்டான்.

"ரொம்ப சக்தி வாய்ந்த தர்ஹா... அங்க துவா கேட்டுட்டுப் போங்கனு செண்பகவள்ளி அம்மாதான் சொன்னாங்க..." என்றவள், சிறிய மௌனத்துக்குப் பின், "நல்ல விஷயம்தானே..." என்றாள்.

கிருஷ்ணன் புன்முறுவலோடு தலையாட்டினான்.

அவர்கள் மெல்ல நடந்து தர்ஹாவிற்குச் சென்றார்கள். மருத்துவமனையின் வளாகத்துக்குள்ளேயே பிரதான கட்டடத்துக்கு அடுத்து கொஞ்சம் உள்ளொடுங்கி இருந்தது தர்ஹா. கால்களைத் தேய்த்துத் தேய்த்து நடந்தான் கிருஷ்ணன். “சிரமமா இருக்கா...” என்றாள் அனிதா. “சிரமம்தான்... ஆனா நடக்கிறது நல்லதுதானே...” என்றான் கிருஷ்ணன்.

அனிதா முறுவலித்தாள்.

தர்ஹாவின் வெளித் தோற்றமும் முகப்பும் வெகு அழகாக இருந்தன. ஒரு கையை ஸூஃபியின் தோளில் வைத்துக்கொண்டும் மறு கையால் படிக்கட்டின் பக்கக் கைப்பிடியைப் பிடித்துக்கொண்டும் கிருஷ்ணன் தர்ஹாவின் நுழைவுப் படிக்கட்டுகளில் ஏறினான். ஊதுபத்தி, சாம்பிராணி வாசனையோடு ஒரு அற்புதமான திரவிய வாசனையும் கலந்து, வேறொரு நறுமண உலகமாக அது அவனை வரவேற்றது. மிகுந்த பணிவுடன் நின்று துவா கேட்டுக் கொண்டபோது, ஒரு மந்திர சக்திக்குக் கட்டுப்பட்டிருப்பதைப் போலவும், மனதில் இனம்புரியா நிறைவின் ஒளி பிரகாசிப்பதைப் போலவும் உணர்ந்தான்.

துவா கேட்டுக்கொண்டு அவர்கள் வெளிவந்ததும் அனிதா, தர்ஹாவின் பக்கவாட்டுச் சுவரோரமாக அமர்ந்திருந்த ஐந்தாறு வறியவர்களின் தட்டுகள் ஒவ்வொன்றிலும் 10 ரூபாய் போட்டாள். எல்லாவற்றையும் அவள் முன்னதாகவே யோசித்து வைத்திருந்து அதற்கேற்ப செயல்படுவதுபோலத் தெரிந்தது. ஸூஃபியின் தோள் மீது கை ஊன்றியபடி நின்றிருந்த கிருஷ்ணனின் பார்வையில், எதிரிலிருந்த மரத்தடியில் ஒரு தாய்ப் பூனையின் மடியில் புதிதாய்ப் பிறந்த நான்கு குட்டிகள் ஒட்டிக்கொண்டு உருண்டுகொண்டிருந்த காட்சி கண்ணில் பட்டது. அவன் சிலிர்ப்புடன் பார்த்துக்கொண்டிருந்தான். தாய்ப் பூனை அவற்றை முகர்ந்து முகர்ந்து பார்த்து நாவால் வருடிக்கொண்டிருந்தது. அந்தக் காட்சி உயிர் கொண்டியங்கும் ஓர் ஓவியம் போல இருந்தது. அவற்றின் உடல் லாவகங்களும் வண்ணப் பொலிவுகளும் ஓர் அற்புத லயத்தில் இசைந்திருந்தன. அதைப் பார்த்துக்கொண்டிருந்த கிருஷ்ணனுக்கு கிருத்திகா எடுத்துச் சென்ற பூனை நினைவுக்கு வந்தது. வீட்டுக்குப் போனதும் அதைப் போய்ப் பார்க்க வேண்டும் என்று நினைத்துக்கொண்டான். பூனைக்

குடும்பத்தை மன மலர்ச்சியுடன் பார்த்துக்கொண்டிருந்த கிருஷ்ணன், அனிதா பக்கத்தில் வந்துவிட்டிருந்ததைக் கவனிக்கவில்லை.

"போகலாமா..." என்றாள் அனிதா. அவன் தலையாட்டினான்.

அவர்கள் டாக்ஸியில் ஏறிக்கொண்டார்கள். சஃபி முன்னாலும் பின்னிருக்கையில் அனிதாவும் கிருஷ்ணனும் அமர்ந்து கொண்டார்கள். டாக்ஸி கிளம்பியது.

தன்னுடைய வலது உள்ளங்கையால் கிருஷ்ணனுடைய இடது உள்ளங்கையை அழுத்தமாகப் பற்றினாள் அனிதா. அவனுடைய விரல்கள் உதறல்களின்றி அனிதாவின் விரல்களுடன் பின்னிக் கொண்டன. ஒரு கணம் அனிதாவுடைய கண்களைப் பார்த்தான் கிருஷ்ணன். அவற்றில் ஓர் அபூர்வ வாசனையின் வீர்யமென ஓர் ஒளி தகதகப்பதைக் கண்டு மெய் சிலிர்த்தான். அதன் தகிப்பைத் தாங்கிக்கொள்ள முடியாதவனாகச் சட்டெனத் தலை திருப்பி வெளியே வேடிக்கை பார்க்கத் தொடங்கினான்.

காரை ஓட்டியபடியே, "வீட்டுக்குத்தானே மேடம்" என்று கேட்டார் டிரைவர்.

"ஆமாம்" என்றாள் அனிதா.

வெளியை வேடிக்கை பார்த்தபடியே, தனக்கென்று ஒரு வீடு இருப்பதாக உணர்ந்தான் கிருஷ்ணன்.